நேதாஜி மர்ம மரணம்
ரகசிய ஆவணங்கள் சொல்லும் கதை

ரமணன்

பல்லாண்டுகளாக இயங்கிவரும் எழுத்தாளர், பத்திரிகையாளர். அரசியல், சமூகம், வரலாறு என்று பல விரிவான தளங்களில் தொடர்ந்து ஆய்வுகள் மேற்கொண்டு வருகிறார். பயண நூல்கள், தொழில்முனைவோருக்கான நூல்கள் ஆகியவையும் வெளிவந்துள்ளன. தேசிய வங்கி ஒன்றில் உயர் அதிகாரியாகப் பணியாற்றி வருகிறார்.

நேதாஜி மர்ம மரணம்

ரகசிய ஆவணங்கள் சொல்லும் கதை

ரமணன்

கிழக்கு

நேதாஜி மர்ம மரணம்
Netaji Marma Maranam

Ramanan ©

First Edition: July 2017
176 Pages
Printed in India.

ISBN: 978-81-8493-791-6
Kizhakku 1002

Kizhakku Pathippagam
177/103, First Floor,
Ambal's Building, Lloyds Road,
Royapettah, Chennai - 600 014.
Ph: +91-44-4200-9603
Email : support@nhm.in
Website : www.nhm.in

▪ kizhakkupathippagam
▪ kizhakku_nhm

Author's Email: ramananvsv@gmail.com

Kizhakku Pathippagam is an imprint of New Horizon Media Private Limited

This book is sold subject to the condition that it shall not, by way of trade or otherwise, be lent, resold, hired out, or otherwise circulated without the publisher's prior written consent in any form of binding or cover other than that in which it is published and without a similar condition including this the rights under copyright reserved above, no part of this publication may be reproduced, stored in or introduced into a retrieval system, or transmitted in any form or by any means (electronic, mechanical, photocopying, recording or otherwise), without the prior written permission of both the copyright owner and the above-mentioned publisher of this book.

வாழ்க்கையைப்போல
இந்த தேசத்தின் சரித்திரத்தையும் நேசிக்கும்
என் அன்பு மகன் குஹனுக்கு.

உள்ளே

	இது ஒரு பொக்கிஷம் - சுதாங்கன்	...	09
	முன்னுரை	...	16
1.	விழுந்த விமானமும் எழுந்த கேள்விகளும்	...	21
2.	ஜெர்மன் செல்ல ஜோரான திட்டம்!	...	34
3.	ஹிட்லரின் ஆசையும் நேதாஜியின் ஏமாற்றமும்	...	45
4.	லண்டன் ஞானம்	...	60
5.	சுபாஷும் காங்கிரஸும்	...	69
6.	ஜெயித்தார், ராஜினாமா செய்தார்	...	82
7.	விசாரணைக் கமிஷன்களும் வெளிவராத ரகசியங்களும்	...	88
8.	ரகசிய ஆவணங்கள் சொல்லும் கதை	...	96
9.	ஷா நவாஸ்கான் அறிக்கை: சொன்னதும் சொல்லாதும்	...	103
10.	மீண்டும் ஒரு கமிஷன்	...	116
11.	யார் இந்தப் பெயரில்லாத பாபா?	...	128
12.	விருது எழுப்பிய விபரீதக் கேள்விகள்	...	141
13.	இரும்புத்திரைக்குப்பின் மர்ம ஆவணங்கள்	...	153
14.	சுபாஷ் போர்க்கைதியா?	...	160
15.	உண்மைகள் நீண்ட நாட்கள் உறங்குவதில்லை	...	165
	பிற்சேர்க்கை	...	172

இது ஒரு பொக்கிஷம்!

1978-79ம் வருடம் என்று நினைவு! அப்போதுதான் ஆனந்த விகடனில் இருந்து வெளியேறி மணியன் அவர்கள் 'இதயம் பேசுகிறது' வார இதழைத் தொடங்கியிருந்தார்.

தமிழகமெங்கும் பத்திரிகை வாசகர்களிடையே பெரும் பரபரப்பு!

மணியன் வித்தியாசமான முறையில் அந்தப் பத்திரிகைக்கு விளம்பரம் செய்திருந்தார்.

மணியன் ஏற்கெனவே ஆனந்த விகடன் மூலமாக மிகவும் பிரபல மானவர், விகடனில் அவர் தன் வெளிநாட்டு பயணக் கட்டுரைத் தொடர்களுக்கு கொடுத்திருந்த தலைப்புத்தான் 'இதயம் பேசுகிறது'.

அதையே தன் பத்திரிகைக்கும் தலைப்பாக வைத்திருந்தார்.

தமிழில் வண்ணப் பக்கங்களோடு வந்த முதல் வார இதழ் இதயம் பேசுகிறதுதான்.

சென்னை அண்ணா சாலையில் ஒரு கட்டடத்தின் மேலே நியான் விளக்கில் பத்திரிகைக்கு விளம்பரம் கொடுத்த முதல் பத்திரிகை ஆசிரியரும் மணியன் தான்!

பத்திரிகை பரபரப்பாக விற்ற காலம் அது! அப்போது அதில் ஒரு தொடர் வந்துகொண்டிருந்தது. அந்தத் தலைப்பு 'என்னைக் கவர்ந்தவர்' - என்ற சங்கிலித்தொடர் பேட்டிகள்.

அதாவது ஒரு பிரபலமான பிரமுகரைப் பேட்டி எடுப்பார்கள். அவர் தன்னைக் கவர்ந்த வேறொரு பிரபலத்தைச் சொல்வார். அடுத்த வாரம் அவரது பேட்டியில் அவரைக் கவர்ந்தவரைச் சொல்லுவார். அவரைப் பேட்டி காண்பார்கள்... இப்படியாக பேட்டிகள் சுவாரஸ்யமாக

நீண்டுசென்றன. ரமணன், மாலன் என்ற பெயர்களில் அந்தப் பேட்டி வந்துகொண்டிருந்தது.

பிறகு 1980களில் நான் சாவி துவக்கிய 'திசைகள்' பத்திரிகையில் பத்திரிகையாளனாக அறிமுகமானேன். அந்தப் பத்திரிகையின் ஆசிரியர் மாலன். அப்போதுதான் எனக்குத் தெரியும், அவருடன் பேட்டி எடுத்த ரமணன், மாலனின் மூத்த சகோதரர் என்பது.

பிறகு ரமணன் பெயர் பத்திரிகைகளில் அதிகம் காணப்படவில்லை. காரணம் அவர் வங்கி அதிகாரி. உத்தியோக மாறுதல் அடிக்கடி ஏற்பட்டதால் அவர் அதிகம் எழுதவில்லை.

மாலன் மூலமாகத்தான் எனக்கு முதலில் ரமணன் அறிமுகம். அப்போதெல்லாம் எங்களைப் போன்ற இளைஞர்களின் எழுத்துலக கதாநாயகனாக இருந்தவர் மாலன்.

காரணம் அவர் வெறும் புனைக் கதை எழுத்தாளர் மட்டுமல்ல. அவர் சாவி இதழில் தமிழன் என்கிற பெயரில் கேள்வி பதில் எழுதுவார். உலக விஷயங்களை 'டைனிங் டேபிள்' என்ற தலைப்பில் எழுதுவார்.

எந்த விஷயமானாலும் ஈர்க்கும் நடையில் எளிமையாகக் கொடுப்பதில் வல்லவர்.

அவரோடு பழகும்போதுதான் எனக்கு ரமணனின் அருமைகள் தெரிய வந்தது.

'எனக்கு இத்தனை விஷயங்கள் தெரிகிறதென்பது பெரிய விஷய மல்ல. இன்னும் என் சகோதரர் ரமணன் அளவுக்கு நான் வளரவில்லை' என்பார் மாலன்.

மாலன்மீது இருந்த பிரமிப்பைவிட ரமணன் மீதான மதிப்பு பன்மடங்கு கூடியது. நான் தினமணி கதிரின் பொறுப்பிலிருந்தபோது அவர் ஹர்ஷத் மேத்தாவின் கதையை ஒரு சுவாரஸ்யமான தொடராக எழுதினார். அப்போதுதான் அவர் எழுத்தின் மூழு வீச்சு புரிந்தது.

இவர்கள் அளவுக்கு விஷய ஞானத்தில், எழுத்தாற்றலில் எப்போது உயரப்போகிறோமோ என்கிற கேள்வி எனக்குள் அன்றும் இருந்தது. நானும் முப்பத்தி எட்டு ஆண்டுகள் பத்திரிகை துறையில் கடந்துவிட்டேன். இன்றும் அந்தக் கேள்வி எனக்குள் இருந்து கொண்டேதான் இருக்கிறது.

ரமணன் விஷயத்தில் அந்தக் கேள்வி என்னை இன்றும் அச்சுறுத்திக் கொண்டுதான் இருக்கிறது.

காரணம் அவர் வங்கிப் பணியில் இருந்து ஓய்வு பெற்றபின், நிறைய புத்தகங்கள் எழுதிவிட்டார். சமீபத்தில் வந்த அவரது 'காற்றினிலே வரும் கீதம்' என்ற எம்.எஸ். அவர்களின் வாழ்க்கைக் கதை தமிழ்நாட்டில் ஒவ்வொரு வீட்டிலும் இருக்கவேண்டிய புத்தகம். என்னோடு பல தொலைக்காட்சி நிகழ்ச்சிகளில் கலந்து கொண்டிருக்கிறார்.

என்னுடைய பிரமிப்பை இன்னும் அதிகரித்துக்கொண்டேதான் போகிறார் ரமணன்.

அவருடைய ஆழ்ந்த படிப்பு ஞானம், எளிமையாக எழுதும் திறன். அதைவிட தொலைக்காட்சி நிகழ்ச்சிகளில் அவர் கலந்துகொள்ளும் போது அவர் தரும் அசாத்திய புள்ளிவிவரங்கள் எல்லாமே வியப்பூட்டும்.

'ஞான தாகம்' அதாவது ஆங்கிலத்தில் Thirst for Knowledge என்பார்கள். ரமணனுக்கு அந்தத் தாகம் அடங்கவேயில்லை.

அதற்கு சரியான உதாரணம் இந்த நூல்.

அவர் என்னிடம் முன்னுரை கேட்டபோது, நான் உள்ளுக்குள் வெட்கப்பட்டேன் என்றுதான் சொல்லவேண்டும்.

துரோணாச்சாரியார் தன் மாணவனிடம் வில்வித்தை பயில வந்தால் எப்படி?

கீதோபதேசம் கேட்க கண்ணன் அர்ஜுனனிடம் வந்தால் எப்படி?

ஆனாலும் அவர்களிடமே கற்ற பாடம் கொஞ்சம் தைரியத்தைக் கொடுத்தது!

இந்தியாவில் மறக்கப்பட்ட உண்மைகள் ஏராளம்!

சிலர் மட்டுமே சரித்திரத்தில் இடம் பிடித்திருக்கிறார்கள்.

விடுதலைப் போரில் தமிழகத்தின் தியாகங்கள் இருட்டடிப்பு செய்யப்பட்டது.

பிரிட்டிஷாரின் ஆதிக்கத்திற்கெதிராக நடந்த இந்திய விடுதலைப் போராட்டம், எப்போது, எங்கு, யாரால் முதல் முதலில் தோற்றுவிக்கப்பட்டது என்பதிலே நமது வரலாற்றாசிரியர்களிடம் கருத்தொற்றுமை காணப்படவில்லை.

வீர சாவர்க்கர் 1857ல் வடக்கே நடந்த சிப்பாய் புரட்சிதான் இந்திய சுதந்திரத்திற்கான முதலாவது போராட்டம் என்கிறார் ஆணித்தரமாக.

மற்றொரு தேசியத் தலைவரான திரு. அசோக் மேத்தா '1857' என்ற தன் நூலிலே வீர சாவர்க்கர் கருத்தையே வலியுறுத்துகிறார்.

1957ம் ஆண்டு இந்திய விடுதலைப் போராட்டத்தின் நூற்றாண்டு விழாவை மத்திய அரசு கொண்டாடியது. ஆனால் இது முழு உண்மையில்லை. கேரள, கர்நாடக, அரசுகள் இதனை ஏற்றுக்கொள்ள வில்லை. மறுப்பும் தெரிவித்திருக்கின்றன. விடுதலைப் போர் முதலில் தொடங்கிய காலம், இடம் பற்றிய கருத்து வேற்றுமைகள் நிலைக்கவே செய்கின்றன.

வீர சாவர்க்கர் தன் நூலில் '1806ம் ஆண்டு வேலூர் சிப்பாய்களின் புரட்சியும், சுதந்திர தாகத்தையே மூல காரணமாகக் கொண்டதாகும். பின்னர் ஏற்பட்ட முதலாவது சுதந்திரப் போருக்கும் அது ஒத்திகை' என்கிறார்.

சாவர்க்கர், பிரிட்டிஷ் கிழக்கிந்தியக் கம்பெனியின் ஆட்சியால் சிறைபிடிக்கப்பட்டு வேலூர்க் கோட்டையில் அடைத்து வைக்கப் பட்டிருந்த கர்நாடக சிப்பாய்கள் ஒரே ஓர் இரவில் நடத்திய புரட்சியைத்தான் சொல்கிறார். அதற்கு அரை நூற்றாண்டுக்குப் பிறகு வடபுலத்தில் நடந்த சிப்பாய் புரட்சிக்கு ஒத்திகையாகக் கொள்ளுகிறார்.

'எரிமலை' என்னும் தமது நூலுக்கு 'முதலாவது சுதந்திரப் போர்' என்ற மற்றொரு தலைப்பையும் சாவர்க்கர் தந்திருப்பது நினைவில் கொள்ள வேண்டும். நூலில் தலைப்பிலேயே வடபுலத்தில் நடந்த சிப்பாய்க் கலகம்தான் இந்திய சுதந்திரத்திற்கான முதல் போராட்டம் என்பதனை அவர் பிரகடனப்படுத்துகிறார். சாவர்க்கர் கொண்ட கருத்து, ஒரு தனிநபரின் கருத்தாக மட்டுமே இருப்பின், அதைப் புறக்கணித்துவிட முடியும். இந்திய அரசும் அதை அப்படியே ஏற்றுக்கொண்டிருப்பதால் அந்தக் கருத்தை நாம் எளிதில் புறக்கணித்துவிட முடியாது.

மத்திய அரசால் டாக்டர் எஸ். ராதாகிருஷ்ணன் தலைமையில் நியமிக்கப்பட்ட விடுதலைப் போராட்ட வரலாற்றுக் குழு '1857 ல் நடந்த சிப்பாய் புரட்சியிலிருந்து விடுதலைப் போர் வரலாறு எழுதப் படும்' என்று அறிவித்தது. இது செய்தித்தாள்களில் வெளி யானதும், 'வீரபாண்டிய கட்டப்பொம்மன் நடத்திய பாஞ்சைப் புரட்சியிலிருந்துதான் எழுதப்பட வேண்டும் என்று ம.பொ.சியின் தமிழரசுக் கட்சியின் சார்பில் வேண்டுகோள் விடப்பட்டது. 'கட்டபொம்மன் பற்றிய குறிப்பும் இடம்பெறும்' என்று தமிழரசுக் கட்சிக்கு பதில் வந்தது.

சிப்பாய் புரட்சிதான் இந்திய விடுதலைப் போரின் தொடக்கம் என்ற மத்திய அரசின் முடிவை கேரள, கர்நாடக மாநில அரசுகளும் ஏற்க மறுத்தது. கர்நாடக அரசு வெளியிட்டுள்ள,'விடுதலைப் போரில் கர்நாடகம்' என்ற நூல் சொல்வதென்ன?

1857க்கு முன்பே இந்திய விடுதலைப் போர் தொடங்கிவிட்டதென்ற உண்மையை இந்த நூல் எடுத்துக் காட்டும். 1857க்கு முன்னர் ஒரு நூற்றாண்டுக்கும் முற்பட்ட காலத்திலேயே ஹைதர் அலி தொடங்கி திப்பு சுல்தான், கிட்டூர் சென்னம்மாள் போன்ற வீரர்கள் செய்து காட்டிய போராட்டங்கள்தான் 1857ல் நடந்த புரட்சிக்கு வித்திட்டன.

கிட்டூர் ராணி சென்னம்மாள் 1824ல் பிரிட்டிஷாருக்கு எதிராகத் தோற்றுவித்த புரட்சிக்குக் கால் நூற்றாண்டுகளுக்கு முன்பே தென் தமிழ் நாட்டுப் பாஞ்சாலங்குறிச்சியில் நடந்த வீரப்புரட்சியையும், 'விடுதலைப் போரில் கர்நாடகம்' நூல் எடுத்துக் காட்டுகிறது.

1962ல் வெளியிடப்பட்ட இந்த நூலிலே, அப்போது கர்நாடகத்தில் இயங்கிய காங்கிரஸ் அரசுதான் இந்த எதிர்ப்புணர்ச்சியை வெளிப் படுத்தியிருக்கிறது என்பதை நினைவில் கொள்ள வேண்டும்.

1972ல் கேரள காங்கிரஸ் அரசால் வெளியிடப்பட்ட'விடுதலைப் போரில் கேரளம்' என்னும் நூலிலேயும் வடக்கில் நடந்த சிப்பாய் புரட்சிதான் முதலாவது சுதந்திரப் போர் என்று சொல்லப்படுவதற்கு எதிர்ப்புக் காட்டியிருக்கிறது.

கேரள அரசு வெளியிட்டுள்ள நூலில் குறிப்பிடப்படும் வேலுத்தம்பியின் போராட்டமானது, 1806ல் திருவதாங்கூர் சமஸ்தானத்தில் நடந்ததாகும். அதற்கு முற்பட்டது தமிழ்நாட்டில் வீரபாண்டிய கட்டபொம்மன் நடத்திய விடுதலைப் போர்.

இதை இங்கே பதிவு செய்வதற்குக் காரணம் இந்திய சுதந்திரச் சரித்திரத்தை உண்மையான ஆராய்ச்சியோடு இந்திய அரசு பதிவு செய்யவில்லை.

அதே போல்தான் நேதாஜியின் வாழ்க்கையும், அதைத் தொடர்ந்த வரலாறும். காந்தியைத் தெரிந்த அளவுக்கு, நேருவை அறிந்த முறையில் சுதந்திர இந்தியாவில் எத்தனை தலைமுறையினருக்கு நேதாஜியின் தியாகங்கள் தெரியும்? பல உண்மைகள் பலரின் வசதிக்காக, அப்போது இந்திய அரசு பதவியிலிருந்த தலைவர்களை திருப்திப்படுத்துவதற்காக எழுதப்பட்டவையாகவே இருந்திருக் கின்றன.

வாஞ்சி மணியாச்சி என்று ரயில் நிலையத்திற்குப் பெயர் வைத்துவிட்ட திருப்தியில் புதைந்து போனது வாஞ்சி நாதனின் தியாகம்!

இந்திய சுதந்திரப் போராட்ட வரலாறு கட்டபொம்மன் காலந்தொட்டு காந்தியடிகள் காலம்வரை நடந்திருக்கிறது என்பது புலப்படும். மேலும் இருதய சுத்தியோடு இந்திய வரலாறு எழுதப்பட்டிருந்தால், நேதாஜி என்கிற இளைஞன் தன் வாழ்க்கையில் செய்த தியாகத்தின் மேன்மை புரிந்திருக்கும்.

இந்திய சுதந்திர சரித்திரப் பக்கங்களில் மிகுந்த சர்ச்சைக்குள்ளான தீர்க்கப்படாத மர்மத்தில் பிரதானமானது நேதாஜியின் மரணம்தான்.

அமெரிக்காவில் இன்னமும் கென்னடியைக் கொன்றது ஆஸ்வோல்டு இல்லை என்பதை ஆழமாக நம்புகிறவர்கள் ஏராளம்!

ஆங்கிலத்தில் Unsolved Mysteries என்று பல நூல்கள் உண்டு. அதில் முக்கியமானது அமெரிக்காவின் கென்னடி, இந்தியாவில் நேதாஜியின் மரணம்.

அங்கே கென்னடி மரணம் குறித்து பல புத்தகங்கள், ஏன் கெவின் கோஸ்ட்னர் நடித்த ஜே.எஃப்.கே. என்னும் படம், ஒரு வழக்கறிஞர் கடைசிவரை கென்னடி கொலையாளியைக் கண்டு பிடிக்கும் முயற்சி தான் அந்தப் படம். அது ஒரு உண்மைச் சம்பவத்தின் அடிப்படையில் எடுக்கப்பட்ட படம்.

அதேபோல்தான் இந்தியாவில் நேதாஜி!

என் தாத்தா திரு வி.எஸ். நாராயணன், தினமணியில் உதவி ஆசிரியராக இருந்தவர். அதாவது பிரபல இலக்கியவாதி பி.ஸ்ரீ. அவர்களின் புதல்வர். அறுபதுகளில் இரண்டு புத்தகம் எழுதினார். ஒன்று 'வீர ரஷ்யா', இன்னொன்று 'நேதாஜி'!

நேதாஜியைப் பற்றிய நூல் தேவையற்றது என்றே அன்றைய காந்தியச் சீடர்கள் சொன்னார்கள்.

இப்போது ரமணன் பெரு முயற்சி எடுத்து டெல்லி ஆவண காப்பகத்திற்குப் போய் ஆவணங்களை எத்தனை ஆழமாக ஆராய்ந்து எழுதியிருக்கிறார் என்பதற்கு இந்தப் புத்தகமே அத்தாட்சி.

நேதாஜி லண்டனில் படித்த காலத்தில் இந்தியாவில் ஐ.சி.எஸ். என்பது எத்தனை மேன்மை வாய்ந்தது. அந்தப் படிப்பையே உதறித் தள்ளிவிட்ட அந்த சுபாஷ் சந்திர போஸின் துணிச்சலை, தேசப்பற்றை படிக்க எனக்கே இத்தனை ஆண்டுகள் ஆகியிருக்கிறது.

14 அத்தியாயங்கள் கொண்ட ரமணனின் இந்த நூல் ஒரு விறுவிறுப்பான நாவலைப் போன்றது என்றே சொல்வேன்.

சரித்திர நிகழ்வுகளை மனசாட்சியோடு பதிவு செய்வதில்தான் ஒரு எழுத்தாளனின் நேர்மை இருக்கிறது. அதைச்செய்திருக்கும் ரமணனின் எளிமையான அழகு நடைதான் இந்தப் புத்தகத்தை மேலும் சுவாரஸ்யமாக்குகிறது. மறைக்கப்பட்டு காலத்தின் கட்டாயமாக இப்போது வெளியாகியிருக்கும் ஆவணங்களை அந்தக் கால கட்டத்தில் வெளியான செய்திகளுடன் இணைத்து, ஆராய்ந்து அலசி படைக்கப்பட்டிருக்கும் இந்தப் புத்தகம் ஒரு பொக்கிஷம்.

வழக்கமாக நான் சொல்வேன், காங்கிரஸுக்கும், பாரதிய ஜனதா கட்சிக்கும் ஒரே ஒரு வித்தியாசம்தான். மதம், மதச் சார்பின்மை. மற்றபடி பார்த்தால் பொருளாதாரப் பார்வை, தனியார் மயமாக்குதல், அந்நிய நேரடி முதலீடு, தனியார் மயமாக்கல் இப்படி பல விஷயங்களில் இருவருக்கும் ஒரே பார்வைதான்.

காலத்தின் கட்டாயத்தில் இன்றைய பா.ஜ.க. அரசு நேதாஜி மரணம் குறித்த ஆவணங்களை வெளியிட்டிருக்கிறது.

ஆனால் காங்கிரஸ் அரசைப்போலவே, நேதாஜி மரணத்தின் உண்மைகளைக் கொண்டு வரவேண்டும் என்பதில் இந்த பா.ஜ.க. அரசுக்கும் அக்கறை இல்லை என்பதற்கு எடுத்துக்காட்டு ரமணனின் இந்தச் சரித்திரச் சான்று.

18.07.2017 சுதாங்கன்
சென்னை - 35

முன்னுரை

இந்திய சுதந்திரப் போராட்ட தலைவர்களிலேயே அதிகம் சர்ச்சைகளுக்கும் விமரிசனங்களுக்கும் உள்ளானவர் சுபாஷ் சந்திரபோஸ். வாழ்ந்த காலத்தில் முற்றிலும் தவறாகப் புரிந்து கொள்ளப்பட்ட இந்த மனிதனின் மரணத்திலும் சர்ச்சைகள் தொடர்கின்றன.

படைதிரட்டிப் போரிடுவதன் மூலம் ஆங்கில ஏகாதிபத்தியத்தை விரட்டியடிக்க முடியும் என்று நம்பியவர் நேதாஜி. அதற்காக இந்திய தேசிய ராணுவம் என்ற ஒன்றை உருவாக்கியவர். அதில் பெண்கள் உள்பட ஏராளமான தமிழர்கள் சேர்ந்தார்கள். உலகப்போரின்போது பிரிட்டனுக்கு எதிரணியிலிருந்த ஜெர்மனி, ஜப்பான் ஆகிய நாடுகளுடன் இணைந்துகொண்டவர் சுபாஷ்.

1945ஆம் ஆண்டு ஆகஸ்ட் மாதம் 15ம் தேதி விமான விபத்தில் சுபாஷ் சந்திரபோஸ் இறந்து போனார் என்பது வரலாறாகப் பதிவு செய்யப்பட்டிருக்கிறது. ஆனால் அறிவிக்கப்பட்ட தினத்திலிருந்தே சர்ச்சைக்குள்ளான மரணம் இது.

கல்லூரிக்குள் காலெடுத்துவைக்கும் முன்னரே இந்த மனிதனின் துணிவும் மர்மமான மரணமும் என்னுள் பல கேள்விகளை எழுப்பியிருந்தன. அரசியலில் ஆர்வம் மிகுந்த அப்பா, அம்மா மகன்கள் கொண்ட எங்கள் குடும்பத்தில் உணவு மேஜையில் அதிகம் பேசப்பட்ட மனிதர்களில் ஒருவராக சுபாஷ் இருந்ததும் ஒரு காரணம்.

சுபாஷின் மரணம் குறித்த தகவல்கள் கேட்கப்படும்போதெல்லாம் தொடர்ந்து ஆட்சிக்கு வந்த அரசுகளால் அவை மறுக்கப்பட்டதும், மறைக்கப்பட்டு வருவதும் இந்த விஷயம் குறித்த ஆவலை அதிகரித்துக்கொண்டேயிருந்தது. சுபாஷ் மர்மத்தை ஆராய

அமைக்கப்பட்ட ஒவ்வொரு கமிஷனும் ஒவ்வொருவிதமான முடிவை முன்வைத்திருந்தது. மர்ம முடிச்சுகள் புதைந்திருக்கும் சுபாஷின் மரணத்தில் தங்கள் வசம் உள்ள ஆவணங்களை வெளியிட்டால் அயல் நாடுகளுடன் உள்ள உறவில் பிரச்னைகள் வரும் என்று தொடர்ந்து வந்த அரசுகள் சொல்லிவந்தன. அப்படி என்னதான் பிரச்னை வந்துவிடும்? அது எந்த நாடு? ரஷ்யாவா? ஜப்பானா? தைவானா? என்று எழுந்த கேள்விகள் இது பற்றி முழுமையாகத் தெரிந்து கொள்ளவேண்டும் என்ற என் ஆவலை அதிகமாக்கிக்கொண்டிருந்தது.

இந்த நிலையில் இந்திய அரசியல் கடலில் 2014ல் பெரும் அலையொன்று எழுந்து கரையைத்தொட்டது. புதிய அரசியல் சூழலில் தேச நலனுக்காகக் காக்கப்பட்ட சுபாஷ் குறித்த அதி ரகசிய ஆவணங்கள் பொது ஆவணங்களாக்கப்படும் என்ற அறிவிப்பைச் செய்ய வேண்டிய நிலைக்கு மத்திய அரசு உந்தப்பட்டது.

மத்தாப்பின் முனையில் கனிந்துகொண்டிருந்த கனல் பளிச்சென்று ஒளிப்பூக்களாக பூத்ததுபோன்ற ஓர் உணர்வு என்னுள் எழுந்தது. வெளியான ரகசிய ஆவணங்கள், ஆய்வுகளைக் கூர்ந்து கவனித்தேன். பல முக்கிய ஆவணங்களை ஆராய்ந்து பார்க்கும் வாய்ப்பும் கிடைத்தது. முன்னர் முழுவதுமாக வெளியாகாத கமிஷன்களின் அறிக்கைகளும் கிடைத்தன. அவற்றின் அடிப்படையில் உருவானது இந்த நூல்.

இதுநாள் ரகசிய ஆவணங்களாக பாதுகாக்கப்பட்ட இந்த ஆவணங்கள் இப்போது வெளியானதன் விளைவுகள் என்னென்ன? நீண்டகால கோரிக்கையான இந்த விஷயத்தில் அரசுகள் சொல்லிக் கொண்டிருந்தது போல அயல் நாடுகளின் உறவுகளை பாதிக்கும் விஷயங்கள் எதுவுமில்லை. எந்த நாட்டு அரசும் எந்தப் பிரச்னையும் எழுப்பவில்லை. சொல்லப் போனால் ஆவணங்கள் வெளியான விஷயம் அந்த நாடுகளில் தலைப்புச்செய்தியாகக்கூட இடம் பெறவில்லை.

எனில், சுபாஷின் மரணத்தில் இருக்கும் மர்மம் தீர்ந்ததா? இந்தக் கேள்விக்கு இந்த ஆவணங்கள் தெளிவான முடிவைச் சொல்ல வில்லை. மாறாக, சில ஆவணங்களால் விமான விபத்து குறித்து எழுப்பட்ட சந்தேகங்கள் மேலும் வலுபெறவே செய்கின்றன.

ஆராய்ச்சியாளர்களுக்கு இந்த ஆவணங்கள் எந்த அளவிற்கு முக்கியமானது? மிக முக்கியமானது. நடந்ததா, இல்லையா என்று தெரியாத ஒரு விமான விபத்து எப்படி அரசுகளால் ஆவணப்படுத்தப்

பட்டிருக்கிறது, ஏன் பாதுகாக்கப்பட்டது போன்ற விஷயங்களை ஆராய உதவும் இந்த ஆவணங்கள் அரசியலாக்கப்படுமா?

மேற்கு வங்கத்தேர்தல் நேரத்தில் இந்த ஆவணங்கள் (2016) வெளியானதே ஓர் அரசியல் முடிவுதான் என்று எண்ணத் தோன்று கிறது. இந்த ஆவணங்கள்மூலம் முன்னாள் பிரதமர் நேருவின் பெயருக்கு களங்கம் ஏற்படுத்தவும் காங்கிரஸ் ஆட்சி சுபாஷுக்குக் கிடைக்கவேண்டிய பெருமைகளை இருட்டடிப்பு செய்துவிட்டதாகச் சொல்லவும் பாஜக இதைப் பயன்படுத்திக்கொள்கிறது.

சுபாஷ் சந்திர போஸைக் கௌரவப்படுத்துவது போன்ற தோற்றத்தை ஏற்படுத்தவேண்டிய அவசியம் பாஜகவுக்கு இருக்கிறது. இந்த ஆவணங்களை வெளியிடுவதன்மூலம் சுபாஷின் வீரத்தையும் தியாகத்தையும் மதிப்பதாகக் காட்டிக்கொள்ள பாஜக முயற்சிக்கிறது என்பது காங்கிரஸின் குற்றச்சாட்டு.

இந்த ரகசிய ஆவணங்கள் வெளியீட்டை தங்கள் நீண்ட போராட்டத்தின் வெற்றியாக சுபாஷின் அபிமானிகள் கருதினாலும் இது மக்களிடையே பெரிய தாக்கத்தை ஏற்படுத்தவில்லை. குறிப்பாக மேற்கு வங்க மக்கள் தங்கள் நம்பிக்கைகளையும் சந்தேகங்களையும் கைவிட்டுவிடவில்லை.

2016 ஆகஸ்ட் 18 அன்று நிதியமைச்சர் திரு அருண் ஜெட்லி தனது ட்விட்டரில் நேதாஜி சுபாஷ் வீரத்துக்கும் தியாகத்துக்குமான ஒரு தேசிய அடையாளம். அவர் மறைந்த நினைவு நாளான இன்று நாம் அவரை நினைவுகூர்ந்து நமது மரியாதைகளைச் செலுத்துவோம் என்று எழுதியிருந்தார்.

உடனடியாக மேற்கு வங்க முதல்வர் மம்தா பானர்ஜி ‘இன்று ரக்ஷா பந்தன் நாள். யாரையும் நான் புண்படுத்த விரும்பவில்லை. ஆனால் திரு ஜெட்லியின் நேதாஜி பற்றிய ட்வீட் மிகுந்த வருத்தத்தைத் தருகிறது. நாங்கள் மிகவும் வேதனைப்படுகிறோம்’ என்று தனது ட்விட்டரில் எழுதினார். அருண் ஜெட்லி வருத்தம் தெரிவித்து உடனே தனது ட்விட் செய்தியைத் திரும்பப்பெற்றார்.

ஆகஸ்ட் 18 நிகழ்ந்த விமான விபத்தில்தான் சுபாஷ் இறந்தார் என்பது நிரூபிக்கப்படாததால் அந்தத் தேதியை அவர் மரணமடைந்த நாளாக ஏற்க இன்னமும் வங்க மக்கள் தயாராக இல்லை.

2017 ஜூன் மாதத்தில் தகவல் உரிமைச் சட்டத்தின்கீழ் கேட்கப்பட்ட ஒரு கேள்விக்கு அவர் விமான விபத்தில் 1945ல் இறந்தார் என்று பதில் அளிக்கப்பட்டிருந்தது. இதற்கு மேற்கு வங்க முதல்வரும்

பத்திரிகைகளும் கடும் கண்டனம் தெரிவித்தன. அளிக்கப்பட்ட பதில் 2006 ஐக்கிய முற்போக்குக் கூட்டணி அரசின் நிலைப்பாட்டின்படி தெரிவிக்கப்பட்டது. நேதாஜி மரணம் குறித்த கோப்புகள் மூடப்பட வில்லை. ஏதேனும் புதிய தகவல்கள் கிடைத்தால் பரிசிலீக்க அரசு தயாராக இருக்கிறது என்று விளக்கம் அளிக்கப்பட்டிருக்கிறது.

அதாவது இந்த மரணத்தில் எழுந்திருக்கும் சர்ச்சை மீண்டும் உயிர் பெறும் வாய்ப்பிருப்பதை மறுப்பதிற்கில்லை.

உண்மைகள் உறங்கும்வரை சந்தேகங்களும், சர்ச்சைகளும் மர்மங் களும் விழித்துக்கொண்டுதானிருக்கும்.

6 ஜூலை 2017
சென்னை

ரமணன்

1

விழுந்த விமானமும் எழுந்த கேள்விகளும்

வருடம் 1945 ஆகஸ்ட் 23.

அன்று காலை ஓர் அதிர்ச்சியான செய்தியுடன் உலகம் விழித்தெழுந்தது. அன்றைய ஆசியா, ஐரோப்பாவின் பல செய்தித்தாள்கள் தலைப்புச் செய்தியாக, 'சுபாஷ் சந்திர போஸ் விமான விபத்தில் இறந்துவிட்டார்' என்று அலறின.

'சுதந்திர இந்திய தற்காலிக அரசாங்கத்தின் தலைவரான நேதாஜி 1945 ஆகஸ்ட் 16ம் தேதி ஜப்பானிய அரசுடன் பேச்சுவார்த்தை நடத்த விமானத்தில் புறப்பட்டார். 18ம் தேதி பிற்பகல் 2 மணிக்கு ஃபார்மோசா தீவிலுள்ள தைஹோக்கு விமான நிலையத்தில் அவரது விமானம் விபத்துக்குள்ளாகியது. அதில் அவர் படுகாயம் அடைந்தார். ஒரு மருத்துவமனையில் அவருக்குச் சிகிச்சை அளிக்கப்பட்டது அன்று நள்ளிரவில் அவர் மரணம் அடைந்தார். அவருடன் விமானத்தில் பயணம் செய்த ஜெனரல் சுனாமாசா என்ற ஜப்பானிய அதிகாரியும் விபத்திலேயே மரணம் அடைந்தார். நேதாஜியின் உதவித் தளபதி கர்னல் ஹபிபுர் ரஹ்மானும் மற்றும் 4 ஜப்பானிய அதிகாரிகளும் பலத்த காயம் அடைந்தனர்.' ஜப்பானிய வானொலி அறிவித்த இந்த மேற்படி அறிவிப்பு அரசின் செய்தித்துறையால் வெளியிடப்பட்டு அது பத்திரிகைகளில் வெளியாகியிருந்தது.

பெரும் அதிர்ச்சியை ஏற்படுத்திய இந்தச் செய்தி இந்திய மனங்களில் எழுப்பிய அனுதாப அலைகளைவிடக் கூடுதலாகவே இன்னும்

அநேக சந்தேகங்களையும், அவநம்பிக்கையுடன் கூடிய கேள்விகளைத்தான் அதிகம் கிளப்பியது. பலர் இந்தச் செய்தியை நம்ப மறுத்தனர். அதுவும் குறிப்பாக, சுபாஷ்தான் வருங்கால சுதந்திர இந்தியாவின் முக்கிய தலைவராகப்போகிறார் என்று நம்பிக்கையுடன் எதிர்பார்த்துக்கொண்டிருந்த மேற்கு வங்காளத்தின் மக்கள் இந்தச் செய்தியை நம்பத் தயாராக இல்லை. அதற்கு முக்கிய காரணம், இதுபோல் சுபாஷின் மரணச்செய்தியை முன்பே இரண்டுமுறை கேட்டவர்கள் அவர்கள். அது வதந்தியாகப் போனதுமட்டு மில்லாமல், அவர்கள் சுபாஷை ஒரு மிகத்துணிவுள்ள சாதிக்கும் வீரராகவும், மிகச் சாதுரியமாகத் திட்டமிடும் ஆற்றல் பெற்றவராகவும் போற்றினார்கள். அதனால் இந்த மரணச்செய்தி பிரிட்டிஷ் அரசு எழுப்பியிருக்கும் கட்டுக்கதை என நம்பினார்கள்.

அந்த நம்பிக்கை எந்த அளவுக்கு இருந்ததென்றால் மரணச் செய்தி கிடைத்த ஒரு வாரத்தில் கல்கத்தா நகரசபை மேயர், ஓர் அஞ்சலி கூட்டத்தைக் கூட்டினார். சுபாஷ் லண்டனிலிருந்து திரும்பியபின்னர் கல்கத்தா மேயராக இருந்தவர். முன்னாள் மேயருக்கான அந்த அஞ்சலிக் கூட்டத்தில் மிகுந்த வருத்தத்துடன் மரணச்செய்தியை அறிவித்த நகர மேயர், 'அவரது ஆன்மா சாந்தியடைய ஒரு நிமிட மௌன அஞ்சலியைச் செலுத்துவோம்' என்ற அறிவித்தபோது அந்த அஞ்சலியைச் செய்ய கவுன்சிலர்கள் எவரும் எழுந்து நிற்கவில்லை. நின்றுகொண்டிருந்தவர் மேயர் மட்டுமே.

இதனால் ஆச்சரியமடைந்த மேயர் அவர்களிடம், 'ஏன் அஞ்சலி செலுத்த எழுந்திருக்கவில்லை?' எனக் கேட்க, 'நாங்கள் சுபாஷ் இறந்ததை நம்பவில்லை. அவர் உயிருடன்தான் இருக்கிறார். மரண அஞ்சலி அவசியமில்லை!' என்றனர் கவுன்சிலர்கள். கோபமடைந்த மேயர், 'சபையில் தலைவரின் வார்த்தைகளை மதிக்காதவர்கள் வெளியேறலாம்!' எனச் சொல்கிறார். உடனே, அத்தனை கவுன்சிலர்களும் வெளியேறிவிடுகிறார்கள்.

தங்கள் தலைவர் சுபாஷ் போன்ற வலிமையான மனிதர் விமான விபத்தில் எல்லாம் மரணமடைந்திருக்க மாட்டார். உயிருடன்தான் இருக்கிறார் அவர் திரும்பி வருவார் என்று அவர் நிறுவிய ஐ.என்.ஏ. என்ற ராணுவத்தினர் மட்டுமில்லை, இன்னும் பலரும், குறிப்பாக வங்காள இளைஞர்கள் நம்பியது மட்டுமில்லாமல் அதைச் செய்தியாக நாடுமுழுவதும் பரப்பிக்கொண்டிருந்தார்கள்.

சுபாஷ் விமானத்தில் இறந்திருக்கமாட்டார் எனப் பலரும் நம்பியதற்கு முக்கிய காரணம் அது அறிவிக்கப்பட்ட காலகட்டம். இரண்டாம் உலகப்போரின் உச்சக் கட்டம் நிகழ்ந்துகொண்டிருந்த காலகட்டம்

அது. ஜப்பானியர்களுடன் இணைந்து சுபாஷின் இந்திய தேசிய ராணுவப்படை இந்திய வடகிழக்கு எல்லையில் பிரிட்டிஷ் ராணுவத்துடன் போரிட்டதில் பெரிய பின்னடைவைச் சந்திக்க நேர்ந்தது. அமெரிக்க அணுகுண்டுவீச்சுக்குப் பின் ஜப்பான் சரணடைய முடிவு செய்திருந்த தருணம் அது. இந்தச் செய்திகள் ஒன்றன் பின் ஒன்றாக வந்துகொண்டிருந்த பரபரப்பான நேரம் அது.

எனவே, 'எதிரிகளிடம் சரணடைய விரும்பாத சுபாஷ் சந்திர போஸ் தப்பியிருப்பார். ஐ.என்.ஏயின் அடுத்த கட்ட நகர்வுக்குத் திட்டமிட்டுக் கொண்டிருப்பார்' என்றே பலரும் கருதினார்கள்; நம்பினார்கள். அளவுகடந்த நம்பிக்கையுடன் அதிரடியாக, ஆனால், மிகத்தீவிரமான திட்டங்களுக்குப்பின் சரியாகச் செயலாற்றும் சுபாஷின் திறமையைப் பலர் அறிந்துவைத்திருந்தார்கள். அது அவர்களின் மேற்கண்ட நம்பிக்கைக்கு வலு சேர்த்தது.

மேலும் ஆகஸ்ட் 16ல் நிகழ்ந்த விபத்து குறித்து ஆகஸ்ட் 23தான் செய்தி வெளிவருகிறது. அதுவும் ஜப்பானிய அரசால் வெளியிடப்படுகிறது. இன்றுபோல அன்று பிரேக்கிங் நியூஸ் வெளியிடும் வசதிகளுடன் ஊடகங்கள் இல்லையென்றாலும், ராய்ட்டர்ஸ் என்ற செய்தி நிறுவனம் போர்ச்செய்திகளையும் சர்வதேச முக்கியச் செய்திகளையும் உடனுக்குடன் தினசரி பத்திரிகைகளுக்கு வழங்கிக்கொண்டிருந்தது. கடைசிநேர தந்திகளின் மூலம் வரும் வெளிநாட்டுச்செய்திகளின் சுருக்கங்களை முழுவிபரங்கள் நாளை என்ற அறிவிப்புடன் செய்தியை வெளியிடும். மேலும் சுபாஷ் தலைமைக் கமாண்டராக பொறுப் பேற்றிருந்த ஐ.என்.ஏ. தலைமையகத்திலிருந்தோ, அவர் நிறுவியிருந்த சுதந்திர இந்திய அரசின் அமைச்சரவையிலிருந்தோ (அதில் தகவல்துறை அமைச்சரும் நியமிக்கப்பட்டிருந்தார்) இந்தச் செய்தி வெளியாகவில்லை என்பதும் சந்தேகத்தை வலுப்படுத்தியது.

ஆனால் அந்த விபத்து நடந்தபோது அதிலிருந்து தப்பியவர்களில் ஒருவர் ஐ.என்.ஏவின் கர்னல் ஹபிபுர் ரஹ்மான். அவர் இந்த விபத்து நிகழ்ந்ததையும், அதில் சுபாஷ் மரணமடைந்ததையும் தான் தப்பியதையும் விரிவாகப் பதிவு செய்திருக்கிறார்.

'சுபாஷ் நிறுவிய சுதந்திர இந்திய அரசு சிங்கப்பூரிலிருந்து இயங்கிக் கொண்டிருந்தது. அந்த ஆண்டு(1945) மே மாதம் 8ம் தேதி ஜெர்மனி எதிரிகளிடம் சரணடைந்திருந்தது. ஆகஸ்ட் 15ல் ஜப்பான் சரண் அடையப்போவதை அறிவித்திருந்தது. அதனால் அன்றிரவு சுபாஷ் அமைச்சரவைக் கூட்டத்தைக் கூட்டினார். நீண்ட விவாதங்களுக்குப் பின், மலேயா வரை வந்துவிட்ட பிரிட்டிஷ் படைகள் எந்த நிமிடத்திலும் சிங்கப்பூரைப் பிடிக்கும் ஆபத்து இருப்பதால்

உடனடியாக அங்கிருந்து ஜப்பானிய ராணுவத்தின் உதவியுடன் வெளியேற முடிவு செய்யப்பட்டது.

ஜப்பானிய ராணுவ அதிகாரிகள் உடனடியாக சைகோன் நகருக்கு (இன்றைய ஹோ சி மின் நகரம்) போக விமானம் ஏற்பாடு செய்து கொடுத்தார்கள். தலைவருடன் நான், கர்னல் ப்ரீதம் சிங், எஸ். ஏ. ஐயர் ஆகியோர் அந்த விமானத்தில் பயணம் செய்தோம். வழியில் பாங்காக் நகரில் ஓய்வுக்காகவும் எரிபொருள் நிரப்பவும் விமானம் நிறுத்தப் பட்டது. அந்த மாலையில் சுபாஷ் பாங்காக்கில் வசிக்கும் இந்தியர் களையும் ஐ.என்.ஏ.வுக்கு உதவியவர்களையும் சந்தித்து உரையாடினார். 'போரின் முடிவு எப்படியிருந்தாலும் சுதந்திர இந்தியா நிச்சயம்!' எனப் பேசினார்.

சைகோனிலிருந்து புறப்பட்ட நாங்கள் அன்று மாலை இந்தோ சீனாவில் உள்ள டுரைன் (Tourine) விமான நிலையத்துக்கு வந்து சேர்ந்தோம். மறுநாள் ஆகஸ்ட் 18 காலை அந்த ஊரை விட்டுப் புறப்பட்டு மாலை 2 மணிக்கு ஃபார்மோசா தீவில் (இன்றைய தைவான்) ஹோாவை வந்தடைந்தோம். அங்கு ஓடி 21 வகையைச் சேர்ந்த ஒரு குண்டுவீசும் விமானம் காத்திருந்தது. அதில் ஏற்கெனவே பல ஜப்பானிய ராணுவ அதிகாரிகளும் போர்த் தளவாடங்களும் இருந்தன. டோக்கியோ செல்லும் அந்த விமானத்தில் சுபாஷ் ஒருவருக்கு மட்டுமே இடமிருப்பதாகச் சொல்லப்பட்டது எங்களுக்கு அதிர்ச்சியாக இருந்தது. மற்றவர்கள் அடுத்துச் செல்லும் விமானத்தில் டோக்கியோ செல்லலாம் எனச் சொல்லப்பட்டது. தலைவர் தனியாகப் போவதை நான் விரும்பவில்லை. விமானத்தில் ஏறும் முன், 'இன்னும் ஒருவரை அழைத்துச்செல்ல முடியாதா?' என சுபாஷ் கேட்டார். 'இன்னும் ஒரே ஒருவரைச் சமாளிக்கலாம்!' எனச்சொன்னார் விமானி. உடனே தலைவர் என்னைப்பார்த்து, 'நீயும் வா' என்றார். அவருடன் அந்த விமானத்தில் புறப்பட்டேன். அது வசதிகள் இல்லாத ஒரு போர் விமானம். அந்த விமானம் கனமான தளவாடங்களால் நிறைந்திருந்தது. விமானியைத்தவிர 5 ஜப்பானிய ராணுவத்தினர் இருந்தனர். அவர்களில் ஒருவர் லெப்டினன்ட் ஜெனரல் ஸுமாசா ஷைடை. இவர் மஞ்சூரியா பகுதியிலிருக்கும் ஜப்பானிய ராணுவத்தின் துணைத்தலைவர். பிற்பகல் 2.55க்கு விமானத்தில் டோக்கியோவுக்குப் பயணமானோம். சரணடைவதில் ஐ.என்.ஏ. நிலைப்பாடு பற்றி ஜப்பானிய அரசாங்கத்துடன் பேச்சு வார்த்தை நடத்துவதே எங்கள் நோக்கம்.

புறப்பட்ட சில நிமிடங்களில் விமானத்தின் இடது பக்கத்தில் இருந்த சுழலும் விசிறி திடீரென்று கீழே கழன்று விழுந்தது. சில வினாடிகளில் மொத்த விமானமும் நொறுங்கி விழுந்தது. சுபாஷுக்கு தலையில்

பலமான அடி. எனக்கும் காயங்கள். ஆனால், மயக்கம் ஏற்பட வில்லை. என்னால் நிலைமையைப் புரிந்துகொள்ள முடிந்தது. விமானத்தின் உள்பகுதியிலும், வால்பகுதியிலும் தீப் பிழம்புகள் இருந்தன. பின்பக்கக் கதவு மூலம் வெளிவரமுடியாது. அது தீப்பற்றி எரிந்துகொண்டிருந்தது. விமானத்தின் மேற்பகுதியில் ஓட்டை விழுந்திருந்தது. அதன் வழியாகத்தான் தப்பியவர்கள் வெளியேற வேண்டியிருந்தது.

என்னுடைய கோட்டில் தீப் பற்றிக்கொண்டது. உடனடியாக அதை அணைத்தேன். சுபாஷ் முன் பக்கக் கதவு வழியாகச் செல்ல முயன்றார். அப்போது அவரது ஆடைகளில் தீப்பற்றியது. முகத்தில் பயங்கர தீக் காயம். உடனடியாக விரைந்து அவரது நெருப்பு பிடித்திருந்த ஆடைகளை விலக்கி நெருப்பை அகற்றினேன்.

விபத்துக்குள்ளான மற்ற ஜப்பானிய ராணுவ அதிகாரிகள் கடும் வலியினால் அலறிக்கொண்டிருந்தார்கள். தங்களைச் சுட்டுவிடும்படி வேண்டினார்கள். ஆனால் அந்த நிலையிலும் சுபாஷ் தன் வலியைப் பொறுத்துக்கொண்டு என்னிடம் பேசினார்.

'ஹபீப் என் முடிவு சீக்கிரம் வந்துவிடும். என் வாழ்நாள் முழுமையும் நம் நாட்டின் விடுதலைக்காகப் போராடியுள்ளேன். நம் நாட்டின் விடுதலைக்காக உயிர் இழக்கிறேன். இந்திய விடுதலைக்காக நம் மக்களைப் போராடச் சொல். இந்தியா சீக்கிரத்தில் விடுதலை அடையும்.'

பிறகு சிறிது தண்ணீர் குடித்தார். அவருக்குச் சிறிதளவு காய்கறி கூட்டு (ஸாலட்) தரப்பட்டது. பின்னர் நினைவிழந்தார். சிறிது நேரத்தில் ஆஸ்பத்திரிக்குக் கொண்டுபோகப்பட்டார்.

அங்கு அவர் ஆகஸ்ட் 18ம் தேதி இரவு 11 மணிக்கு மரணம் அடைந்தார். அது போர்க்காலமாக இருந்ததால், அவரது உடலை சிங்கப்பூர் கொண்டு செல்லமுடியவில்லை. அடுத்தநாள் அவர் உடல் தனம் செய்யப்பட்டது. இரண்டு நாட்களுக்குப் பின்னர் ஜப்பானியர்கள் அவரது சாம்பலை ஒரு கலயத்தில் இட்டு டோக்கியோவிற்கு எடுத்துச் சென்றார்கள். அங்கு அது, இந்தியா சுதந்திர லீக் (Indian Independence) என்ற அமைப்பினரிடம் இறந்தவரின் நினைவுப் பிரார்த்தனைகளுக்குப்பின் ஒப்படைக்கப்பட்டது. அவர்கள் அந்த ஆண்டு செப்டம்பர் மாதம் ரென்கோஜி என்ற புத்தர் கோயில் தலைவரிடம் அதைப் பாதுகாக்கும்படி ஒப்படைத்தார்கள்

இவ்வளவு தெளிவாக சுபாஷின் மரணத்தை உடன் இருந்து பார்த்தவர் பதிவு செய்திருக்கிறார். வெறும் பேச்சாக இல்லாமல் மூன்று முறை

இதே விஷயங்களை ஒரு வார்த்தை விடாமல் இரண்டு விசாரணை கமிஷன்களிலும் கேள்விகளுக்குப் பதிலாகவும் சொல்லிப் பதிவு செய்திருக்கிறார். ஆனால் இந்தப் பதில்களும் விபரங்களும்தான் மேலும் பல கேள்விகளை பல ஆண்டுகளுக்கு எழுப்பிக் கொண்டிருந்தன.

'உண்மையில், என்னதான் நடந்தது அன்று?' என்பதைத் தெரிந்து கொள்ளும்முன், அந்தக் காலகட்டத்தில் உலகையே கலக்கிக் கொண்டிருந்த உலகப் போர் பற்றி தெரிந்துகொள்ளவேண்டும்.

1939-45 காலகட்டத்தில் நடைபெற்ற இந்தப் போர் இரண்டாம் உலகப்போர் என்று வரலாற்று ஆசிரியர்களால் பதிவு செய்யப்பட்டது. உலக நாடுகளுள் பெரும்பாலானவை ஏதேனும் ஒரு வகையில் இந்தப் போரில் ஈடுபட்டன. போரில் பங்கு கொண்ட நாடுகள் 'அச்சு நாடுகள்', 'நேச நாடுகள்' என இரு பெரும் தரப்புகளாகப் பிரிந்திருந்தன. உலக வரலாற்றில் அதுவரை கண்டிராதபடி மிகப்பெரும் அளவில் இப்போர் நடைபெற்றது. ஏறத்தாழ 10 கோடி போர் வீரர்கள் இதில் பங்கு கொண்டனர். இப்போரில் ஈடுபட்ட நாடுகள் தங்களது ஒட்டுமொத்தப் பொருளாதார, உற்பத்தி, தொழில், மற்றும் அறிவியல் வளங்கள் அனைத்தையும் பயன்படுத்தி தங்கள் எதிரிகளை அழிக்க முயன்றன.

அணுகுண்டு முதலில் பயன்படுத்தப்பட்ட இந்தப் போர்தான் வரலாற்றில் அதிக அளவில் உயிர்ச்சேதத்தை ஏற்படுத்திய போராக பதிவு செய்யப்பட்டிருக்கிறது. செப்டம்பர் 1, 1939ல் நாஜி ஜெர்மனியின் போலந்து படையெடுப்புடன் தொடங்கியதாகப் பொதுவாக வரலாற்றாளர்களால் பதிவு செய்யப்பட்டிருக்கும் இந்தப் போரில், ஒருபுறம் பிரிட்டன் அதன் அணியில் இடம் பெற்றிருந்த நாடுகள் பிரான்சு ஆகியவை 'நேச நாட்டு அணி' என்று அழைக்கப் பட்டது. மறுபுறம் நாஜி ஜெர்மனி மற்றும் பாசிச இத்தாலி ஆகியவை சேர்ந்து 'அச்சு அணி' என்று அழைக்கப்பட்டது. போர் நடந்த 6 ஆண்டுக் காலத்தில் அணிகளில் புதிய நாடுகள் இணைந்து போரின் போக்கையே மாற்றிக்கொண்டிருந்தன.

போரின் இறுதிக் கட்டத்தில் 1945 ஆகஸ்ட் 6 இல் காலை 7 மணிக்கு அமெரிக்காவின் பி-29 விமானம் ஜப்பானின் ஹிரோஷிமாமீது அணுகுண்டை வீசியது. இதனால் 78,000 பேர் உயிரிழந்தனர். அதன் பின்னரும் கதிர்வீச்சால் 12,000 பேர் மரணம் அடைந்தார்கள். மூன்று நாட்கள் கழித்து அமெரிக்கா - இங்கிலாந்து அணி மற்றொரு அணுகுண்டை அமெரிக்கா ஜப்பானின் துறைமுக நகரமான நாகசாகிமீது வீசியது. இதனால் 38,000 பேர் மரணம் அடைந்தனர்.

விளைவு 1945 ஆகஸ்ட் 15ல் ஜப்பான் சரணடைந்தது.

இந்தியாவில் காங்கிரஸில் தீவிரமாக ஈடுபட்டு அதன் தலைமைப் பதவியை அடைந்தபோதும், காந்தியின் அகிம்சை, அறவழிப் போராட்டங்களால் நாடு சுதந்திரம் பெறும் என்ற நம்பிக்கையை இழந்துவிட்டதால் சுபாஷ் மாற்றுவழிகளைச் சிந்திக்கத் தொடங்கியிருந்தார். எதிரிக்கு எதிரி எனக்கு நண்பன் என்ற அடிப்படையில் பிரிட்டனுக்கு எதிராக போரில் இறங்கியிருக்கும் நாடுகளின் உதவியுடன் ஒரு ராணுவத்தின் மூலம் பிரிட்டிஷாரை இந்தியாவிலிருந்து விரட்டி விடவேண்டும் என்பது அவரது திட்டம். இதற்காக, அவர் ரஷ்யா ஜெர்மனி, இத்தாலி போன்ற பல நாடுகளிடம் ஆதரவு திரட்ட முயன்று அந்த முயற்சிகளில் தோற்று இறுதியில் ஜப்பான் அவருக்கு உதவ முன் வந்தது. அவரே எதிர்பாராதவாறு ஜப்பான் சுபாஷுக்கு பெருமளவில் உதவி செய்தது. இவரது யோசனைகள் பலவற்றையும் ஏற்று ஆதரித்தது.

1943ல் சிங்கப்பூரில் சுதந்திர இந்திய அரசைப் பிரகடனம் செய்த சுபாஷ், பிரிட்டன்மீது போரை அறிவித்துத் தான் உருவாக்கிய ஐ.என்.ஏ. படை மற்றும் ஜப்பானிய படைகளின் உதவியுடன் இந்திய பர்மா எல்லையைக் கடந்து, இந்திய எல்லையில் நின்றிருந்தார். அருகில் சிட்டகாங்க் போகும் வழியில் உள்ள அரக்காண் பிரன்ட் என்ற பகுதியில் பிரிட்டிஷ் ராணுவத்தைத்தாக்கி அவர்களைச் சிதற அடித்தனர் ஐ.என்.ஏ. படையினர். இந்திய சுதந்திரப்போரின் முதல் வெற்றி இது. இதனால் எழுச்சியும் நம்பிக்கையும் பெற்ற ஐ.என்.ஏ. படையினர் வேகமாக முன்னேறத் தொடங்கினர். ஆனால் சில நாட்களிலேயே விமானப்படை, அதிகமான தளவாடங்கள் என பிரிட்டிஷ் ராணுவம் அதிரடியாக ஐ.என்.ஏ.வைத் தாக்கியது.

ஒரு மாதத்துக்கு மேல் தாக்குப்பிடிக்கமுடியாத ஐ.என்.ஏ. ராணுவம் மிரண்டு கலைந்துகொண்டிருந்தது. மிகுந்த ஏமாற்றமடைந் திருந்தாலும் சுபாஷ் சந்திர போஸ் ஐ.என்.ஏ. வீரர்களுக்கு ஊக்கம் கொடுக்கும் வகையில் பேசிவந்தார். இந்தக் கட்டத்தில்தான் போரில் நுழைந்த அமெரிக்கா, ஜப்பானை வெகுவாகத் தாக்கியதில் ஜப்பான் போரின் தோல்வியை ஏற்றுச் சரண் அடையத் தீர்மானித்தது.

சிங்கப்பூரிலிருந்த சுபாஷுக்கு ஜப்பானிய மன்னர் ஓர் அவசரச் செய்தியை அனுப்பினார். உங்கள் ஐ.என்.ஏ.க்கு எங்களுடைய கூட்டுப்படை என்ற அந்தஸ்தை நாங்கள் அளித்திருப்பதால், நீங்கள் சரணடைவதை முடிவுசெய்து தனியாகச் சரண் அடையலாம், அல்லது தொடர்ந்து போரிடலாம். அது உங்கள் விருப்பத்தைப் பொறுத்தது. ஆனால், நீங்கள் உடனடியாக சிங்கப்பூரைவிட்டு வெளியேறி விடுங்கள் என்பதே அந்தச் செய்தி.

இந்தச் சம்பவங்கள் எல்லாம் நடப்பதற்கு சில மாதங்களுக்கு முன்னர் ஜெர்மனி சரண் அடைந்தபோது, சுபாஷுக்கு எழுந்த ஓர் எண்ணம் மீண்டும் ரஷ்யர்களை அணுகி இந்தியாவைச் சுதந்திர நாடாக அறிவிக்க அவர்களின் உதவியைக் கேட்கலாம் என்பது. ஆனால் அப்படி அவர்களிடம் செல்ல ஜப்பானிய அரசின் உதவியைப் பெற வேண்டும். போரின் தொடக்கத்தில் ரஷ்யாவும் ஜப்பானும் ஒருவரை ஒருவர் தாக்குவதில்லை என ஓர் ஒப்பந்தம் செய்து கொண்டிருந்தார்கள். ஆனால் அதை மீறி ரஷ்யா, ஜப்பான் எல்லைப் பகுதிக்குள் வரத் தொடங்கியிருந்தது.

இதனால் நாம் சரண் அடைவதனால் அதை ஏன் நேரிடையாக ரஷ்யர்களிடம் செய்யக்கூடாது என்றெண்ணிய சுபாஷ் அதற்கான உதவியை இந்தச்சமயத்தில் செய்யும்படி ஜப்பான் அரசிடம் கேட்டார். மேலும் தான் ரஷ்யாவிடம் சரண் அடைந்து கைதியாகச் சென்றாலும் கூட ஒரு எதிரி நாட்டின் ராணுவப்படைத் தலைவன் என்ற அந்தஸ்தில் செல்வதால் அதன் தலைவர்களிடம் நேரடியாகப் பேசி அவர்களை இந்திய நாட்டு விடுதலைக்கு உதவச்செய்வதோடு, முறிந்து போய் விட்ட ஜப்பான் ரஷ்யா நல்லுறவை மீட்டெடுத்து ஜப்பானுக்கும் உதவி செய்யமுடியும் என்று தான் நம்புவதாக ஜப்பான் ராணுவத் தலைமையிடம் சொன்னார். அதனால் உதவும்படி வேண்டினார். ஆனால் ஜப்பான் அரசின் உயர் மட்டத்தில் விவாதிக்கப்பட்ட இந்த விஷயத்தில் ராணுவ ஜெனரல்களிடம் ஒருமித்தக் கருத்து இல்லை.

இந்திய - ஜப்பான் கூட்டுப்படை அமைத்ததிலிருந்தே சில ஜப்பானிய ஜெனரல்கள் சுபாஷை அந்நியமாகப் பார்க்க ஆரம்பித்திருந்தார்கள். காரணம் சுபாஷ் துவக்கத்திலிருந்தே மிகத் தெளிவாகச் சொன்ன விஷயம் - இந்தப் படைக்கு இந்தியர்கள்தான் தலைமை ஏற்பார்கள். எங்கள் சுதந்திரத்துக்கு உங்கள் உதவி மகத்தானது. ஆனால் இந்த சுதந்திரப்போர் இந்திய அரசுடையது. சுபாஷின் இந்தக் கருத்தை அரசரும் அவரது அமைச்சரவையும் ஏற்றாலும், படை, ஆயுதங்கள், வியூகங்கள் எல்லாம் நம்முடையது ஆனால் தலைமை மட்டும் இந்தியர் என்பதை சில ஜப்பானிய ஜெனரல்கள் விரும்பவில்லை. அவர்கள் சுபாஷின் ரஷ்யர்களிடம் நேரடி சரண் என்ற இந்த விஷயத்துக்கும் ஆதரவு தர விரும்பவில்லை. அவர்களைப் பொறுத்தவரையில் நம் படைகளை, ஆயுதங்களை அத்தனை வசதிகளையும் பயன்படுத்திக்கொண்டு போரில் தோற்ற பின்னர் எதிரிகளுடன் நட்பாக இணைய விரும்பும் சுபாஷ் ஒரு சந்தர்ப்பவாதி.

ஆனால் உலகெங்கும் நண்பர்களைப் பெறும் அதிர்ஷ்டம் கொண்டவர் சுபாஷ். ஜப்பானிய ராணுவத்திலிருந்த ஃபீல்ட் மார்ஷல் ஹிச இச்சி தெருஇச்சி என்பவர் ஜப்பான் ராணுவத்தின் தென் கிழக்கு ஆசியப்

பிரிவின் தலைவர். அவரது டிவிஷனின் தலைமையகம் சைகோனில் இருந்தது. இவர் சுபாஷின் துணிவையும், திட்டமிடும் ஆற்றலையும் வியந்து பாராட்டியவர். இரண்டு ஆண்டுகளாக சுபாஷுடன் நெருக்கமாக இருப்பவர். அவர் அதிகார எல்லைக்கு உட்பட்ட பகுதியில் அவர் சுபாஷுக்கு உதவுவதாக வாக்களித்தார். அதன்படி அவர் ஒரு திட்டம் வகுத்தார். சைகோனிலிருந்து சீன எல்லையிலிருந்த மஞ்சூரியா பகுதியில் (அது அப்போது ஜப்பானியரின் வசம் இருந்தது.) டைரியன் என்ற நகரில் சுபாஷைச் சேர்ப்பிப்பது என்றும் அங்கு முன்னேறி வந்து கொண்டிருக்கும் ரஷ்யப் படைகளிடம் சுபாஷ் சரண் அடைந்து அவரது அதிர்ஷ்டத்தைச் சோதித்துக்கொள்ளலாம் என்பதுதான் அந்தத் திட்டம். இந்தத் திட்டம் செயலாக்கப்பட்டது.

அதாவது பாங்க்காக்கிலிருந்து சைகோனுக்கு விமானத்தில் வந்த சுபாஷ் குழுவினரில், அங்கு சுபாஷ் மட்டும் குழுவிலிருந்து பிரிந்து, தனியாக எந்த நேரமும் ரஷ்யப் படைகள் நெருங்கிவிடும் எனக் கருதப்பட்ட மஞ்சூரியா பகுதிக்கு ஜப்பானிய அதிகாரிகளுடன் பயணமாகியிருக்கிறார்.

அப்படியானால் அந்த விபத்து? அதில் தீக்காயமுற்ற சுபாஷ், தீவிர சிகிச்சைக்குப் பின் இறந்தது, எரிக்கப்பட்டது எல்லாம்? இத்தனையும் நேரில் பார்த்ததாக கர்னல் ஹபிபுர் ரஹ்மான் சொன்ன சாட்சியங்கள்.

அத்தனையும் அழகாக அரங்கேற்றப்பட்ட ஒரு நாடகம் என்கிறார் சுபாஷின் மர்ம மரணத்தைப்பற்றிப் பல ஆண்டுகளாக ஆராய்ந்து தொடர்ந்து எழுதிக்கொண்டிருக்கும் அனுஜ் தார் என்ற வரலாற்று ஆராய்ச்சியாளர். இவர் இந்த முடிவுக்கு வந்ததற்குச் சான்றாக பல விஷயங்களை சுட்டிக் காட்டியிருக்கிறார்.

ஓர் அரசாங்கத்தின் தலைவராக, போரில் கூட்டுப்படை தலைவராக அங்கீகரிக்கப்பட்ட ஒருவரை ஜப்பான் இப்படி ஒரு ராணுவத் தளவாட விமானத்தில் தனியாக அனுப்பியிருக்காது.

இரண்டுபேர் இறந்துபோன அவ்வளவு பெரிய தீ விபத்தில், 3 வது டிகிரி என்கிற அளவுக்கு கடுமையான தீக்காயமுற்ற சுபாஷின் அருகில் அமர்ந்திருந்த கர்னல் ஹபிபுர் ரஹ்மான் மட்டும் அதிக காயங்கள் எதுவுமில்லாமல் தப்பியதாகச் சொல்வதில் நம்பகத்தன்மையில்லை.

இந்தியாவில் ஹிந்து போன்ற பெரிய செய்தித்தாள்கள் சுபாஷின் மரணம் குறித்து போதுமான ஆதாரங்கள் இல்லை என்று மரணத்தை அறிவித்த செய்தியிலேயே எழுதியிருந்தது.

இந்துஸ்தான் டைம்ஸ் (மார்ச் 24-1946) ஹாங்காங்கிலிருக்கும் ஒரு செய்தி நிறுவனம் தந்த செய்தியின் அடிப்படையில் வெளியிட்டிருந்த

செய்தி இது. 'சுபாஷ் சந்திர போஸ் பயணம் செய்யப்பட்டதாகச் சொல்லப்படும் விமானம் வெடிக்கவே இல்லை. அந்த எண்ணுள்ள விமானம் மறுநாள் ஹாங்காங் வந்திறங்கியிருக்கிறது. இதன்படி பார்த்தால் சுபாஷ் அந்த விபத்தில் இறந்தாகச் சொல்லப்படுவதில் எந்த உண்மையும் இல்லை!'

அந்தக் காலகட்டத்தில் இந்தியாவின் வைஸ்ராயாக இருந்தவர் ஆர்ச்சிபால்ட் வேவல் என்ற ராணுவத் தளபதி. பின்னாளில் வெளியான இவரது டைரியில் காணப்பட்ட குறிப்பு, 'சுபாஷ் சந்திர போஸ் விமான விபத்தில் மரணமடைந்தாக வெளியாகியிருக்கும் ஜப்பானின் அறிவிப்பு உண்மையாக இருக்குமா? என்ற சந்தேகம் எழுகிறது. அவர் தலைமறைவாகப் பதுங்க வசதியாக வெளியான செய்தி இது என்றே தோன்றுகிறது!'

இந்தியா-பாகிஸ்தான் பிரிவினையின்போது, சுபாஷ் இறந்ததாகச் சொல்லப்படும் நாளில் அவருடன் இருந்த கர்னல் ஹபிபுர் ரஹ்மான், தான் பாகிஸ்தான் செல்ல விரும்புவதாகச் சொல்லி அங்கு சென்றுவிட்டார்.

சுதந்திரப்பிரிவினையின் விளைவாக எழுந்த கலவரத்தின்போது அண்ணல் காந்தி சொன்ன வார்த்தைகள் இவை. 'இதைச் சமாளிக்க எனது இன்னொரு மகன் இருந்திருக்கவேண்டும்!' என்றார் அவர்.

'ஹீராலாலைச் சொல்கிறீர்களா?'

'இல்லை... சுபாஷைச் சொல்கிறேன்!'

'அவர்தான், இறந்துவிட்டாரே?'

'இல்லை... சுபாஷ் இறக்கவில்லை. ரஷ்யாவில் இருக்கிறான்' என்றார் காந்தி. இதற்கு முன் ஒருமுறையும் 'எனது உள் மனது சொல்கிறது 'சுபாஷ் இறக்கவில்லை' என்று சொல்லியிருக்கிறார்.

1946ல் பம்பாயிலுள்ள அமெரிக்கத் தூதரகம், சுபாஷ் சந்திர போஸ் பற்றிய குறிப்புகள் ஏதேனும் இருக்கிறதா? என்று பெண்டகனில் இருக்கும் அமெரிக்க ராணுவத் தலைமையகத்திற்குக் கேட்டு அதற்கு அவர்கள் அனுப்பிய பதில் பின்னாளில் வெளியாகி இப்போது மெரிலாண்ட் நகரிலுள்ள ஆவணக் காப்பகத்திலிருக்கிறது. அதில், ரகசியப் பிரிவில் இருக்கும் ஆவணங்களை ஆய்ந்து பார்த்ததில் ஜப்பானிய அரசு பொது அறிவிப்பாக வெளியிட்டிருந்தபோதிலும், சுபாஷ் சந்திர போஸ் ஃபார்மோசாவில் ஒரு விமான விபத்தில் இறந்ததற்கான நேரடியான தகவல்கள் இல்லை.'

இப்படி, அண்ணல் காந்தி, ஆங்கிலேய ஆட்சி தலைமை, அமெரிக்க அரசு, இந்திய வைஸ்ராய், பெரிய இந்திய பத்திரிகைகள் நம்பாத இந்த மரணச் செய்தியும், இது தொடர்பான விவாதங்களும் மரணமடையாமல் பல ஆண்டுகளாகத் தொடர்ந்து கொண்டிருந்ததற்கு முக்கிய காரணமாக இருந்தது ஓர் அறிவிப்பு.

இந்த விமான விபத்தையும், அதில் சுபாஷின் மரணத்தையும் நம்பிய நேரு 1946 அக்டோபர் 31ம் தேதி அதைப் பத்திரிகையாளர் கூட்டத்திலும் அறிவித்திருந்தார். ஆனால் 1948ல் அன்றைய உள்துறை அமைச்சர் 'இந்திய அரசிடம் இது பற்றிய தகவல்கள் இல்லை' எனப் பாராளுமன்றத்தில் அறிவித்திருந்தார்

சுபாஷ் மரணத்தில் சந்தேகம் நீடித்ததற்கு இது மற்றொரு காரணம்.

'இந்த விமான விபத்து நடந்ததாகச் சொல்லப்படும் ஆகஸ்ட் 18ம் தேதி, சுபாஷ் எங்கள் தாத்தா வீட்டிற்கு வந்து நீண்ட நேரம் பேசிக்கொண்டிருந்தார் என்ற விபரத்தையும், அவர் விமான விபத்தில் இறக்கவில்லை என்பதையும் எங்கள் தாய் எங்களுக்குப் பலமுறை சொல்லியிருக்கிறார்!' என்கிறார்.திரு.ஜே.பி.ப்பி. மோர் (J.B.P. More). இவர் பாண்டிச்சேரியில் வசிப்பவர். வரலாற்று ஆய்வாளர். இவரது தாய் வழி பாட்டனார் திரு லியோன் ப்ரோசாண்டி (Leon Prouchandy). 1910களில் பாண்டிச்சேரியில் வாழ்ந்தவர். மிக வசதியான குடும்பத்தைச் சேர்ந்தவர். அன்றைய வழக்கப்படி பிரான்ஸுக்குச் சென்று ஆங்கிலமும், சட்டமும் படித்தவர். படிப்புக்குப்பின்னர் சைகோனிலுள்ள ஒரு வங்கியில் அதிகாரியாகப் பணியாற்றியவர். காந்தியின் அழைப்பை ஏற்று நாட்டு விடுதலைக்காக போராடிக் கொண்டிருந்தவர். சைகோனில் இருந்த இந்தியர்களை ஒருங்கிணைத்து 'இந்தியா சுதந்திர அமைப்பு' (Indian Independence League) என்ற அமைப்பின் சைகோன் கிளையை நிறுவி நடத்தி வந்தவர். சுபாஷ் 1940ல் சைகோன் வந்து தனது ஐ.என்.ஏ. அமைப்புக்கு ஆதரவு திரட்டியபோது முன்னின்று உதவியவர் இவர். நகரில் நடந்த பேரணியில் சுபாஷுக்கு பெரிய தங்க நெக்லஸை மாலையாகச் சூட்டியவர். சைகோனில் உள்ள தனது பெரிய வீட்டை ஐ.என்.ஏ. அலுவலகம் அமைத்துக்கொள்ள நன்கொடையாகத் தந்தவர். சுபாஷின் நன்மதிப்பைப் பெற்று மிக நெருங்கிய நண்பராக இருந்தவர்.

'இந்த விபத்து நடந்ததாகச் சொல்லப்படும் நாளில் சுபாஷ் எங்கள் தாத்தாவுடன் நீண்ட நேரம் செலவழித்திருக்கிறார். என் அம்மா அப்போது அவர்களுடன் இருந்திருக்கிறார். தப்பிக்க ஏதோ திட்டம் என்ற அளவில் அம்மா புரிந்துகொண்டிருக்கிறார். சுபாஷின் ஐ.என்.ஏ.க்கு நன்கொடையாகக் கிடைத்த பெரும் நிதி மற்றும் தங்க

நகைகள் பாதுகாக்கப்பட்டிருக்கும் இடமும், விபரமும் தாத்தாவுக்குத் தெரியும் என்பதால் அதுபற்றிய விபரங்கள் பேசிக்கொண்டிருந் திருக்கிறார்கள். பின்னால் சுபாஷ் வெளியே போய்விட்டார். அவர் எங்கு போகப்போகிறார் என்பது தாத்தாவுக்குத் தெரியும். அம்மாவிடம் சுபாஷ் தப்பிக்கிறார் என்ற அளவில் சொல்லி யிருக்கிறார். இதை அம்மா எங்களுக்குப் பல நாட்கள் சொல்லி யிருக்கிறார். 1945ஆம் ஆண்டு செப்டெம்பர் 8ம் தேதி சைகோனை பிரிட்டிஷ் ராணுவம் நெருங்கிக்கொண்டியிருந்தபோது, இந்தியா லீக்கையும் ஐ.என்.ஏ.வையும் சேர்ந்தவர்கள் தப்பி ஓடி க்கொண்டிருந்தனர். தாத்தா வீட்டிலேயே இருந்திருக்கிறார். நகரில் நுழைந்த ராணுவம் முதலில் வந்தது எங்கள் வீட்டுக்குத்தான். தாத்தாவைக் கைதுசெய்து கொண்டுபோய், போட் என்ற பிரெஞ்ச் ராணுவச் சிறையில் அடைத்து சித்திரவதை செய்திருக்கிறார்கள். அவரிடமிருந்து சுபாஷ் பற்றியும் நிதி, தங்கம் பற்றியும் எதுவும் தகவல் கிடைக்காததால் தொடர்ந்து மிருகத்தனமாக சித்திரவதை செய்திருக்கிறார்கள். இதனால் அவர் சுபாஷ் சென்ற இடத்தையும், நிதி இருக்குமிடத்தையும் சொல்லியிருக்கிறார். ஆனால் இந்தக் கொடும் சித்திரவதையினால் எல்லாவற்றையும் மறக்கும், நினைவு சக்தியை இழக்கும் அம்னீஷியா நோய்க்கு ஆளானார். அந்த நிலையில் 1946ல் என் அம்மா அவரை பாண்டிச்சேரிக்கு எங்கள் வீட்டுக்கு அழைத்து வந்துவிட்டார். விமான விபத்தில் இறக்காத சுபாஷ் எங்கு போனார், அந்த நிதிக் குவியல் எங்கு பாதுகாக்கப்பட்டிருந்தது என்ற விபரம் தெரிந்த திரு லியோன் ப்ரோசாண்டி 1946லிருந்து 1966 வரை அதைச் சொல்லும் நினைவாற்றல் இல்லாமல் பாண்டிச்சேரியில் வாழ்ந்து மறைந்திருக்கிறார். அவர் ஓர் இயந்திர மனிதன்போல் யாருடன் எதுவும் பேசாமல் வாழ்ந்ததை நான் என் 13 வயதில் பார்த்திருக்கிறேன்' என்கிறார் திரு.ஜே.பி.பி. மோரா்.

சுபாஷின் தொடர்புகள் பற்றியும் அவரை தாத்தா கடைசியாகச் சந்தித்தது பற்றியும் அதனால் அவருக்கு நேர்ந்த வாழ்நாள் துயரத்தைப் பற்றியும் அம்மா பலமுறை சொல்லியிருக்கிறார் என்கிறார் இவர்.

இறுதியாக 2005ல் எழுத்தாளரும் சுபாஷின் மர்மங்கள் பற்றித் தொடர்ந்து ஆராய்ந்துகொண்டிருந்தவருமான அனுஜ் தார், தாய்வான் அரசின் செய்தித்துறை அமைச்சருக்கு நேரடியாக எழுதிய கடிதத்துக்குக் கிடைத்த பதில் சந்தேகங்களுக்கு முற்றுப் புள்ளி வைத்தது.

'ஆகஸ்ட் 14 முதல் 25 அக்டோபர்வரை அந்தப் பகுதியில் ஒரு விமானம் விபத்துக்குள்ளானதற்கோ அல்லது அதில் சுபாஷ் பயணம் செய்தார்

என்பதற்கோ எந்த ஆதாரமும் இல்லை.' என்பதுதான் அந்த பதில். இதன் உண்மைத்தன்மை சரி பார்க்கப்பட்டு பின்னாளில் அமைக்கப் பட்ட முகர்ஜி கமிஷன் இதை ஆவணமாக ஏற்றுக்கொண்டிருக்கிறது.

விமான விபத்தே நடக்கவில்லை என்றால், கர்னல் ஹபிபுர் ரஹ்மான் கமிஷன்கள் முன் தெரிவித்த விபரங்கள் உண்மையில்லையா?

ரஹ்மான் தலைமைக்கு மிகுந்த விசுவாசம் உள்ள ஓர் அதிகாரி என்பதை தன் வாழ்நாள் முழுவதும் நிரூபித்திருக்கிறார். சுபாஷ் ரஷ்யாவிற்குத் தப்பிச்செல்லும் முன் இந்த விபத்தைத் தன் கற்பனையில் உருவாக்கி அதை உலகுக்குச் சொல்லவேண்டும் என்று தனது தளபதிக்கு ஆணையிட்டிருக்கிறார். அதை அவர் நிறைவேற்றியிருக்கிறார்.

உலகத்தில் பல நாடுகளின் எதிர்காலத்தை மாற்றியமைத்த இரண்டாம் உலகப்போரில் கடுமையான தோல்வியைச் சந்தித்த பின் தலைமறைவாகித் தப்பிக்க வழிகள் இருந்தபோதும், ஏன் சுபாஷ் எதிரியான ரஷ்யாவிடம் சரணடைய விரும்பினார்?

ஆச்சரியத்தை எழுப்பும் இந்தக் கேள்விக்கு விடை காண வேண்டுமானால், இந்தச் சம்பவங்கள் நடந்த சில ஆண்டுகளுக்கு முன்னர் இந்தியாவிலிருந்தபோதே எப்படியாவது ரஷ்யாவிற்குப் போய்விடவேண்டும் என்ற சுபாஷின் ஆர்வம் பற்றியும் அதற்காக அவர் மேற்கொண்ட நீண்ட நெடும் பயணம் பற்றியும் தெரிந்து கொள்ளவேண்டும்.

2

ஜெர்மன் செல்ல ஜோரான திட்டம்

1939 ஆம் ஆண்டு இந்திய விடுதலைப் போராட்டத்தில் ஒரு முக்கியமான திருப்பம் நிகழ்ந்தது. காந்தியின் தலைமையில் இயங்கிய காங்கிரஸ் கட்சியின் தொடர் போராட்டங்களினாலும், அதன் விளைவாகத் தலைவர்களின் கைது என்றிருந்த அந்தக் காலகட்டத்தில் சுதந்திர இந்தியா என்ற எழுச்சி பெரிய அளவில் நாடு முழுவதும் பெரும் பரவிக்கொண்டிருந்தது.

1939 ஏப்ரல் மாத இறுதியில் காங்கிரஸ் கட்சியின் தலைமைப் பொறுப்பிலிருந்து விலக நேர்ந்த 4 வது நாளில் சுபாஷ், 'ஃபார்வர்ட் பிளாக்' என்ற அமைப்பை தொடங்கினார். காங்கிரஸ் கட்சியிலிருக்கும், விரைவாக முன்னேற விரும்பும் முற்போக்குச் சிந்தனையாளர்கள் இந்த அமைப்பில் வந்து சேர்ந்துகொள்ளலாம் என்று அழைப்பு விடுத்தார். இந்த 'ஃபார்வர்ட் பிளாக்' தனிக்கட்சி என அப்போது அறிவிக்கவில்லை. காங்கிரஸின் ஓர் அங்கம் என்றே அறிவிக்கப்பட்டிருந்தது. காங்கிரஸ் கட்சி தலைமை இதை மறுக்கவில்லை. அப்போது காங்கிரஸ் கட்சி மிக ஜனநாயக முறையில் இயங்கிக்கொண்டிருந்தது. காங்கிரஸ் சோஷலிஸ்ட் என்று ஒரு பிரிவும் உதயமாகியிருந்தது. ஆனால் சுபாஷின் தொடர் அதிரடி நடவடிக்கை களைக் கண்டு காங்கிரஸ் கட்சியின் தலைமை மட்டுமில்லை, காந்திஜியை எதிர்த்து காங்கிரஸைவிட்டு வெளியேறிவிட்டதால் சுபாஷ் மக்களிடையே மதிப்பை இழந்துவிடுவார் என முதலில் தப்புக் கணக்குப் போட்டிருந்த பிரிட்டிஷ் அரசும் அஞ்சத் தொடங்கியது.

1939ஆம் ஆண்டு மே மாதம் 3 ம் தேதி கல்கத்தா நகரில் சுபாஷின் அறைகூவலை ஏற்று நிகழ்ந்த பேரணியின் வெற்றி அவருக்கு வங்காள மக்களிடமிருக்கும் செல்வாக்கைக் காட்டியது. அதில் நூற்றுக் கணக்கான இளைஞர்கள் உறுதி மொழி பத்திரத்தில் தங்கள் ரத்தத்தால் கையெழுத்திட்டனர். மிக மிதமான போக்கில் இயங்கும் காங்கிரஸ் தலைமைக்கு மாற்றாக இந்த ஃபார்வர்ட் பிளாக் நாட்டின் விடுதலையில் தலைமையேற்கும் என நம்பினார் சுபாஷ். தொடர்ந்து நாடு முழுவதும் பயணம் செய்து தன் நிலைக்கு ஆதரவு திரட்டினார். 6 மாதங்களுக்குள் பம்பாய், டெல்லி, ராம்கர் போன்ற நகரங்களில் மாணவர் மாநாடு, ஆங்கிலேய ஆட்சி எதிர்ப்பு மாநாடு போன்ற வெவ்வேறு பெயர்களில் பல மாநாடுகளை நடத்தினார். இறுதியாக 1940ஆம் ஆண்டு ஜுன் 20 - 22 தேதிகளில் நாக்பூரில் நடந்த அகில இந்திய மாநாட்டில், இந்த அமைப்பை ஒரு தனி அரசியல் கட்சியாக நிறுவுவது எனத் தீர்மானிக்கப்பட்டது. நாட்டின் பல மாநிலங்களில் கிளைகள் உருவாயின. மாநாடுகளைத்தொடர்ந்து சில போராட்டங்கள் அறிவிக்கப்பட்டன.

1756ல் முதன் முதலில் பிரிட்டிஷ் ராணுவம், வங்காளத்தைக் கைப்பற்ற முனைந்தபோது அன்றைய நவாப் சிராஜ்-உத்-தௌலா- போரிட்டு அவர்களை வென்று 100க்கும் மேற்பட்ட ஆங்கிலேய ராணுவ வீரர்களையும் அதிகாரிகளையும் ஒரு சின்னஞ்சிறு அறையில் அடைத்துவைத்து மூச்சு நிணறடித்துக் கொன்றுவிட்டார். 'பிளாக் ஹோல் டிராஜடி' என்று வரலாற்றில் பதிவாகியிருக்கும் இதுதான் பிரிட்டிஷ் ராணுவத்துக்கு எதிராக எழுந்த ஒரு இந்திய அரசனின் வெற்றி. ஓராண்டுக்குப் பின்னர் இதற்குப் பழிவாங்கும் செயலாகப் பிரிட்டிஷ் ராணுவம் பெரும் படையுடன் வந்து நவாப் படைகளுடன் போரிட்டு வென்று தங்கள் ஆட்சியை நிலைநாட்டினர். இந்தப் படையின் தலைவராக இருந்தவர் ஹால்வெல் என்ற ராணுவ அதிகாரி. பின்னாளில் இந்திய நிலப்பரப்பில் பிரிட்டிஷ் சாம்ராஜ்யம் அமைய முதலடி வைத்த இந்த அதிகாரிக்கு கல்கத்தாவில் ஒரு நினைவுச் சின்னம் அமைக்கப்பட்டிருந்தது. சுபாஷின் புதிய கட்சியான ஃபார்வர்ட் பிளாக் இதை எதிர்த்தது. 'இந்த ஹாக்வெல்லின் நினைவுச்சின்னம் பிரிட்டிஷ் ஏகாதிபத்தியம் இந்தியாவில் காலடி எடுத்து வைத்ததின் அவமானச் சின்னம். அந்த நினைவுச் சின்னத்தை உடைத்தெறியப் போகிறோம்!' என அறிவித்தது.

இதனால் அதிர்ச்சியடைந்தது பிரிட்டிஷ் அரசு. முதலில் அவர்கள் சுபாஷை ஒரு பொருட்டாகக் கருதவில்லை. சுபாஷ் சந்திர போஸை காங்கிரஸின் ஆற்றல் மிக்க இரண்டாம் கட்டத் தலைவர்களில் கடைசி இடத்தில்தான் மதிப்பிட்டிருந்தனர். கட்சித் தலைமையில் ஏற்பட்ட

சிக்கலினால் வெளியேறிய சுபாஷுக்கு மக்களிடம் செல்வாக்கு இருக்காது எனவும் அவர்கள் கணித்திருந்தனர். ஆனால் சுபாஷின் ஹாக்வெல் நினைவுச் சின்ன அறிவிப்பும் அதற்கு மக்களின் ஆதரவு இருப்பதையும் நினைவுச் சின்ன உடைப்பு நிச்சயம் நிகழ்ந்துவிடும் என்ற போலீஸின் ரகசிய அறிக்கையும் அவர்களை அதிர்ச்சிக் குள்ளாக்கியது. அசம்பாவிதத்துக்கு முன்னதாகவே உடனடியாக சுபாஷைக் கைது செய்ய முனைந்தனர். ஆனால் எந்தப் போராட்டமும் நடைபெறாதபோது அவரை எப்படி கைது செய்வது என்பது பெரிய கேள்வியாக நின்றபோது, நிர்வாகத்திற்குக் கைகொடுத்தது இந்திய பாதுகாப்புச்சட்டம் 1939.

இரண்டாம் உலகப்போர் எழுந்ததன் விளைவாக, வைஸ்ராய்களுக்கு தங்கள் பகுதிகளைப் பாதுகாத்துக்கொள்ள எவரையும் விசாரணை யின்றி கைது செய்து கோர்ட்டின் உத்தரவு இல்லாமல் காலவரையின்றி சிறையில் அடைக்கலாம் என்பது இந்தச் சட்டத்தின் முக்கிய அம்சம்.

இன்றுவரை பல்வேறு பெயர்களில் மறு அவதாரங்கள் எடுத்து ஆட்சியிலிருப்போருக்கு உதவிக்கொண்டிருக்கும் இந்த சட்டப் பிரிவைப் பயன்படுத்திப் போராட்டங்கள் தொடங்கு முன்னரே சுபாஷ் கைது செய்யப்பட்டார். இந்திய பாதுகாப்புச் சட்டத்தின் கீழ் கைது செய்து சிறையிலடைக்கப்பட்ட முதல் அரசியல் தலைவர் சுபாஷ் சந்திர போஸ்தான். தலைவரை கைது செய்த கையோடு நிர்வாகம் அந்த நினைவிடத்தை அகற்றிவிடுவதாகவும் அறிவித்தது. கட்சிக்கு தங்கள் வெற்றியைக் கொண்டாடுவதா? அல்லது தலைவரின் விடுதலைக்காகப் போராடுவதா? என்று புரியாத நிலையில் திகைத்தனர் தொண்டர்கள். பிரிட்டிஷ் நிர்வாகம் ஒரே காலில் இரண்டு மாங்காய் என நினைத்தது. சுபாஷின் கைது மற்றும் போராட்டத்தைப் பிசுபிசுக்கவைத்தது. இரண்டையும் செய்து முடிக்க உதவிய புதிய சட்டம். இந்தத் திருப்பத்தை சுபாஷ் எதிர்பார்க்கவில்லை. ஃபார்வர்ட் பிளாக் அரசியல் கட்சியை அவர் நிறுவியிருந்தாலும், அவர் உள்மனத்தில், காங்கிரஸிலிருந்து வெளியேறியது முதல், ஓர் யோசனை ஓடிக்கொண்டிருந்தது. அப்போது நடந்துகொண்டிருந்த உலகப் போரைத் தக்க காரணமாகப் பயன்படுத்தி பிரிட்டிஷுக்கு எதிரான வலுவான நாடுகளின் உதவியைப்பெற்று இந்தியாவின் சுதந்திரத்தைப் பெறவேண்டும் என்கிற எண்ணம் வலுப்பெற்றுக் கொண்டிருந்தது. சுபாஷ் அதற்கான சில ரகசிய முயற்சிகளையும் மேற்கொண்டிருந்தார்.

1938ல் கல்கத்தாவுக்கு வந்திருந்த ஜப்பானிய வெளியுறவுத்துறை அமைச்சரை ரகசியமாகச் சந்தித்த சுபாஷ் இதுபற்றி அவரிடம் பேசி ஜப்பானின் உதவியைக் கோரியிருந்தார். தொடர்ந்து ஃபார்வர்ட்

பிளாக் கட்சியின் பொதுக் காரியதரிசியாக இருந்த லாலா சங்கர் லால் என்பவரை மிக ரகசியமாக டோக்கியோவிற்கு அனுப்பியிருந்தார். அங்குள்ள மற்ற நாடுகளின் தூதரகங்களின் தலைமை அதிகாரிகளிடம் பேசி தனது முயற்சிக்கு ஆதரவு தேடவேண்டும் என்பது அவருக்கிடப்பட்டிருந்த பணி.

இந்த நிலையினால் சுபாஷ் சிறையிலிருக்க விரும்பவில்லை. ஆனால் பாதுகாப்புச் சட்டத்தில் விசாரணைக்கு வழியில்லை. மாற்றுவழியை யோசிக்கத் துவங்கினார் போஸ். அவருக்குச் சிறை செல்வது புதிதல்ல. இதற்கு முன் காங்கிரஸ் கட்சியின் போராட்டங்களுக்காகப் பலமுறை சிறை சென்றவர். ஒருமுறை பர்மாவிலுள்ள (அப்போது பர்மா, இந்தியாவிலிருந்த பிரிட்டிஷாரின் கட்டுப்பாட்டில் இருந்தது) மாண்டலே சிறைக்கு அனுப்பப்பட்டு அங்கிருந்து மருத்துவ சிகிச்சைக்காக வியன்னாவிற்கு அனுப்பப்பட்டவர். அதற்கெல்லாம் வருந்தியதே இல்லை சுபாஷ். ஆனால் இம்முறை காங்கிரஸிலிருந்து வெளியே வந்ததற்கு முக்கிய காரணமான தனது திட்டங்களைச் செயலாக்கவிடாமல் இப்படிச் சிறையில் மாட்டிக்கொண்டதை நினைத்து வருந்தினார். சிறையில் அவரைச் சந்திக்க நெருங்கிய உறவினர்களை மட்டும் அனுமதித்த அரசு கட்சிக்காரர்களை அனுமதிக்க மறுத்துவிட்டது.

அவருடைய தூதுவராக வெளிநாட்டுக்குச் சென்றிருந்த லாலா சங்கர் லால் ஜப்பானிலிருந்து திரும்பியிருந்தார். அவர் சுபாஷின் உறவினரை அணுகி அவர் மூலம் சங்கேத பாஷையில் ஒரு செய்தி சொல்லி சுபாஷிடம் அனுப்பியிருந்தார். 'ஜெர்மனி, இத்தாலிய, ரஷ்ய தூதர்களை டோக்கியோவில் அவர்கள் வெளித்துறை அமைச்சரின் உதவியோடு சந்தித்தேன். அவர்கள் நமக்கு உதவி செய்வதாக வாக்களித்திருக்கிறார்கள். விரைவில் வெளியே வாருங்கள். காத்திருக்கிறோம்.' என்பது அந்தச் செய்தி.

இது கிடைத்ததும் சுபாஷ், 'இனி சிறையில் இருக்கக்கூடாது. ஆனால், தப்பிக்க முயற்சித்து மாட்டிக்கொள்ளக் கூடாது' என்பதால் ஒரு திட்டம் தயாரித்தார்.

1940 நவம்பர் 26ம் தேதி கவர்னருக்கு ஒரு கடிதம் எழுதினார். அதில் இரண்டு முக்கியமான விஷயங்கள்.

> 'இந்தக் கடிதத்தைப் படித்தவுடன் கிழித்துவிடாதீர்கள். அரசாங்க அலுவலகத்தில் பத்திரப்படுத்துங்கள். வருங்காலங்களில் எங்கள் சந்ததியினர் இதைப் படித்துப் பார்க்கும் வாய்ப்பு இருக்கவேண்டும்.

மற்றொரு முக்கியமான விஷயம் கடிதத்தின் இறுதியில்.

'என்னைச் சிறையில் வைத்திருப்பது சட்ட விரோதம். அநியாய மானது. சர்க்கார் வஞ்சக மனப்பான்மையுடன் இயங்குவதுதான் காரணம். இம்மாதிரியான சந்தர்ப்பங்களில் ஒரு போராளி என்ன செய்ய வேண்டும்? சூழ்நிலையைக் கண்டு அஞ்சி முடிவை அதிகாரத்தின் நிர்ப்பந்தத்துக்கு விட்டுவிடுவதா? அல்லது அநீதியை எதிர்த்துப் போராடுவதா? அநீதியைக் கண்டு அஞ்சி நடப்பது மகாபாதகம் ஆகும். ஆகவே உங்கள் முடிவை எதிர்ப்பது என முடிவு செய்திருக்கிறேன்.

எங்கள் எதிர்ப்பை பல வழிகளில் காட்டியாகிவிட்டது. கடைசியாக என்னிடம் இருக்கும் ஒரே ஆயுதம் சாகும்வரை உண்ணாவிரதம்.

மனித லட்சியமும்,கனவுகளும் சாகாதவை. ஒரு லட்சியத்துக்காக ஒருவன் இறந்தால் அந்த லட்சியம் ஆயிரம் பேரை பற்றிக் கொள்ளும். நான் லட்சியத்துக்காக வாழ்ந்து மடிந்தேன் என்பதைவிட எனக்கு வேறு என்ன பெருமை வேண்டும். என் ஆத்மா பலருக்கு பலம் கொடுக்கும் சக்தியாக மாறும்.

எனது இரண்டாவது கோரிக்கை நான் அமைதியாகச் சாவதை நீங்கள் தடுக்கக்கூடாது. பலாத்காரமாக உணவைச் செலுத்தக்கூடாது. என் உடலில் சக்தியுள்ளவரை அதை நான் எதிர்த்துப் போராடுவேன்.'

கடிதத்தை கவர்னருக்கு முதல் நாள் மாலை அனுப்பிவிட்டு பதிலை எதிர்பாராமல் 29ம் தேதி காலை முதல் உண்ணாவிரதத்தைத் துவக்கி விட்டார். சுபாஷ் ஏற்கெனவே உடல் நலமில்லாமல் இருந்தார். காலையில் ஒரு தம்ளர் உப்பு சேர்த்த நீர் தவிர எதுவும் சாப்பிட மறுத்தார். ஒரே வாரத்தில் உடல் நலிவடைந்தார். செய்தி உறவினர்களின் மூலம் கட்சித் தொண்டர்களுக்குப் போனது. கல்கத்தாவே பதட்ட நிலைக்குச் சென்றுகொண்டிருந்தது. சொன்னதைச் செய்யக்கூடியவர் சுபாஷ் சந்திர போஸ். காந்தி, மற்றதலைவர்கள் போலப் பேச்சுவார்த்தைகளுக்கு வரமாட்டார் என்பதை அரசாங்கம் உணர்ந்திருந்தது. மிகப்பெரிய பிரச்னையாகும் முன் நிலைமையைக் கையாள, சுபாஷின் விடுதலைதான் வழி என முடிவு செய்து அவரை நிபந்தனையுடன் 1940 டிசம்பர் 5ம் தேதி விடுதலை செய்துவிட்டது.

நிபந்தனை வீட்டுக்காவல். அவர் வீட்டிலிருக்கலாம். ஆனால் வெளியே செல்லக்கூடாது. வீடு காவல்துறையின் நேரடிக் கண்காணிப்பில் இருக்கும். காந்தியின் எந்த அறவழிப் போராட்டம் விடுதலைப் போராட்டங்களுக்குக் கைகொடுக்காது என்று சொன்னாரோ, அதையே சுபாஷ் ஓர் உத்தியாக கையாண்டு சிறையிலிருந்து

விடுதலையாகி வெளியே வந்தது, இந்திய சுதந்திர வரலாறு சந்தித்த பல முரண்களில் ஒன்று.

ஸ்ட்ரெச்சரில் படுக்கவைத்து, ஆம்புலன்சில் வீட்டுக்கு அனுப்பப்பட்டார் சுபாஷ். விடுதலையாகி வெளியே வந்த சுபாஷ் வீட்டிற்கு வந்ததும் தன் திட்டத்தை மேலும் மெருகூட்டினார். தன் குடும்பத்தினர் அனைவரையும் அழைத்து, 'ஒரு சில நாட்களுக்கு நான் தனிமையாக இருக்க விரும்புகிறேன். அரசியல் வாழ்க்கையில் மனம், உடல் இரண்டும் நலிந்துவிட்டது. மன அமைதி பெற மௌன விரதம் மேற்கொள்ளப் போகிறேன். நீண்ட நேரத் தியானம் செய்யப் போகிறேன். அதனால் யாரும் என்னைத் தொந்தரவு செய்ய வேண்டாம். சந்திக்கவும் முயற்சிக்க வேண்டாம்.' என்றார்.

அவர் தங்கியிருந்த அறையில் வாசலில் ஒரு திரையிடப்பட்டது, அதன் கீழ் வழியே தினமும் இரண்டு வேளை உணவுடன் தட்டு வைக்கப்பட வேண்டும். அவசியம் ஏற்படும்போது அழைக்கும் நபர் வந்தால் போதும். தியானம், மௌனம் எல்லாம் சரி. அதை ஏன் சொந்த வீட்டிலேயே ஒளிந்துகொண்டு செய்யவேண்டும்? சுபாஷிடம் அதைக்கேட்கும் துணிவு அந்தக் குடும்பத்தில் யாருக்கும் இல்லை.

இந்த சாமியார் வாழ்க்கை பற்றிய ஏற்பாடுகளை வீட்டின் முன் காவலுக்கு இருக்கும் போலீஸார் அரசாங்கத்துக்கு அறிக்கையாக அனுப்பிக்கொண்டிருந்தனர். கட்சிக்காரர்களுக்கும் இந்தத் தகவல் கூட்டங்களில் அறிவிக்கப்பட்டது. 'சுபாஷ் இன்னொரு காந்தியாகிக் கொண்டிருக்கிறார்' என்றுகூட சிலர் கிண்டல் செய்திருக்கிறார்கள்.

ஒருநாள் இரவு சுபாஷின் அழைப்பின்பேரில் இருவர் அறைக்குள் வந்தனர். ஒருவர் சுபாஷின் சகோதரர் சரத் சந்தரின் மகன் சிசிர் போஸ். மற்றவர் மியான் அக்பர் ஷா. இவர் பெஷாவர் ஃபார்வர்ட் பிளாக் கிளையின் தலைவர். அங்கு செல்வாக்கு மிகுந்தவர். அவர் வரவழைக்கப்பட்டிருந்தார். மிகவும் உடல் நலிந்த நிலையில் மெலிந்து, முகச்சவரம் செய்யாமல் இருந்தாலும் சுபாஷ் தெளிவாகப் பேசினார்.

'நான் சொல்லப்போகும் விஷயத்தை நீங்கள் இறக்கும்வரை யாரிடமும் சொல்லக்கூடாது! எனக்கு சத்தியம் செய்யுங்கள்!' என சுபாஷ் கேட்க அவர்கள் அப்படியே செய்து கொடுக்கிறார்கள் '

'நான் இந்தியாவைவிட்டு வெளிநாட்டிற்குத் தப்பிக்கவேண்டிய நேரம் வந்துவிட்டது அதற்கு நீங்கள் இருவரும் உதவ வேண்டும்.'

'என்ன செய்ய வேண்டும்?' கேட்டார் சிசிர் போஸ்.

‘என்னை வீட்டிலிருந்து கோமுஹ் என்ற கிராமத்துக்கு காரில் அழைத்துச்சென்று ரயிலில் டில்லிக்கு அனுப்பவேண்டியது உன் பொறுப்பு. அங்கிருந்து பெஷாவர் போக வேண்டும். நான் சென்றது இங்கு யாருக்கும் தெரியாமல் பார்த்துக்கொள்ளவேண்டும்.’

‘ஏன் பெஷாவர்? அங்கிருந்து எங்கே போகப்போகிறீர்கள்?’

‘அதை மியான் செய்வார். அதற்கான திட்டத்தை அவரிடம் விவாதிப்பேன்.’

என்ன ரகசியத் திட்டம் பாருங்கள்! இரண்டாவது கட்ட திட்டத்தை முதல் கட்டத்துக்கு உதவி செய்பவர்கூட அறிந்துகொள்ள முடியவில்லை.

ஜப்பானியர்கள் உதவி செய்ய வாக்களித்திருந்தாலும், ‘ஆஹாவென எழுந்த புரட்சி’யாக வர்ணிக்கப்பட்ட ரஷ்ய புரட்சி சுபாஷைக் கவர்ந்திருந்தது. சோஷலிஸ அமைப்பு ஆட்சி நமது நாட்டுக்கு ஒரு முதலாளித்துவ பொருளாதாரத்தைவிட மிகவும் நன்மை தரும் என எண்ணினார். அதனால் ரஷ்யா சென்று ஸ்டாலினை சந்தித்து தன் திட்டத்துக்கு ஆதரவு பெற விரும்பினார்.

‘நான் ரஷ்யாவிற்குப் பயணம் செய்ய விரும்புகிறேன். அதை ஆப்கானிஸ்தான் மூலமாக தரைமார்க்கமாகச் செய்ய விரும்புகிறேன். நீங்கள் அதற்கு உதவ வேண்டும்’ என மியான் அக்பர் ஷா விடம் கேட்டார் சுபாஷ்.

தலைவரின் கட்டளை எதுவாக இருந்தாலும் தயங்காது செய்யக் காத்திருந்த அக்பர் ஷா சம்மதித்தார். சுபாஷ் ஒரு முஸ்லிமாக மாறுவேடத்தில் ஆப்கானிஸ்தானம் சென்று, அங்கிருந்து காடுகளின் வழியாக ரஷ்ய எல்லையை அடைந்து, பின் மாஸ்கோ செல்வது என்ற திட்டம் முடிவாயிற்று. ஒரு மாத காலத்திற்குள் அதற்கான உடை எல்லாம் தயாரிக்கப்பட்டது. தாடி நன்றாக வளர்ந்து முகச் சாடை மாறியிருந்தது. பயணத்தை கல்கத்தாவிலிருந்து பெஷாவருக்கு ரயில் மூலம் துவக்குவது என்றும் அங்கிருந்து ஆப்கானிஸ்தான் நாட்டின் காபூலுக்குச் செல்வதாகவும் திட்டம்.

சுபாஷ் - ஜியாவுதின் என்ற இன்ஷூரன்ஸ் ஏஜென்ட்டாக தன்னை மாற்றிக்கொண்டார். அக்பர் ஷா அவரது உதவியாளராகிறார். இந்த ஏற்பாடுகளை சுபாஷும் நண்பர்களும் மிக அழகாகத் திட்டமிட்டுச் செய்து கொண்டிருந்தாலும், சுபாஷ் வீட்டிலிருந்தபடியே காந்திக்கு, ஜெயபிரகாஷ் நாராயணன் போன்றவர்களுக்கு கடிதம், கல்கத்தா பத்திரிகைகளில் கட்டுரைகள் எனத் தனது அரசியல் பணிகளைச் செய்துகொண்டிருந்தார். பிரிட்டிஷ் அரசின் ரகசிய போலீசுக்கு சுபாஷ் தப்பிப்பார் என எந்தச் சந்தேகமும் எழவில்லை.

ஜனவரி 17 இரவு ஹௌராவிலிருந்து கால்கா செல்லும் ரயிலில் டில்லி சென்று அங்கிருந்து பெஷாவருக்கு ரயிலில் செல்லுவது என்பது திட்டம். திட்டத்தின் முதல் கட்டமாக பதான் உடையிலிருக்கும் சுபாஷ் சந்திர போஸ், பின் இரவில் வீட்டின் பின்புற மாடிப்படிகளின் வழியே இறங்கிக் காத்திருக்கும் காரில் சென்று அமர்ந்தார். பின், காரின் ஓட்டுநரான மருமகன் சிசிர், காரிலிருந்து தானே கீழே இறங்கி, நுழைவாயில் கதவை ஓசையுடன் திறந்து, காரையும் சத்தத்துடன் ஸ்டார்ட் செய்து புறப்பட்டார். ரகசியமாக ஒரு கார் சென்றது என்று தோன்றக்கூடாது என்பதால் முக்கால் தூக்கத்திலிருக்கும் காவலாளி களின் கவனத்தை ஈர்க்கவே இந்த ஏற்பாடு. அவர்களும் அந்தக் காரின் எண்ணைக் குறித்துக்கொள்கிறார்கள். அது அடிக்கடி அந்த வீட்டுக்கு வரும் சுபாஷின் அண்ணன் சரத்தின் கார்.

ஹவுரா ஸ்டேஷன் மிகப் பரபரப்பாக இருக்கும் என்பதால் அங்கே சென்று ரயிலில் ஏறாமல், அங்கிருந்து புறப்படும் ரயில் நள்ளிரவுக்குப் பின் சில நிமிடங்கள் நிற்கும் அண்டை மாநிலமான பீகாரில் இருக்கும் கோமுஹ் என்ற சின்ன கிராம ஸ்டேஷனில் சென்று ஏறுவதாகத் திட்டம். அதுவரை இந்த கார் பயணம். அந்த ஊரின் அருகிலிருக்கும் போஸின் உறவினர் வீட்டில் பகல்பொழுதைக் கழித்தபின்னர் பதான் உடையில் ஜியாவுதீனாக இருக்கும் சுபாஷ் டெல்லிக்குப் பயணமாகிறார்.

டில்லியிலிருந்து மூன்று நாள் பயணமாக இன்ஷூரன்ஸ் ஏஜென்ட் ஜியாவுதினாக பெஷாவரை அடைகிறார். அங்கு இவரை எதிர் பார்த்துக் காத்திருந்த அக்பர்ஷா, வரவேற்று தங்கும் ஏற்பாடுகளைச் செய்கிறார். அவரது நண்பர்களை அறிமுகப்படுத்துகிறார். அதில் பகத் ராம் தால்வாரும் ஒருவர். அவருக்கு பெஷாவரின் எல்லைப் பகுதிகளில் உள்ள காடுகளும் அந்தக் காட்டுவாசிகளின் பழக்கங்களும் தெரியும். மறுநாள் அவர்தான் சுபாஷுடன் காபூல் வரை பயணிக்கப் போகிறவர். இவர், இன்ஷூரன்ஸ் ஏஜென்ட் ஜியாவுதினின் காது கேட்காத வாய்பேசமுடியாத உதவியாளராக மாறுகிறார். காட்டின் எல்லைப்பகுதிவரை காரில் பயணித்த அவர்கள் அங்கிருந்து அந்தக் காட்டுப்பாதை வழியே நடக்கத் தொடங்குகிறார்கள்.

அம்மாதிரி மலைப்பகுதிகளில் நடந்து பழக்கமில்லாத சுபாஷ் மிகவும் கஷ்டப்படுகிறார். சில இடங்களில் நடக்க முடியாமல் கழுதைமேல் சவாரி. சிலமணி நேரங்களில் காரில் கடந்து விடக்கூடிய சாலைகள் இருந்தும், ஆங்காங்கே செக்போஸ்ட்கள் இருந்ததினால் சுபாஷ் எச்சரிக்கையாக எல்லையை நடந்து கடப்பதையே விரும்பினார். இரண்டுநாள் கடுமையான பயணத்துக்குப் பின்னர் ஆப்கானிஸ்தான் எல்லையிலிருக்கும் நெடுஞ்சாலையை அடைந்ததும் வழியில் சென்று

கொண்டிருந்த ஒரு லாரியில் இடம் கேட்டு காபூல் நகரின் எல்லையை அடைகிறார்கள். அங்கு மிகச் சாதாரணமான ஒரு சத்திரத்தில் தங்குகிறார்கள்.

சுபாஷ் சந்திர போஸ் ஆப்கானிஸ்தானை அடையும் வரை, கல்கத்தாவில் உள்ள வீட்டில் சுபாஷுக்கு பதிலாக அவருக்கு தினமும் வைக்கப்படும் சாப்பாட்டை ஒழுங்காகச் சாப்பிட்டும், சுபாஷ் ஏற்கெனவே பின் தேதியிட்டு எழுதிக் கொடுத்திருந்த கடிதங்களையும் அறிக்கைகளையும் தினமும் வெளியுலகுக்கு அனுப்பிக்கொண்டும், சுபாஷ் அவரது அறையில் திரையின் பின்னே இருப்பதாகவே அரசாங்கத்தையும் குடும்பத்தினரையும் நம்ப வைத்துக் கொண்டிருந்தனர் அவரது அண்ணன் மகன்கள்.

சுபாஷ் பத்திரமாக எல்லையைக் கடந்து காபூல் சென்ற தகவல் உறுதியானதும், ஜனவரி **26**ம் தேதி சுபாஷ் அறையில் இல்லை என்பதை அப்போதுதான் கண்டுபிடித்ததைப்போல் ஆச்சரியத்துடன் குடும்பத்தினரிடம் சொன்னார்கள் அண்ணன் மகன்கள்.

சுபாஷ் வீட்டுச் சிறையில் இல்லை; அங்கிருந்து வெளியேறிவிட்டார் என்பதை வங்காளத்தின் ஆனந்த பஸார் பத்திரிகாவும், ஹிந்துஸ்தான் ஸ்டாண்டர்ட் தினசரியும் பெரிய அளவில் செய்திகளை வெளியிட்டன. ஆன்மிக நாட்டம் அதிகமாகிவிட்டதால் சுபாஷ் துறவறம் மேற்கொண்டு பயணம் செய்ய ஆரம்பித்திருக்கலாம் என்று குடும்பத்தினர் கருதினர். அரசின் உளவுத்துறையோ, சுபாஷ் கல்கத்தாவிலிருந்து கப்பலில் பினாங்கு, சிங்கப்பூர் வழியாக ஜப்பான் சென்றிருக்கலாம் என்று கருதி அங்கு தேட ஆரம்பித்தனர். ஆனால் எவருக்கும் சுபாஷ், ஆப்கானிஸ் தான் வழியாகத் தப்பியிருப்பார் என்று தோன்றக்கூட இல்லை.

ஆப்கானிஸ்தானின் தலைநகரமான காபூல் சற்று வளர்ந்த கிராமமாக இருந்தாலும் அது ரஷ்ய மற்றும் ஐரோப்பிய நாடுகளின் எல்லைகளின் அருகில் இருந்ததால் எல்லா நாடுகளின் தூதரகங்களும் முக்கிய அதிகாரிகளுடன் இருந்தன. மிகுந்த நம்பிக்கையுடன் சுபாஷ், ரஷ்ய அதிகாரிகளைச் சந்தித்தார். ஆனால் சில நாட்களிலேயே அவர்கள் இவரின் முயற்சிகளை வரவேற்கவில்லை எனச் சொல்லிவிட்டனர். ரஷ்ய உதவியைப் பெரிதும் எதிர்பார்த்து வந்த சுபாஷுக்கு பெரும் ஏமாற்றம்.

ரஷ்யா, இந்திய விடுதலைக்கு உதவி செய்ய மறுத்ததற்கு இரண்டு முக்கிய காரணங்கள் இருந்தன. அப்போது நடந்து கொண்டிருந்த இரண்டாம் உலகப் போரில் எந்த நேரத்திலும் ஜெர்மனி ரஷ்யாவைத் தாக்கும் என அவர்கள் கணித்திருந்தார்கள். அப்படி ஒரு நிலை வரும் போது பிரிட்டிஷ் தலைமையில் இயங்கிய நட்பு நாடுகளுடன்தான்

ரஷ்யா இணைய வேண்டிய நிலை வரும். எனவே இந்தச் சூழ்நிலையில் இங்கிலாந்துக்கு எதிரான நிலை எடுக்க முயற்சிக்கும் சுபாஷ் போன்றவர்களை ஆதரிக்கமுடியாது. மேலும் அன்றைய ரஷ்ய தலைமைக்கு, இந்தியாவைப்பற்றியோ அங்கு எழுச்சி பெற்று நடந்துகொண்டிருக்கும் சுதந்திரப் போராட்ட அலைகள் பற்றியோ தெரிந்திருக்கவில்லை. இந்தியா சுதந்திரம் பெற்றாலும் அங்கு ஒரு பொம்மை அரசு பிரிட்டிஷாரின் கைப்பாவையாக அமைக்கப்படும். காங்கிரஸின் பெயரில் லண்டன்தான் நாட்டை ஆளும் என அப்போதைய ரஷ்யாவின் அதிபர் ஸ்டாலின் நம்பினார்.

ரஷ்ய ஆதரவு கிடைக்காததால் சுபாஷ் ஏமாற்றம் அடைந்திருந்தாலும், ஓர் அன்னியநாட்டின் உதவியுடன் இந்திய பிரிட்டிஷ் ஆட்சியை ஒழிப்பது என்கிற தனது எண்ணத்தை அவர் கைவிடவில்லை. சுபாஷ் கல்கத்தா சிறையிலிருக்கும்போது, ஃபார்வர்ட் பிளாக் கட்சியின் பொதுக் காரியதரிசியாக இருந்த லாலா சங்கர் லால் ஏற்படுத்தியிருந்த மற்ற நாடுகளின் தொடர்புகளைத் தொடர முடிவு செய்தார். அவருடைய அடுத்த இலக்கு ஜெர்மனியின் உதவி. அதற்காக காபூலிலிருக்கும் ஜெர்மனியின் தூதரகத்திற்குச் சென்று தன் திட்டத்தை விவரித்தார். அந்த ஜெர்மன் அதிகாரிகள் தலைமையைக் கேட்டுச் சொல்வதாக காலம் கடத்திக்கொண்டிருந்தனர்.

பொறுமையிழந்த சுபாஷ் சில நாட்களுக்குப் பின்னர் காபூலில் இருந்த இத்தாலி நாட்டின் தூதரகத்தை அணுகினார். அங்கு அவருக்கு ஓர் ஆச்சரியம் காத்திருந்தது. சுபாஷ் வந்து கேட்டால் இத்தாலி தூதரகம் அவர் ஜெர்மனிக்கு வர உதவி செய்ய வேண்டும் என்று இத்தாலிய தூதரகத்துக்கு ஜெர்மனியின் அதிகாரிகள் ஒரு வேண்டுகோளை வைத்திருந்தார்கள் என்ற செய்தி அங்கு அவருக்குக் கிட்டியது. அதாவது அவர்கள் நேரிடையாக உதவாவிட்டாலும் ஜெர்மனியின் தலைமை இவரது திட்டத்தை வரவேற்கிறார்கள்.

இதனால் இத்தாலி தூதுவருடனான சுபாஷின் சந்திப்பு மிகவும் வெற்றிகரமானதாக இருந்தது. இத்தாலி தூதரகம் ஓர்லோண்டோ மஸோட்டா என்ற இத்தாலியப் பெயரில் ஒரு பாஸ்போர்ட் வழங்கி உதவி செய்வதாக உறுதியளித்தது. அதன் மூலம் அவர் ஜெர்மனிக்குப் பயணம் செய்யலாம். இதனால் அதுநாள்வரை ஆப்கானிய இன்ஷூரன்ஸ் ஏஜென்ட் ஜியாவுதினாக இருந்த சுபாஷ் இத்தாலிய அதிகாரியாக மாறினார். ஆனால் சுபாஷ் தங்கியிருந்த சத்திரத்தில் மெல்ல அவர் மேல் சந்தேகத்தின் நிழல் விழத் தொடங்கியது. உள்ளூர் போலீஸை சமாளிப்பது கஷ்டமாக இருந்தது. லஞ்சமாகப் பணமும் ஒரு கட்டத்தில், அவரது தந்தை கொடுத்த கைக்கடிகாரத்தையும்கூட கொடுக்கவேண்டியிருந்தது.

சுபாஷுக்கு பாஸ்போர்ட் கைக்குக் கிடைக்கும்வரை, காபூலிலுள்ள உத்தம் சந்த் என்ற ஓர் இந்திய குடும்பத்தில் அடைக்கலம் தேட வேண்டியதாகிவிட்டது. வெளியில் சுற்ற முடியாத அந்த நேரத்தில் சுபாஷ் செய்துகொண்டிருந்தது என்ன தெரியுமா? இந்தியா சுதந்திரம் பெற்றதும் அமைய வேண்டிய ஆட்சி குறித்து அவர் வடிவமைத்துக் கொண்டிருந்தார். இந்திய ஆட்சி எந்தத் தத்துவத்தின் அடைப் படையில் இருக்க வேண்டும். அது இடது, வலது சாரி சிந்தனைகளைச் சாராமல் எப்படி தனித்துவம் பெற்றதாக இருக்கவேண்டும் என்று சிந்தித்து ஆவணத்தைத் தயாரித்துவைத்தார். பல பக்கங்கள் கையால் எழுதப்பட்ட இதை பகத்ராமிடம் கொடுத்து பத்திரமாக கல்கத்தாவில் தன் சகோதரர் சரத் சந்திர போஸிடம் சேர்க்கச் சொன்னார். அதை ஐரோப்பாவில் எங்கிருந்தோ எழுதப்பட்டதாகக் குறிப்பிட்டிருந்தார்.

ஒரு வழியாக இரண்டு மாதம் கழித்து பாஸ்போர்ட் வந்து சேர்ந்தது. பயணத் திட்டமும் முடிவானது. காபூலிலிருந்து ஜெர்மனியை அடைய இரண்டு பாதைகள் இருந்தன. ஒன்று இரான், ஈராக், துருக்கி வழியாகச் செல்வது. மற்றொன்று ரஷ்யா நாட்டின் வழியாகச் செல்வது. ஆனால் இதற்கு ரஷ்யாவைக் கடக்க தனியாக டிரான்ஸிட் விசா தேவை. இத்தாலிய அதிகாரிகள் ரஷ்யா வழி பாதுகாப்பானது எனச் சொல்லி ஜெர்மனி அதிகாரிகளை ரஷ்ய அரசிடமிருந்து விசா வாங்கி தரச் சொன்னார்கள். முதலில் தயங்கிய தூதரக அதிகாரி, பின்னர் அவர்களின் ஜெர்மன் தலைமை பச்சைக்கொடி காட்டவே ரஷ்ய அதிகாரிகளுடன் பேசி விசாவைப் பெற்றார்கள். ஒருவழியாக மார்ச் 18ம் தேதி இத்தாலிய தூதர் தந்த ஒரு காரில் காபூலைத்தாண்டி ரஷ்ய எல்லையிலிருக்கும் ஒரு சின்ன நகரம்வரை பயணம் செய்து அங்கிருக்கும் ரயில் நிலையத்தில் ரயில் ஏறி மாஸ்கோவிற்குப் பயணமானார் சுபாஷ் சந்திர போஸ்.

மாஸ்கோவில் சில நாட்கள் கழித்தபின்னர் ஜெர்மன் தலைநகரான பெர்லினுக்கு ஏப்ரல் 2ம் தேதி விமானத்தில் புறப்பட்டுச் சென்றார். புதிய சுதந்திர இந்தியா உருவாக வலிமை மிக்க ஜெர்மனி உதவப் போகிறது என்ற வண்ணக் கனவுகளுடன் பயணிக்கும் ஓர் இத்தாலிய குடிமகனாக சுபாஷைச் சுமந்து கொண்டு, அந்த விமானம் தன் பயணத்தைத் துவக்கியது.

3

ஹிட்லரின் ஆசையும் நேதாஜியின் ஏமாற்றமும்

சுபாஷ், ஜெர்மனியில் வந்திறங்கிய மறுநாளே, தான் திட்டமிட்டுக் கொண்டிருந்த பணிகளைத் தொடங்கிவிட்டார். ஜெர்மன் அரசின் வெளிவிவகார அமைச்சகத்திற்குச் சென்ற சுபாஷை வரவேற்றவர் அரசின் உதவிச் செயலர் திரு வொயூர் மான் (Woermann).

சுபாஷ் கொஞ்சமும் நேரத்தை வீணாக்காமல் தன் திட்டங்களை அவரிடம் விவரிக்க ஆரம்பித்தார். ஜெர்மனி அரசாங்கத்தின் உதவியுடன் இந்தியாவிலிருக்கும் பிரிட்டிஷ் ஆட்சியை நீக்கிவிட தான் விரும்புவதையும் அதற்கு ஜெர்மனி எப்படி உதவி செய்ய முடியும் என்பதே அந்தத் திட்டம். மிக விரிவாக, பல விபரங்களுடன் இருந்தது அந்தத் திட்டம். திட்டத்தின் முதல் கட்டமாக ஒரு சுதந்திரமான இந்திய அரசைத் தாற்காலிகமாக ஜெர்மனியில் நிறுவ உதவவேண்டும். அதை ஜெர்மனி அரசாங்கம் அங்கீகரிக்க வேண்டும், தொடர்ந்து ஜெர்மனி பிரிட்டிஷாருடன் போரிட்டு, அவர்களை இந்தியாவிலிருந்து வெளியேற்றிவிட்டு ஜெர்மனியில் இயங்கிக்கொண்டிருக்கும் சுதந்திர இந்திய அரசிடம் இந்தியாவின் நிர்வாகத்தை ஒப்படைக்க வேண்டும் என்ற தனது திட்டத்தை மிக அழகாக படிப்படியாக சுபாஷ் விவரித்தார்.

சுபாஷ் சொல்லி முடித்ததைக் கேட்டபோது அந்த அதிகாரி அசந்து போனார். சுபாஷின் திட்டமிடும் ஆற்றல், அதைத் தெளிவாகச் சொல்லும்முறை எல்லாம் அவரைக் கவர்ந்தது. ஒரு சாதாரண இந்திய

போராளியைச் சந்திக்க வேண்டியிருக்கும் என்று எண்ணிக் கொண்டிருந்த அவருக்கு இப்படி ஒரு திறமையான தலைமைப் பண்புகள் உள்ள தலைவரைச் சந்தித்தது மிகுந்த ஆச்சரியம் அளித்தது. அவர் உடனடியாக சுபாஷ் சந்திர போஸுக்கு பதில் எதுவும் சொல்ல முடியாமல் திகைத்துக்கொண்டிருந்தார். அதற்குக் காரணம் ஜெர்மனியின் தலைவர் ஹிட்லர், இந்தியா குறித்து சுபாஷ் சொல்லிக் கொண்டிருக்கும் கருத்துகளுக்கு நேர் எதிர்மாறான எண்ணங்கள் கொண்டிருந்ததுதான். அதனால் இந்தத் திட்டம் எந்த அளவுக்கு வெற்றிபெறும் என்ற சந்தேகம் அதிகாரிக்கு எழுந்தது.

'ஆரியர்களே ஆளப் பிறந்தவர்கள். மற்ற இனத்தவர்களுக்கு அந்தத் தகுதியில்லை' என்ற அளவுக்கு இனவெறி கொண்டிருந்த ஹிட்லர், இந்திய சுதந்திரப் போராட்டத்தை ஆரியர்களுக்கு எதிராக ஹிந்து இனத்தவர் துவக்கியிருக்கும் ஓர் இனப் போராட்டமாகத்தான் பார்த்தார். தனது சித்தாந்தங்களை விளக்கும் 'மெயின் காம்ஃப்' என்ற புத்தகத்தில் 'எனது உடலில் ஓடுவது ஜெர்மன் ரத்தமாக இருந்தாலும், இந்தியா பிரிட்டிஷாரால் ஆளப்படுவது மற்றவர்களால் ஆளப்படு வதைவிடச் சிறந்தது' என எழுதியிருக்கிறார்.

முதல் உலகப்போரில் காலனி ஆதிக்க நாடுகளால் ஒடுக்கப்பட்டு தோல்விகளைச் சந்தித்திருந்த ஜெர்மனி, பின் ஹிட்லரின் தலைமையில் வீறுகொண்டு எழுந்தபோது, 'நாமும் பல நாடுகளைப் பிடித்து அவற்றைக் காலனிகளாக்கிக் கொள்ளவேண்டும்' என்ற எண்ணமும் 'அதற்கான அத்தனை தகுதிகளும் கொண்ட இனம் நமது இனம்' என்ற பெருமிதமும் கர்வமும் ஜெர்மானியர்களிடம் எழுச்சிப் பெற்றிருந்தது. இந்த நிலையில் பிரிட்டிஷ் அரசு, கிழக்கு ஐரோப்பிய நாடுகளையும், ரஷ்யாவையும், ஜெர்மனிக்கு விட்டுக்கொடுத்தால் இந்தியாவை பிரிட்டிஷ் அரசுக்கு விட்டுக்கொடுக்கத் தயாராக இருந்தார் ஹிட்லர். இந்தியாவை பிரிட்டிஷ் காலனியாக வைத்திருப் பதைப்போல ரஷ்யாவை ஜெர்மனி ஒரு பெரிய காலனியாக வைத்து ஆதிக்கம் செலுத்தவேண்டும் என்பது அவருடைய கனவாக இருந்தது.

'இது சுபாஷுக்குத் தெரியாதா? தெரிந்திருந்தால் எப்படி, ஏன் அவர் ஹிட்லரின் உதவியை நாடிச் சென்றார்?' என்பது இன்றுவரை பதில் கிடைக்காத வரலாற்று ஆச்சரியங்களில் ஒன்று.

சுபாஷ், ஜெர்மனியைப் பற்றியோ அல்லது அங்கு மாறிக் கொண்டிருக்கும் ஹிட்லரின் அரசியல் பற்றியோ அறியாதவர் இல்லை. இந்தப் பயணத்துக்கு முன்னரே அவர் ஜெர்மனியில் பயணம் செய்திருக்கிறார். நாட்டின் விடுதலைப் போராட்டங்களில் கைது செய்யப்பட்டு சிறை வைக்கப்பட்டிருந்த காலங்களில் அவரது உடல்

நிலை மிகவும் பாதிக்கப்பட்டிருந்ததால் மருத்துவ சிகிச்சைக்காக வியன்னாவிற்கு அனுப்பப்பட்டிருந்தார். அந்தக் காலகட்டங்களில் அவர் பெர்லினுக்கு வந்து தொடர்புகள் ஏற்படுத்திக்கொண்டார். 1933 ஆம் ஆண்டு வந்தபோதே ஹிட்லரைச் சந்திக்க முயற்சி செய்திருக்கிறார். இந்தியாவைப்பற்றி அவர் எழுதியிருப்பது தவறு என்று சொல்லி அதை நீக்கச் செய்யவேண்டும் என்பதற்காக அவரைச் சந்திக்க விரும்பினார். ஆனால் அவர் அப்போது சந்திக்க முடிந்தது பெர்லின் நகர மேயரை மட்டுமே. 1936ல் ஹிட்லரின் 'ஆரியர்கள் மிக உயர்ந்த சக்தி கொண்டவர்கள்' என்ற பேச்சைக் கண்டித்து ஜெனிவாவில் ஒரு பத்திரிகையாளர் கூட்டத்தில் பேசியும் இருக்கிறார். அந்தப் பேச்சில் ஐரோப்பிய நாடுகள் ஜெர்மனியுடனான வர்த்தக உறவைத் துண்டித்துக்கொள்ளவேண்டும் என்றும் பேசியிருக்கிறார். அப்படியிருந்தும் ஏன் இந்தப் பயணத்தில் ஹிட்லரைச் சந்திக்க சுபாஷ் மிகவும் துடித்துக் கொண்டிருந்தார்?

இன்று கிடைக்கும் தகவல்களைக் கொண்டு ஆராயும்போது எப்பாடு பட்டாவது எந்த ஓர் அன்னிய நாட்டின் ராணுவ உதவியுடனாவது பிரிட்டிஷாரை இந்தியாவைவிட்டு வெளியேற்றிவிட்டு சுதந்திர இந்தியாவை அமைத்துவிடவேண்டும் என்ற ஒரே குறிக்கோள்தான் காரணமாக இருந்திருக்க வேண்டும் எனப் புரிந்துகொள்ள முடிகிறது.

அவர் வாழ்க்கைப் பயணத்தை அலசும்போது இதுதான் அவருடைய வாழ்நாள் கொள்கையாக இருந்திருக்கிறது என்பதையும் உணர முடிகிறது. ரஷ்யாவில் ஸ்டாலினிடமிருந்து எதிர்பார்த்த ஆதரவு கிடைக்காத ஏமாற்றம், நடந்துகொண்டிருக்கும் போரில் ஜெர்மனி பெற்ற முதல் வெற்றிகள், ஹிட்லரின் கட்டுக்கோப்பான ராணுவ அமைப்பு எல்லாம் அவரை மீண்டும் ஹிட்லரை அணுகவேண்டும் என்ற எண்ணத்துக்குத் தள்ளியிருக்கிறது.

சுபாஷ் சந்தித்த அதிகாரியான ஜெர்மனி அரசின் உதவிச் செயலர் திரு வொயூர் மானுக்கு போஸின் துணிச்சலும் ஆற்றலும் பிடித்திருந்தாலும், ஆட்சியின் தலைமைக்கு அவர் சுபாஷின் திட்டத்தை உடனே தெரிவிக்க வில்லை. தலைமைக்கு விருப்பமில்லாத விஷயம் என்பதுடன், அந்தக் காலகட்டத்தில் நடந்துகொண்டிருந்த போரில்தான் ஜெர்மனியின் முழுக் கவனமும் இருந்ததால், இந்த விஷயம் தலைமையால் முக்கியமானதாகக் கருதப்படாது என்பதும் அவர் எண்ணமாக இருந்தது. ஆனால் இதை அவர் சுபாஷுக்குச் சொல்லவில்லை.

நம்பிக்கையுடன் காத்திருந்த போஸ் சில நாட்களில் (1941 ஏப்ரல் 9) மீண்டும் செயலரைச் சந்தித்து ஒரு விரிவான திட்டத்தைக் கொடுத்தார். அதன்படி அச்சுநாடுகள் வெளிநாட்டில் நிறுவப்படும் இந்திய

அரசுடன் இரண்டாம் உலகப்போர் முடிந்தவுடன் இந்திய சுதந்திரத்தை உறுதிசெய்ய வேண்டும் என்றும், சுபாஷ் 50000 ராணுவ வீரர்கள்கொண்ட ஒரு படையை நிறுவி உதவுவார் என்றும், ஒரு ஒப்பந்தத்தில் கையெழுத்திடவேண்டும் என்பது அந்தத் திட்டம். பிரிட்டிஷ் இந்தியாவிலிருந்து வந்து போரிட்டுத் தோற்றதினால் தற்சமயம் போர்க் கைதிகளாக வட ஆப்பிரிக்காவிலிருக்கும் இந்திய வீரர்களையும், புதிதாகச் சேர்ப்பவர்களையும் இணைத்து சுபாஷ் உருவாக்கும் ராணுவம் ஜெர்மனியின் இந்திய நடவடிக்கைகளுக்கு உதவும் என்பதும் அந்த வரைவு ஒப்பந்தத்தில் ஒரு முக்கிய அம்சமாக இருந்தது.

இவ்வளவு தீவிரமாக இருக்கும் இவரின் திட்டத்தை இனி தாமதப் படுத்தமுடியாது என்று கருதிய அந்தச் செயலர் உடனடியாக சுபாஷின் திட்டத்தை தலைமையின் கவனத்துக்குக் கொண்டு சென்றார். சுபாஷின் துணிச்சலையும் திட்டமிடும் ஆற்றலையும் கண்டு வியந்த ஜெர்மானிய அரசு அவரை ஜெர்மனியில் இருக்க அனுமதித்திருந்தது. ஆனால், 'உலகப்போரில் இந்தியாவிற்குச் சுதந்திரம் என்பதை ஒரு விஷயமாக்கி, அதில் தங்களைப் பயன்படுத்தப் பார்க்கிறான் இந்த ஆரிய வீரன்!' என்று கருதிய ஹிட்லரின் கீழ் இயங்கிய அன்றைய தலைமை, சுபாஷின் திட்டத்தை ஏற்க மறுத்துவிட்டது.

சுபாஷ் மனம் தளரவில்லை. ஒரே மாதத்தில் மீண்டும் ஒரு திட்டத்தைத் தயாரிக்கிறார். இதன்படி இந்திய சுதந்திரப் பிரகடனத்தை ஜெர்மனியில் இயங்கும் இந்திய அரசு அறிவிக்கும். அதை ஜெர்மனி ஆதரிக்கும். உலகப்போருடன் இணைக்காமல், ஒரு தனி யுத்தத்தின் மூலம் ஜெர்மனி இந்தியாவை பிரிட்டிஷாரிடமிருந்து விடுவித்து இந்திய அரசிடம் ஒப்படைக்கும். புதிய ஆட்சி முறையை இந்தியர்களே தீர்மானிப்பார்கள்.

இந்தத் திட்டத்தில் புதிதாக எதுவுமில்லை. ஜெர்மனிக்கு எந்தப் பயனுமில்லை. தன் விருப்பத்தை வெவ்வேறு வடிவங்களில் தெரிவித்து, தங்களைப் பயன்படுத்தி இந்தியாவை பிரிட்டிஷாரிட மிருந்து பெற்று, தனது ஆட்சியை நிறுவ விரும்புவதுதான் இந்த மனிதரின் ஆசை என்று இப்போது சுபாஷை மதிப்பிட்டது ஜெர்மானிய அரசு.

அகதியாகப் புகலிடம் கேட்டுவந்த இந்த மனிதன், ஜெர்மனியைப் பயன்படுத்திக்கொள்ளப் பார்க்கும் ஒரு தந்திரமான அரசியல்வாதியாக சுபாஷை சில ஜெனரல்கள் இந்தக் கட்டத்தில் வர்ணித்திருக்கிறார்கள். ஆனால் ஹிட்லரின் ஆலோசகர்களின் கணிப்பு வேறாக இருந்தது. இந்தப் புத்திசாலியான, துணிவான மனிதனை நாம் பயன்படுத்திக்

கொள்ளவேண்டும். அதற்கான தருணம் வரும்வரை இவரை நாட்டை விட்டு வெளியேற்ற வேண்டாம். என்று கருதினார்கள். அதனால், ஓர் அரசாங்கத்தை நிறுவ அனுமதிக்காமல் சுதந்திர இந்திய மையம் ஒன்று அமைக்க அனுமதிக்கலாம் என்று முடிவு செய்யப்பட்டது. இதன்படி ஒரு கோடி மார்க் கடனாக வழங்கப்படும் என்றும் சுபாஷின் செலவு களுக்காக 12000 மார்க்குகள் வழங்கப்படும் என்றும் சுபாஷுக்குச் சொல்லப்பட்டது. சொல்லப்படாத விஷயம், அந்த நிமிடம்முதல் அவர் ஜெர்மனியின் சக்திவாய்ந்த ரகசிய போலீஸின் தீவிர கண்காணிப்பின் கீழ் வந்துவிட்டார் என்பது. அவரது போன்கள் ஒட்டுக் கேட்கப்பட்டன. தபால்கள் பிரித்துப் பார்க்கப்பட்டன. நடமாட்டம் கண்காணிக்கப்பட்டது. இது சுபாஷுக்கு அப்போது தெரியாது.

ஜெர்மனியின் தலைமையிடம் தனது இந்திய சுதந்திரப் பிரகடன திட்டத்தைத் தெரிவிப்பதற்கு ஒரு வாரத்துக்கு முன்பு, சுபாஷ் இத்தாலி நாட்டுக்குச் சென்று தலைவர்களைச் சந்திக்க முயற்சித்தார். அவருக்கு ஏற்கெனவே இருந்த தொடர்புகள் தவிர, ஜெர்மனிக்கு வர பாஸ்போர்ட் வழங்கிய அதிகாரி மற்றும் அவர் மூலம் அறிமுகமான வர்கள் மூலமெல்லாம் முயற்சித்து நாட்டின் அதிபர் முசோலினியைச் சந்திக்க விரும்பினார். எதிர்பார்த்தபடி நண்பர்கள் உதவியுடன் இத்தாலி நாட்டின் வெளியுறவு அமைச்சர் காலியிஸொ சியானோ (Galaeazzo Ciano) வை சந்திக்கவும் செய்தார். இவர்தான் சுபாஷுக்கு காபூலிருந்து தப்பிக்க, கற்பனைப் பெயரில் பாஸ்போர்ட் வழங்க அனுமதித்தவர். இவர் அதிபர் முசோலினியின் மருமகன். இதனால் சுபாஷ் எளிதாக முசோலினியைச் சந்திக்க முடிந்தது. அவரிடம் தனது இந்திய சுதந்திரப் பிரகடன திட்டத்தைச் சொல்லி ஆதரவு கேட்டார். ஆனால் அந்த நேரத்தில் இத்தாலி செல்வாக்கையிழந்து எல்லா வற்றிருக்கும் ஜெர்மனியை நம்பியிருந்தது. அதனால், தானே ஜெர்மனி தலைமையிடம் பேசி சுபாஷின் திட்டத்துக்கு ஆதரவு பெற்றுத் தருவதாகவும், அவர்கள் அங்கீகரித்த பின்னர் இத்தாலியும் அங்கீகரிக்கும் எனச் சொல்லிவிட்டார் முசோலினி. சுபாஷ் பெர்லின் திரும்பினார்.

ஜெர்மனியில் பலமுறை தொடர்ந்து ஹிட்லரை சந்திக்க முயற்சி செய்தார் சுபாஷ் சந்திர போஸ். ஆனால் அது அவ்வளவு எளிதாக இல்லை. ஆனாலும் சுபாஷ், ஹிட்லரைச் சந்திக்கவேண்டும் என்பதில் உறுதியாக இருந்தார். அதுவரை கிடைத்த நேரத்தை வீணாக்காமல் இந்திய சுதந்திர மையத்தை வலுப்படுத்தும் முயற்சியில் தீவிரமாக இறங்கினார். நிறையக் கூட்டங்கள், நிறையச் சந்திப்புகள் எல்லாம் நிகழ்ந்தன. தனது லட்சியப்படி ஒரு வலிமையான இந்திய ராணுவ அமைப்பை உருவாக்கும் முயற்சியில் தீவிர கவனம் செலுத்தினார்.

உலகப் போரில் ஜெர்மனியால் கைது செய்யப்பட்டு போர்க் கைதியாக சிறை முகாம்களிலிருக்கும் பிரிட்டிஷ் ராணுவத்தின் இந்திய வீரர்களும் அதிகாரிகளும் அடங்கிய கூட்டங்களில் சென்று பேசினார் சுபாஷ். 'அந்த இந்திய வீரர்கள் ஏன் தன் படையில் இணைந்து, இந்திய சுதந்திரத்துக்காகப் போராடவேண்டும்?' என உணர்ச்சிப் பொங்க விவரித்தார். பலர் விருப்பத்துடன் சேர்ந்தனர். அவர்களுள் சிலர், பிரிட்டிஷ் அரசாங்கத்துக்கு விசுவாசமாக இருப்போம் என உறுதி மொழி எடுத்திருக்கும் தாங்கள் இப்போது ஜெர்மன் அரசின் விசுவாசி யாக மாட்டோம் எனச் சொல்லி மறுத்தார்கள். மேலும் அவர்கள் போரினால் நாஜிப்படையினர் யூத மக்களுக்குச் செய்து கொண்டிருக்கும் சித்திரவதைகள் பற்றிக் கேள்விப்பட்டிருந்தவர்கள்.

இம் முயற்சியில், தனது பேச்சால் ஜெர்மனியில் வாழும் இந்தியர்களைக் கவர்ந்த சுபாஷ் 3000 பேரைத் திரட்டினார். அந்தக் காலகட்டத்தில் சோவியத் யூனியனை உருவாக்க, ரஷ்யா பல சிறிய நாடுகளைப் போர்களின் மூலமும் அடக்கு முறைகள் மூலமும் இணைத்துக்கொண்டிருந்தது. அதை எதிர்த்துப் போராடியவர்கள் ரஷ்ய அடக்கு முறைகளுக்குப் பயந்து ஜெர்மனியில் தஞ்சம் புகுந்திருந்தனர். ஜெர்மன் போரில் நுழைந்து தங்கள் நாட்டை மீட்டுத் தருவார்கள் என அவர்கள் நம்பினர். இந்திய சுதந்திர மையம் போல அந்த ரஷ்ய எதிர்ப்பாளர்களும் மையங்கள் அமைத்துக்கொள்ள ஜெர்மனி அரசு அனுமதித்திருந்தது. ஆனால் அவர்களால் சுபாஷைப் போல ஒரு படையையோ அல்லது பெரும் ஆதரவாளர் கூட்டத்தை நிறுவ முடியவில்லை. 'இதை, மிகவும் துணிச்சலான இந்திய தலைவர் சுபாஷ் திட்டமிட்டு சிறப்பாகச் செய்தார். அவருடைய திட்டங்கள், செயலாற்றும் திறன் எல்லாம் அவர் ஒரு நாட்டின் தலைவராகக் கூடியவர் என்பதை உணர்த்தியது' என ஜெர்மன் போர்க்கால நிகழ்வுகளை எழுதியிருக்கும் வரலாற்று ஆசிரியர்கள் பதிவு செய்திருக்கின்றனர்.

பிரிட்டிஷ் ராணுவம் இந்திய வீரர்களை தங்கள் படையில் இணைக்கும்போது அவர்கள் சார்ந்த இனத்தின் அடிப்படையில். ரஜபுத்திர, பெங்கால், நேப்பாள், மராத்திய என்று ரெஜிமெண்ட்களை உருவாக்கியிருந்தது. ஆனால் சுபாஷ் சந்திர போஸ், இந்திய வீரர்களை தன் திட்டப்படி படையில் இணைத்தபோது இதைச் செய்யவில்லை. அவருடைய படையில் மராட்டிய வீரனும், ரஜபுத்திர வீரனும், இந்துக்களும், முஸ்லிம்களும் ஒரே ரெஜிமெண்ட்டில் பணியாற்றினர். ஒரு ராணுவத்தை அமைப்பது என்பது எளிதல்ல. அவர்களைத் திறமையானவர்களாக்க சரியான பயிற்சிகளை அளிக்க வேண்டும். இதை உணர்ந்த சுபாஷ், ஜெர்மனி ராணுவத்தின் உதவியைக்

கோரினார். பின்னாளில் இது நமக்கும் பயன்படும் என்று எண்ணிய அவர்களும் உதவச் சம்மதித்தனர்.

'யாரும் செய்யத் துணியாத விஷயங்களை சுபாஷ் திட்ட மிட்டிருக்கிறார்' என்பது இரண்டாம் உலகப்போர் பற்றி பின்னாளில் ஜெர்மனியில் வந்த புத்தகங்கள் மூலம் அறிய முடிகிறது. சுபாஷ் சந்திர போஸ் உருவாக்கிய ராணுவத்திலிருந்து, அந்தப் போர் வீரர்களில் பொறுக்கி எடுக்கப்பட்ட திறமையான 100 வீரர்களை விமானத்தி லிருந்து இரவு வேளைகளில் பெர்ஷியாவிலிருக்கும் பலுசிஸ்தான் பகுதியில் பாராசூட்கள் மூலம் இறக்கிவிட்டு, அவர்கள் இந்திய எல்லையிலிருக்கும் பிரிட்டிஷ் ராணுவத்தை அதிரடியாகத் தாக்கி அந்த இடத்திலிருக்கும் ராணுவ முகாமை வசப்படுத்திக்கொள்ள வேண்டும். அதன் பின்னர் அந்த இடத்திற்கு வந்து சேரும் இந்தியப் படைகள் முனைப்புடன் முன்னேறி இந்திய எல்லையைக் கடக்க வேண்டும் என்பது திட்டம். மூன்றுமுறை ஜெர்மனி அதிகாரிகளுடன் விரிவாக விவாதிக்கப்பட்ட இந்த 'ஆபரேஷன் பாஜ்தேர்' (Operation Bajadere). திட்டங்கள், திட்டம் செயலாக்கக் குறிக்கப்பட்ட நாட்கள் பற்றிய விபரங்கள் எல்லாம் இப்போதும் ஜெர்மனியின் ஆவணக் காப்பகத்தில் இருக்கிறது. ஆனால் இந்தத் தாக்குதல் நடந்த, அதன் விளைவுகள் பற்றிய விபரங்கள் சரித்திரத்தில் பதிவாகவில்லை.

அந்தக் கட்டத்தில் 'சுதந்திர இந்தியாவின் ராணுவம்' என்று அறியப் பட்டிருந்த அந்தப் படைக்கு தனிப்பெயர் இல்லை. ஆனால் எல்லா ராணுவ விதிமுறைகளும் நிர்ணயிக்கப்பட்டன. பாயும் புலியின் சின்னம் பொறித்த கொடி, அரசின் இலச்சினை, அதிகாரிகளின் நிர்வாக எல்லை போன்ற அனைத்தும் முடிவு செய்யப்பட்டது.

இந்திய வீரர்களுக்கு உத்வேகம் கொடுக்கும் ஒரு சொல்லாக 'ஜெய் இந்துஸ்தானி கீ' என்ற தொடரை ஜெய்ஹிந்த் எனச் சுருக்கி அழைக்கிறார் சுபாஷின் செயலாளராக இருந்த அபிட் ஹசன் ஸ்ப்ராணி. அதுவே இன்றும் இந்திய ராணுவத்தின் முழங்கும் சொல்லாக நிலைத்து நிற்கிறது.

இந்தோ ஜெர்மனி சொஸைட்டி என்ற பெயரில் ஜெர்மனியில் வாழும் இந்தியர்களும் இந்திய சுதந்திரத்துக்கு ஆதரவு தரும் ஜெர்மானியர் களும் இணைந்திருந்தனர். அவர்களது முதலாம் ஆண்டுவிழா 1942 செப்டெம்பர் 11ல் ஹம்பர்க் நகரிலுள்ள ஹோட்டல் அட்லாண்டிக்கில் கொண்டபட்டது. ஜெர்மன் அரசின் முக்கிய அதிகாரிகள், நகரப் பிரமுகர்கள் பலர் கலந்த கொண்ட விழா அது. விழாவின் தொடக்கத்தில் ஹம்பர்க் நகரின் புகழ்பெற்ற ரேடியோ சிம்பெனி

ஆர்க்கெஸ்ட்ரா இசைக்குழு ஜெர்மனியின் தேசிய கீதத்தை வாசித்தது. அது முடிந்ததும் மற்றொரு கீதம் வாசிக்கப்பட்டது. என்ன இது என்ற திகைத்த பார்வையாளர்களுக்குப் புன்னகையுடன் சுபாஷ் இது சுதந்திர இந்தியாவின் தேசிய கீதம் என அறிமுகப்படுத்தினார். நமது தேசிய கீதமாக இன்று ஒலிக்கும் ஜனகனமன முதலில் பியானோ இசையில் ஒலித்தது ஜெர்மனியில்தான்.

1911 டிசம்பர் 27 அன்று கல்கத்தா நகரில் நடந்த இந்திய தேசிய காங்கிரஸ் மாநாட்டில் பாடப்பட்ட ரபீந்திரநாத் தாகூரின் அந்தப் பாடல் சுபாஷை மிகக் கவர்ந்தது. அன்று அதைப்பாடியவர் தாகுரின் உறவினரான சௌது ராணி. இதை இந்திய தேசிய கீதமாக அறிவிக்க வேண்டும் எனத் தீர்மானித்தார் சுபாஷ். ஆனால் அதன் இசை வடிவம் எவரிடமும் இல்லை. எனவே கல்கத்தா நண்பர்களைத் தொடர்பு கொள்ள, அந்தப் பாடலின் இசை நொட்டேஷனை அம்பிக் மஜூம்தார் என்பவர் எழுதியனுப்பினார். அந்த நொட்டேஷன்தான் முதன் முதலில் பியோனாவில் வாசிக்கப்பட்டது. இதைத் தொடர்ந்து சுபாஷ் கலந்துகொள்ளும் பல கூடங்களில் இது இந்திய தேசிய கீதமாக ஒலித்திருக்கிறது. இந்த ஒலிநாடா சிங்கப்பூரில் வாழ்ந்த தமிழ் ஐஎன் ஏ வீரர்களால் பாதுகாக்கபட்டு வந்தது. 1950ல் ஐக்கிய நாடுகளின் பொதுச் சபை கூடியபோது ஒலித்த இந்த ஒலிநாடா இப்போது அகில இந்திய வானொலியின் காப்பகத்தில் இருக்கிறது.

தனிக்கொடி, தேசிய கீதம், தனி ராணுவம், போரிடும் பயிற்சி என சுபாஷ் ஒரு இந்திய அரசாங்கத்தை இந்தியாவிற்கு வெளியே நிறுவி நடத்திக்கொண்டிருந்தார். இந்தக் காலகட்டத்தில்தான் தொண்டர் களாலும் வீரர்களாலும் சுபாஷ் சந்திர போஸ் 'நேதாஜி' என அழைக்கப் படுகிறார். இந்த நேதாஜி என்கிற பட்டம் தாகூரினால் வழங்கப் பட்டது. நேதாஜி என்றால் 'வணங்கத்தகுந்த தலைவர்' என்று அர்த்தம். அதன் பின் அந்தப் பெயரே வாழ்நாள் முழுவதும் நிலைத்துவிடுகிறது. சரித்திர, அரசு ஆவணங்களில்கூட பின்னாளில் சுபாஷ் பெயர் நேதாஜி எனக் குறிப்பிடப்படுகிறது.

ஒரு புறம் திறமையான ராணுவத்தை நிறுவுவதைச் செய்து கொண்டிருந்த சுபாஷ், கிடைத்த வாய்ப்பைச் செம்மையாக பயன் படுத்தி சுதந்திர இந்திய அரசாங்கம் ஒன்று இந்தியாவிற்கு வெளியே இயங்கிக்கொண்டிருக்கிறது என்பதை உலகுக்கு அறிவித்துக் கொண்டிருந்தார். இதற்காக அவர் எடுத்த முயற்சிகளில் ஒன்று ஒரு வானொலி நிலையம். 'ஆஸாத் ஹிந்த் ரேடியோ' என்ற அந்த வானொலி நிலையம் ஹிந்தி, பெங்காலி, மராத்தி, பஞ்சாபி, உருது, தமிழ் எனப் பல இந்திய மொழிகளில் செய்தி அறிக்கைகளை

ஒலிபரப்பிக்கொண்டிருந்தது. சுபாஷே பலமுறை அதில் பேசியிருக்கிறார். இந்த ஒலிபரப்புகள் படை வீரர்களுக்கு மட்டுமில்லை, பொது மக்களுக்கும் புதிய செய்திகளைக் கொடுத்துக்கொண்டிருந்தது.

சுபாஷ் இந்த ஒலிபரப்பு ஆயுதத்தைத் தேர்ந்தெடுக்க ஒரு முக்கியமான காரணம் இருந்தது. அந்தக் காலகட்டத்தில் பிபிஸி ஒன்றுதான் சர்வதேச தகவல்களைத் தரும் ஒலிபரப்பு. அது பிரிட்டிஷாரின் பார்வையை மட்டும் கொண்டு, அவர்களுக்கு வசதியான வகையில் செய்திகளை அளித்துக் கொண்டிருந்ததால் இந்தியர்கள் உலகின் நிகழ்வுகளில் உண்மை நிலையை அறிய முடியவில்லை. இதை உடைக்க விரும்பிய சுபாஷ் இந்த வானொலியை அமைத்தார். இதன் ஒலிபரப்புகள் இந்தியாவில் கேட்காமல் செய்யப் பிரிட்டிஷ் அரசு பல முயற்சிகள் எடுத்தது தனிக்கதை.

1942 பிப்ரவரி 28ம் தேதி ஜப்பானியர்கள் சிங்கப்பூரில் பிரிட்டிஷ் படையினரை விரட்டி அதைக் கைப்பிடித்த போது சுபாஷ், ஆஸாத் வானொலியில் 'இந்தியா சுதந்திரம் பெறும் நாள் தொலைவில் இல்லை. நெருங்கிக்கொண்டிருக்கிறது. விரைவில் இந்தியர்கள் ஒன்றுபட்டு எழுந்து அடிமை சங்கிலிகளை உடைத்தெறியப் போகிறார்கள்' என்று அறிவித்தார்.

அடுத்த சில மாதங்களில் எகிப்து, பிரிட்டிஷ் ஆட்சியிலிருந்து விடுதலை பெற்று சுதந்திர நாடாக அறிவிக்கப்பட்டது. அப்போது சுபாஷ், ஆஸாத் ரேடியோவில், 'பிரிட்டிஷ் ஆட்சியின் இரண்டு நுரையீரல்கள் எகிப்தும் இந்தியாவும். இப்போது அதில் ஒன்றை இழந்துவிட்டது. மற்றொன்றான இந்தியாவை விரைவில் இழந்தவுடன் பிரிட்டிஷ் ஏகாதிபத்தியத்தின் மரணம் நிச்சயம்' எனப் பேசினார். இந்த ஒலிபரப்பின் ஒலிப்பதிவுகளை ஜெர்மானிய அரசின் கருவூலங்களிலிருந்து பெற்று, கல்கத்தாவில் சுபாஷின் வாழ்க்கை வரலாற்றைத் தொகுக்கும் ஓர் அரசு சாராத அமைப்பு சேமித்து வைத்திருக்கிறது. இன்று கேட்டாலும் உணர்ச்சியை எழுப்பும் பேச்சுகள் அவை.

ஜப்பானின் முதல் வெற்றிகள், மற்றும் அவர்கள் இந்தியாவின் அருகில் நெருங்குவதைக் கவனித்த சுபாஷ் உடனே தன் திட்டத்தை மாற்றியமைப்பதைப்பற்றிச் சிந்தித்தார். ஜப்பானியர்களின் உதவியுடன், தான் திரட்டியிருக்கும் படைமூலம் இந்தியாவிற்குள் நுழைவது அவர் திட்டம். ஒரு தேர்ந்த செஸ் ஆட்டக்காரரின் நுட்பத்தோடு அதற்கான முயற்சிகளை முன்னெடுத்தார் நேதாஜி. எப்படியாவது, எந்த நாட்டின் உதவியுடனாவது பிரிட்டிஷாரை இந்தியாவிலிருந்து விரட்டிவிட வேண்டும் என்ற அவருடைய தணியாத தாகம் இந்த முடிவை நோக்கி நகர்த்தியிருந்தது.

மேலும் நேதாஜி இந்த முடிவிற்குச் சென்றதற்கு மற்றொரு முக்கிய காரணம், நடந்துகொண்டிருந்த போரில் ஜெர்மனி எடுத்த சில அதிரடி முடிவுகள். ரஷ்யாவைத் தாக்குவதில்லை என்று செய்த ஒப்பந்தங் களை மீறி ஹிட்லர், ரஷ்யாவைத் தாக்க ரகசியமாகத் திட்டங்களிட்டு அதை திடுமெனச் செயலாற்றியது சுபாஷை அதிர்ச்சிக்குள்ளாகி இருந்தது.

ரஷ்ய புரட்சியையும் சோஷலிச பாணி அரசமைப்பையும் வரவேற்று இந்தியாவில் நேரு பேசிக்கொண்டிருந்த காலம் அது. அந்தக் காலகட்டத்தில் அந்த ரஷ்யாவை எதிர்த்துப் போரிடும் ஜெர்மனியின் உதவியுடன் சுதந்திரம் பெறுவது என்பதை இந்திய மக்கள் ஆதரிக்க மாட்டார்கள் என்பதை உணர்ந்தே இருந்தார் சுபாஷ். ஆனாலும் ஜெர்மானியத் தலைமையைச் சந்தித்து அவர்களின் எண்ணங்களை மாற்றச் செய்ய தன்னால் முடியும் என்ற நம்பிக்கையை அவர் இழக்கவில்லை.

1941 ஜூன் 22ம் தேதி ஜெர்மனி, ரஷ்யாவைத் தாக்கத் தொடங்கியது. 'இந்தச் செயல் நீங்கள் இந்திய சுதந்திரத்திற்கு உதவும் முயற்சிகளுக்கு மாறானது. எதிர்விளைவுகளை ஏற்படுத்தி முழுத் திட்டத்தையும் நாசமாக்கிவிடும். ரஷ்ய படையெடுப்பை நிறுத்துங்கள்' என ஜெர்மனியின் வெளிவிகார அமைச்சர் ரிப்பன்ட்ரோப்புக்கு (Ribbentrop) கடிதம் எழுதினார் நேதாஜி. தொடர்ந்து நேரிலும் சந்தித்து வற்புறுத்தினார். அந்தச் சந்திப்பிலும் 'உடனடியாக ஜெர்மனி, சுதந்திர இந்திய அரசை அங்கீகரிக்க வேண்டும். மெயின் காம்ஃப்பில் இந்தியாவைப் பற்றி ஹிட்லர் எழுதியிருப்பதை நீக்க வேண்டும்' என்று வற்புறுத்தினார். தஞ்சம் புகுந்த நாட்டில் அவர்கள் உதவியைப்பெற்றுக்கொண்டிருக்கும் நேரத்திலும் அவர்கள் செய்யும் ஒரு விஷயத்தைத் தவறு என்று சொல்ல, அதுவும் அந்த நாடு பங்கு கொள்ளும் போர் தீவிரமாக இருக்கும் காலகட்டத்தில் அதன் அமைச்சரிடமே சொல்ல எத்தனைத் துணிவு வேண்டும்? சுபாஷின் இந்தத் துணிவு நமக்கு மட்டுமில்லை. அந்த அமைச்சருக்கே ஆச்சரியத்தைத் தந்தது. அந்த நல்ல மனிதர், சுபாஷின் துணிவைப் பாராட்டினாலும் ஜெர்மனி தன் நிலைப்பாட்டை மாற்றாது என்பதைத் தெளிவாகச் சொல்லிவிட்டார். முடிவுகளில் எந்த மாற்றமும் இல்லை என்றாலும் தான் ஹிட்லரை சந்திக்க விரும்புவதாகச் சொல்லி அனுப்பினார் சுபாஷ். அதற்காகக் காத்திருந்தார்.

நேதாஜி காத்திருந்த அந்த நாளும் வந்தது. மூன்றாண்டுகளாக முயற்சித்த சந்திப்பு அது. உலகின் விதியை மாற்றும் சக்தி வாய்ந்த வராகக் கருதப்பட்ட ஹிட்லரை சந்திப்பதற்கு நேரம் அறிவிக்கப்

பட்டவுடன் மகிழ்ந்து போனார். சுபாஷ். அந்தச் சந்திப்பு ஒரு மிகப்பெரிய ஏமாற்றமாக இருக்கப் போகிறது என்பது அப்போது அவருக்குத் தெரியாது.

எழுத்து வடிவில் தனது திட்ட விபரங்கள், பேச வேண்டியதைப்பற்றிய குறிப்புகளுடன், மொழிபெயர்ப்பாளர் அடாம் வாவன் டோர்ட் சகிதம் அந்தச் சந்திப்புக்குச் சென்றார் சுபாஷ். அங்கு அமைச்சர் ரிப்பன்ட்ரோப் தவிர வேறு சில அமைச்சர்களும் இருந்தனர். சுபாஷ் வந்தவுடன் ஹிட்லர் மிக நீண்ட ஒரு பிரசங்கத்தை நிகழ்த்தத் தொடங்கினார். உலகப்போர் எழுந்த காரணம், அதில் ஜெர்மனியின் நிலை, அது எப்படி உலகத்தை ஆளும் சக்தியாகப்போகிறது, எப்படி தங்கள் இனம் உயர்ந்தது போன்ற பல விஷயங்களைப் பேசினார். அவரது பேச்சில் வெறுப்படைந்தாலும் சுபாஷ் பொறுமையாகக் கேட்டுக்கொண்டிருந்தார். ஆனால் தொடர்ந்த பேச்சில் ஹிட்லர் மிக ஆணவமாக, 'இந்தியர்கள், இந்தியாவை ஆளத்தொடங்கினால் எல்லாம் சரியாக 100 - 200 ஆண்டுகளாகும். மாறாக ஜெர்மானியர்களிடம் இந்தியா ஒப்படைக்கப்பட்டால் இரண்டு வருடங்களில் எல்லாவற்றையும் சரி செய்துவிடுவோம். அதனால் நீங்கள் நாஜியுடன் சேர்ந்து போராடினால் இந்தியாவை விடுவிப்போம்' என்றார். அதுதான் நல்லது என்ற ரீதியில் நீண்டது அந்த நீண்ட சொற்பொழிவு.

ஹிட்லரின் இந்தியாவை ஆளும் ஆசையும், தன் ஜெர்மானிய சாம்ராஜ்யத்தின் எல்லைகளை விஸ்தரிக்கும் பேராசையும் அந்த உரையில் வெளிப்படையாகத் தொனித்ததை உணர்ந்த சுபாஷ் மொழிப்பெயர்ப்பாளரிடம், 'என் வாழ்க்கை முழுவதையும் அரசியலில் கழித்துக்கொண்டிருக்கும் எனக்கு எவரிடமிருந்தும் அரசியல் பாடங்கள் வேண்டாம் என்பதை உங்கள் தலைவரிடம் சொல்லுங்கள்' என்றார். தன்னுடைய தொடர்ந்த வேண்டுகோளான மெயின் காம்ஃப்பின் இந்தியா பற்றிய திருத்தம் செய்யவேண்டியதை மீண்டும் நினைவுபடுத்தினார். அதையெல்லாம் ஹிட்லர் ஒரு பொருட்டாகவே மதிக்காமல் அவை முன்னரே சொன்ன கருத்துக்கள் என்றும் மாற்றவேண்டிய அவசியமில்லை என்றும் சொல்லிவிட்டார்.

மிகப் பெரிய கனவுகளுடன் ஜெர்மனிக்கு வந்த சுபாஷ், முதல் முறையாக பெரும் ஏமாற்றத்தைச் சந்தித்தார். இந்தியா, ஜெர்மனி இரு நாடுகளுக்கும் பிரிட்டிஷார் பொது எதிரியாக இருப்பதால் ஜெர்மனியின் துணையுடன் பிரிட்டிஷ் அரசை ஒழித்துவிடமுடியும் என நம்பினார் சுபாஷ் சந்திர போஸ். ஆனால், ஹிட்லருடனான இந்தச் சந்திப்பின் மூலம் ஒன்று மட்டும் தெள்ளத் தெளிவாகப் புரிந்து

போனது. ஜெர்மனி அவரையும் அவரது திட்டங்களை ஆதரிப்பதின் மூலமும் பிரிட்டிஷாரிடம் ஐரோப்பாவை அவர்களுக்கு விட்டுத்தர பேரம் பேச அவரை ஒரு பகடைக்காயாக பயன்படுத்தப் பார்க்கிறார்கள் என்பதுதான் அது.

அதனால் அவரது மனத்தில் ஏற்கெனவே ஓடிக்கொண்டிருந்த ஜப்பானிய உதவி என்ற எண்ணம் இப்போது மேலும் வலுப்பட்டது. நேதாஜி, ஜெர்மனியின் வெளி விவகார அமைச்சரிடம் சென்று, தான் ஜெர்மனியைவிட்டு உடனடியாக வெளியேறி ஜப்பான் செல்ல விரும்புவதாகவும் அதற்கு உதவி செய்யும்படியும் கேட்டார். வெளி விவகார அமைச்சர் சுபாஷின் மீது அன்பு கொண்டிருந்தவர். அவர் உதவி செய்வதாக வாக்களித்தார். ஆனால் போர் மேகங்கள் சூழ்ந்துகொண்டிருந்த அந்த நேரத்தில் சுபாஷ் தப்பிப்பதை எப்படிச் செய்வது என்பதில் நீண்ட விவாதங்கள் எழுந்துகொண்டிருந்ததால் நாட்கள் நகர்ந்து கொண்டிருந்தன. சுபாஷ் பொறுமையிழந்து கொண்டிருந்தார். இத்தாலி சென்று அங்குள்ள ஏதாவது ஒரு விமானத்தில் அனுப்பிவிடலாம் என்ற திட்டம் தயாராயிற்று.

அந்த ஆண்டு நவம்பர் மாதம் சுபாஷ் இத்தாலிக்குப் பயணம் ஆனார். ஆனால் இறுதிநேரத்தில் திட்டங்கள் மாற்றப்பட்டிருந்தன. ‘இந்திய தலைவர் இப்படி விமானப் பயணம் செய்தால் அந்த விமானம் எதிரிப் படைகளால் சுட்டு வீழ்த்தப்படும் அபாயம் அதிகம். வேண்டாம் - திட்டத்தை மாற்றுங்கள்’ என இறுதி நேரத்தில் கட்டளை வந்தது. கட்டளையை அனுப்பியிருந்தவர் ஹிட்லர். சுபாஷின் கருத்துகளை ஏற்காவிட்டாலும், அவரை ஒரு நாட்டின் துணிச்சலான தலைவராக ஹிட்லர் மதித்திருப்பதை இது காட்டுகிறது என்கிறது ஜெர்மனிய பத்திரிகையில் வெளியான ஒரு கட்டுரை.

விமானம் வேண்டாமென்பதால் அப்போது ஜெர்மனியின் வசமிருந்த பிரான்ஸ் நாட்டின் கடற்பகுதியான பிரெஞ்ச் கோஸ்ட்டிலிருந்து ஒரு நீர்முழ்கிக் கப்பலில் நேதாஜியை மடகாஸ்கர் தீவுக்கு அனுப்பி விடுவது என்றும் அங்கிருந்து ஜப்பானியர்கள் அவர்களுடைய நீர்மூழ்கி கப்பலில் அழைத்துச் செல்வார்கள் என்றும் திட்டம் வகுக்கப்பட்டது.

1943ஆம் ஆண்டு பிப்ரவரி 8ம் தேதி சுபாஷ் ஜெர்மனியைவிட்டு ரகசியமாக வெளியேறினார். அதற்காக அவர் பெர்லினிலிருந்து கீல் நகருக்கு ரயிலில் பயணம் செய்தார். அவருடன் வந்துகொண்டிருக்கும் அவரது உதவியாளர் அபிட் ஹஸன் சாஹானிக்குக்கூட எங்கே போகப் போகிறோம் என்பது தெரியாது. அத்தனை ரகசியமான திட்டம் அது. கீல் துறைமுகத்தில் யூ போட் எனப் பரவலாக அறியப்பட்டிருக்கும்

ஒரு U 180 வகை சின்னஞ்சிறிய நீர் மூழ்கிக் கப்பலில் சுபாஷும் உதவியாளரும் இறக்கப்பட்டார்கள். மிகக் குறுகிய அந்த நீர்மூழ்கி கப்பலில் - கப்பல் என்பதைவிடச் சிறிய மூடிய படகு என்பதுதான் பொருத்தமாக இருக்கும். அதன் கேப்டன் வெர்நர் முஸம்பர்க் (Werner Musemberg) இவர்களை வரவேற்றார்.

நீர்மூழ்கிப் படகின் மேல் வாய்ப்புறக் கதவு மூடப்படும் முன், கரையிலிருக்கும் மனைவி எம்லியிடம் கையசைத்து விடைபெற்றார் நேதாஜி. இருவருக்கும் அதுதான் கடைசி சந்திப்பாக இருக்கப் போகிறது என்பதோ அல்லது இனி காணப்போவதேயில்லை என்பதோ அப்போது தெரியாது.

சப்மெரினில் பயணித்தவர்களுக்குத்தான் அதன் கஷ்டங்கள் புரியும். மிகக்குறுகிய பாதைகள், சிறிய இடம் நடக்கக்கூட இடமில்லாத இயந்திரங்களின் ஆக்கிரமிப்பு. டீஸலின் நாற்றம், சரியான உணவு இல்லாதது இப்படிப்பட்ட சுழலில் வெளியுலகையே பார்க்க முடியாமல் இருக்கவேண்டும். நீண்ட தூரப் பயணம், அதுவும் மிக மெதுவாகச் செல்லும் பயணம்... பழக்கமில்லாதவர்களுக்கும் பயிற்சி இல்லாதவர்களுக்கும் நீர்மூழ்கிப் படகில் கப்பலில் பயணம் செய்வதென்பது பைத்தியம் பிடித்துவிடும். ஆனால் எந்தப் பயிற்சியும் இல்லாத சுபாஷ் மிகத் திறமையாகச் சமாளித்துக்கொண்டார். கிட்டத்தட்ட சிறைவாசமாக இருந்த அந்த நீர்மூழ்கிப் பயணத்திலும் சுபாஷ், நேரத்தை வீணாக்காமல் சுதந்திர இந்தியாவில் எந்தெந்தத் துறைகள் எப்படி இயங்க வேண்டும் எந்தெந்தக் காரியங்களை உடனடியாகச் செய்யவேண்டும். நீண்டகாலத் திட்டங்கள், திட்டக் கமிஷன் போன்ற பல விஷயங்களைப் பற்றி உதவியாளருக்கு டிக்டேஷன் கொடுத்துக்கொண்டு சென்றார். அத்தனையும் ஷார்ட்ஹேண்டில் எழுதிக்கொண்டிருக்கும் நபர், கரை சேர்ந்தவுடன் டைப் செய்து சுபாஷ் சொல்லும் நபருக்கு அனுப்ப வேண்டும்.

நீர்மூழ்கிப்படகு அவ்வப்போது கடல் பரப்பிற்கு வரும். அப்படி வெளிவந்த ஒரு சமயத்தில் கோர்பிஸ் என்ற பிரிட்டிஷ் எண்ணெய் கப்பலுடன் மோதும் அளவிற்கு நேருக்குநேர் வந்துவிட்டது. உடனடியாக பல மீட்டர் ஆழம் மூழ்க வேண்டிய நிலை. படகிலிருந்தவர்கள் பதறிப்போனார்கள். சுபாஷ் எந்தப் பதற்றமும் இல்லாமல், செயலாளர் எழுதவேண்டியதைத் தொடர்ந்து சொல்லிக் கொண்டிருந்தார். 'அவர் சிறிதும் பதற்றமில்லாமல் 'ஏன் நான் சொல்வதை நீ கவனமாகக் கேட்காமலிருக்கிறாய்?' என என்னைக் கடிந்து கொண்டார்!' என தனது புத்தகத்தில் எழுதியிருக்கிறார் நேதாஜியின் உதவியாளர் அபிட் ஹஸன் சஃப்ரானி. எந்தக்

கணத்திலும் அது உயிருக்குப் போராடும் நேரமாக இருந்தால்கூட தன் நாட்டிற்குச் செய்யவேண்டியது பற்றியே நினைத்துக்கொண்டிருந்த இந்த மனிதன் இந்திய சுதந்திர வரலாற்றில் சரியாகப் பதிவு செய்யப்படவில்லை என்பதும், அவருக்கு உரிய இடம் தரப்படவில்லை என்பதும் மிகவும் வருத்தத்துக்குரிய ஒரு விஷயம்.

இரண்டரை மாத நீண்ட பயணத்துக்குப் பின்னர் மேற்கு ஆப்பிரிக்க கடல் வழியாக ஆப்பிரிக்க கண்டத்தின் முனையைத் தொட்டுத் தொடர்ந்து இந்திய பெருங்கடலுக்கு வந்து சேர்ந்தது அந்த யூ போட். திட்டமிட்டபடி ஜப்பானிய நீர்மூழ்கிக் கப்பலையும் மடகாஸ்கர் தீவின் அருகில் சந்தித்துவிட்டது. செய்திகள் சங்கேத மொழிகளில் பரிமாறிக் கொள்ளப்பட்டன. ஆனால் திட்டமிட்டபடி சுபாஷை உடனடியாக அந்தக் கப்பலுக்கு மாற்ற முடியவில்லை. இயற்கை ஒத்துழைக்க வில்லை. சீறும் அலைகள், வேகமான காற்று போன்றவற்றினால் தாமதமாயிற்று. அதிக நேரம் ஒரு சப்மெரின் ஒரே இடத்தில் நிற்பது ஆபத்து என்பதால் யூ போட் கேப்டன் அவசரம் காட்டினார். போஸ் துணிந்து நீர்மூழ்கிக் கப்பலுக்குச் செல்ல சம்மதித்தார்.

வினாடி தவறினால் விபரீதம் என்ற இந்த ஆபத்தான நீர்மூழ்கிக் கப்பல் மாற்றத்துக்கு, இறுதி நேரத்தில் ஒரு சிக்கல் எழுந்தது. ஜப்பானிய கப்பற்படை விதிகளின்படி ராணுவ அதிகாரிகள் தவிர மற்றவர்கள் அதில் பயணிக்க முடியாது. சுபாஷ் ஒரு ராணுவ அதிகாரியில்லையே எனத் தயக்கம் காட்டினர். ஆனால் அவர் ஒரு அரசாங்கத்தின் ராணுவத்தின் தலைமை அதிகாரி என்ற அந்தஸ்துப் பெற்றவர் என்ற ரேடியோ செய்தி ஜெர்மனியிலிருந்து வர, அதன் பின்னர் ஜப்பானிய நீர்மூழ்கிக் கப்பல் தலைவர் சம்மதித்தார். இரண்டு சப்மெரின்களையும் இணைத்துக் கட்டப்பட்ட ஒரு கயிற்றினைப் பிடித்துக்கொண்டு அலைபாயும் ஒரு ரப்பர் மிதவையில் சுபாஷும் உதவியாளரும் ஜப்பானிய நீர்மூழ்கிக் கப்பலுக்கு மாறினார்கள். கப்பலின் கேப்டன் மாஸோ டெரோக்கா (Masao Teraoka) அவர்களை வரவேற்றார். இந்தக் கப்பல் ஐ 100 என்ற வகையைச் சேர்ந்த நீர்மூழ்கிக் கப்பல். சற்று பெரியது. ரேடியோ போன்ற வசதிகள் கொண்டது. சுபாஷும் அவரது உதவியாளரும் 10 நாள் பயணத்துக்குப் பின்னர் சுமத்திரா தீவு கூட்டத்தில் ஒன்றான சப்நாக் (Sabnag) தீவில் இறங்கி டோக்கியோவிற்குப் பயணமாகினர்.

கல்கத்தாவில் பிரிட்டிஷாரின் சிறைக் காவலிலிருந்து தப்பி, பல்வேறு சிரமங்களுக்குப் பிறகு ஜெர்மனி சென்று அங்கு ஏமாற்றத்தைச் சந்தித்து தொடர்ந்து விமானம், கப்பல், யூபோட், நீர்மூழ்கிக் கப்பல் என்கிற நீண்ட ஆபத்தான பயணத்துக்குப்பின் ஜப்பான் சென்று சேர்ந்த

சுபாஷின் கனவு எத்தகைய முடிவுகளைச் சந்தித்தது? என்ன நேர்ந்தது? என்பதைப் பார்க்கும் முன், இந்தியாவிலேயே ஓர் எழுச்சிமிக்க தலைவராக அறியப்பட்டிருந்த சுபாஷ், எதற்காக வெளிநாட்டு உதவியுடன் இந்திய சுதந்திரத்தை அடைய விரும்பினார்? என்கிற கேள்வி எழுகிறதில்லையா?

அந்தக் கேள்விக்கான பதிலைத் தெரிந்துகொள்ள, புரிந்துகொள்ள வேண்டுமானால், சுபாஷின் முதல் வெளிநாட்டுப் பயணம், அதில் கற்றதும் பெற்றதுமான ஞானம், அதைத் தொடர்ந்து அண்ணல் காந்தியடிகளின் தலைமையை ஏற்று சுபாஷ் இந்தியா திரும்பியதைப் பற்றியெல்லாம் தெரிந்து கொள்ளவேண்டும்.

4

லண்டன் ஞானம்

சுபாஷ் சந்திர போஸ் ஒரு வசதியான பெரிய வங்காளக் குடும்பத்தில் பிறந்தவர். தந்தை ஜானகிநாத் போஸ் ஒரு வழக்கறிஞர். தாயார் பிரபாவதி. மிக இளம் வயதிலேயே திருமணமான இந்தத் தம்பதிகளுக்கு 9வது குழந்தையாக 1897ல் ஜனவரி 23ம் தேதி பிறந்தவர் சுபாஷ். தந்தை தன் வக்கீல் தொழிலில் பரபரப்புடன் இயங்கிக் கொண்டிருந்தவர். தாய் பிரபாவதி குழந்தைகளையும், பூஜைகளையும், எப்போதும் வந்துகொண்டிருந்த உறவினர்களையும் கவனிக்கவே நேரம் போதாமல் திண்டாடிக்கொண்டிருந்தார். இந்தச் சூழலில் சிறுவன் சுபாஷுக்கு, தான் தன் பெற்றோர்களால் முழுமையாக நேசிக்கப்படவில்லை என்கிற எண்ணம் அடிக்கடி எழும். அதனால் தன் சகோதர, சகோதரிகளுடன்கூட அதிகம் பழகாமல் தனித்தே இருப்பார். இது பெற்றோர்களுக்கு வருத்தத்தைத் தந்தாலும் நாளடைவில் சரியாகிவிடும் என நம்பி அதைப் பெரிதாக எடுத்துக் கொள்ளவில்லை. பின் நாட்களில் மிகுந்த தன்னம்பிக்கையும், எடுத்த முடிவுகளில் உறுதியாக இருந்த சுபாஷின் அடையாளம் அப்போது தெரியவில்லை. மாறாக சுமாராகப் படிக்கும் இந்தப் பையனின் எதிர்காலம் எப்படி இருக்குமோ என்ற அச்சம்தான் பெற்றோர்களுக்கு இருந்தது.

அந்தக் காலத்தில் எல்லா வசதியான குடும்பப் பையன்கள்போலவே கிருத்துவப் பள்ளிக்கு அனுப்பப்பட்டார் சுபாஷ். இன்று போலவே

அன்றும், தங்கள் குழந்தை கான்வெண்ட் பள்ளியில் ஆங்கிலத்தில் படிக்கவேண்டும், வெள்ளைக்காரக் குழந்தைகள்போல் ஆங்கிலத்தில் பேச வேண்டும் என்பதே பெற்றோர்களின் கனவாக இருந்தது. ஆனால் சுபாஷுக்கு ஆங்கிலத்தையும், அதைச் சொல்லிக்கொடுக்கும் ஆங்கிலோ இந்திய ஆசிரியர்களையும் பிடிக்கவே இல்லை. இது அவரை மற்ற மாணவர்களிடமிருந்து தனிமைப்படுத்தியற்கு ஒரு காரணம்.

சுபாஷ் பள்ளிப் படிப்பில் அதிக மார்க்குகள் எடுத்து முன்னணி மாணவனாக இல்லையென்றாலும் பொதுவாக பாடங்களில் தேவையான ஆர்வம் காட்டி, வகுப்புகளில் எளிதாகத் தேர்ச்சி பெற்று வந்தார். ஆனால் அவரது தந்தைக்கு மகன் சுபாஷ் தன்னைப்போல், அவனுடைய அண்ணன் சரத்தைப்போல நன்றாகப் படிக்கவில்லை என்கிற வருத்தம் இருந்தது. பலருடன் இயல்பாகப் பழகும் திறன் இல்லை என்பதில் மிகுந்த கவலை கொண்டிருந்தார். பள்ளியிறுதி வகுப்பில் சுபாஷ் தேறமாட்டானோ என்றுகூட அஞ்சினார். ஆனால் கௌரவமான மதிப்பெண்களுடன் தேறியிருந்தார் சுபாஷ்.

கல்கத்தாவின் பிரஸிடென்ஸி கல்லூரி மிகப் புகழ்பெற்றது. அதன் ஆசிரியர்கள், பேராசிரியர்கள் எல்லோரும் வெள்ளைக்காரர்கள். சுபாஷ் பட்டப் படிப்புக்கு அக்கல்லூரியில் 1913ல் சேர்க்கப்பட்டார். அங்கு வெள்ளைக்கார அதிகாரிகளிடமும் பேராசிரியர்களிடமும் நிலவி வந்த 'இந்தியர்கள் நம்மைவிடத் தாழ்ந்தவர்கள்' போன்ற எண்ணங்களை நேரடியாகச் சந்தித்த சுபாஷ் அதிர்ந்து போனார். ஒரு நாள் ஓட்டன் என்ற ஆங்கிலப் பேராசிரியர் ஒரு மாணவனை அற்பக் காரணத்திற்காக அடிப்பதைப் பார்த்தார். அந்தக் காட்சி அவரது மனத்தில் ஒரு பொறியை ஏற்படுத்தியது. 'நம் நாட்டிற்குக் கல்வி கற்பிக்க வந்த இவர்கள், எப்படி ஒரு மாணவனை இத்தனை அநாகரிகமாக அடிக்கலாம். இவர்கள் நாட்டில் இதைச் செய்ய முடியுமா?' என்று எண்ணினார். அந்தப் பேராசிரியருக்குத் தக்கமுறையில் பாடம் புகட்ட விரும்பினார். மாணவர்களிடம் தன் திட்டம் பற்றிப் பேசினார்.

மறுநாள், கல்லூரியில் வகுப்புகளில் மாணவர்கள் ஒருவர்கூட இல்லை. ஆசிரியர்கள் திடுக்கிட்டனர். 'ஏன் எல்லோரும் வெளியே நிற்கிறீர்கள்?' என்று கேட்டதற்கு யாரும் பதில் சொல்லவில்லை.

கல்லூரி பிரின்ஸ்பால் மாணவர்களை அழைத்து விபரம் கேட்டார். மாணவர்கள் சார்பில் பேசியவர் சுபாஷ்.

'ஓட்டன் போன்ற பேராசிரியர்கள் இருக்கும்வரை நாங்கள் வகுப்பு களுக்குச் செல்ல மாட்டோம்' என்பது அவரது பதிலாக இருந்தது.

அந்தக் கல்லூரி அதன் வரலாற்றில் அதுவரை இப்படி ஒரு நிகழ்வைச் சந்தித்ததில்லை. நிலைமையின் தீவிரத்தை உணர்ந்த கல்லூரி முதல்வர், உடனடியாக பேராசிரியர் ஓட்டனை அழைத்துக் கண்டித்து, மாணவர்களைச் சமாதானப்படுத்தினார்.

இதனால் அந்த ஆசிரியர் சுபாஷின் மீது மிக வெறுப்புகொண்டிருந்தார். சமயம் கிடைக்கும்போதெல்லாம் அதைக் காட்டிக்கொண்டிருந்தார். ஒரு நாள் வகுப்பில் 'இந்தியர்கள் அடிமைகளாக இருப்பதற்கு மட்டுமே லாயக்கு' என்று பேசினார். மேலும் இந்தியர்களின் பழக்க வழக்கங்களைக் கிண்டலாகப் பேசினார். மிகுந்த மனக்கஷ்டத்துடன் கல்லூரி முடியும்வரை பொறுத்திருந்தார் சுபாஷ்.

அன்று மாலை அந்தப் பேராசிரியர் கல்லூரிக்கு வெளியே அடையாளம் தெரியாத சில மாணவர்களால் தாக்கப்பட்டார். பேராசிரியர்கள் அதிர்ந்து போனார்கள். கல்லூரி நிர்வாகமும் பதறிப்போனது. முந்திய நிகழ்ச்சியினால் சுபாஷ் மாணவர் தலைவராக மதிக்கப்பட்டிருந்தார்.

விசாரணைக்கு அழைக்கப்பட்ட அவரிடம் கல்லூரி முதல்வர், 'சுபாஷ், நீ கல்லூரிக்கு அதிகம் தொந்திரவு கொடுக்கும் மாணவனாக இருக்கிறாய். அதனால் உன்னைக் கல்லூரியிலிருந்து நீக்குகிறேன். அதுமட்டுமில்லை, நீ கல்கத்தாவில் எந்தக் கல்லூரியிலும் சேரமுடியாது!' எனச் சொல்லி கல்லூரியிலிருந்து நீக்கிவிட்டார்.

ஒரு நல்ல கல்லூரியில் பட்டப் படிப்பு படிக்கும் வாய்ப்பை இழந்து விட்டோம் என்ற பதட்டம் எதுவும் இல்லாமல் சுபாஷ் சொன்ன வார்த்தை, 'நன்றி!'

சுபாஷ் கல்லூரியிலிருந்து நீக்கப்பட்டுவிட்டபோதிலும், அதற்குப் பிறகு, ஆங்கிலப் பேராசிரியர்களிடம் ஒரு மாறுதலை மற்ற மாணவர்கள் உணர்ந்தனர். இந்தியர்களை அவமதிப்பாகப் பேசுவது நின்று போயிற்று.

இந்த நிகழ்ச்சிகள்தான் சுபாஷுக்கு, ஒரு போராட்டத்தை திட்டமிட்டு நடத்தினால் வெற்றி கிடைக்கும். ஆனால் அதற்கான விலையையும் கொடுக்கவேண்டியிருக்கும் என்பதைப் புரிய வைத்தது.

தந்தையிடம் மிகத் துணிவாக, 'நான் செய்ததைக் குறித்து சிறிதும் வருந்தவில்லை. நான் ஒரு நல்ல விஷயத்துக்காகத்தான் போராடி யிருக்கிறேன் என்பதால் சந்தோஷப்படுகிறேன்!' என்றார்.

தந்தை ஜானகிநாத்துக்கு, சந்தோஷம், பயம் எல்லாம் ஒரே சமயத்தில் தோன்றியது. தன் மகன் ஒரு துணிச்சலான ஆண்மகனாக

மாறிக்கொண்டிருக்கிறான். அவனுக்கு தலைமை பண்புகள் இருக்கின்றன என்பதைக் கண்டுபிடித்ததில் சந்தோஷம். ஆனால் இதுவே சுபாவமாக எப்போதும் இதுபோல் அடிதடியில் இறங்கி விடுவானோ என்ற பயம். சுபாஷ் தொடர்ந்து படிக்க வேண்டும். விரைவில் பட்டதாரியாக வேண்டும் என்பதில் அவர் தீர்மானமாக இருந்தார். கட்டாக் நகருக்கு இடம்மாறியிருந்த அவர் தன் செல்வாக்கில் அங்குள்ள கல்லூரியில் சுபாஷுக்கு இடம் வாங்கினார். சுபாஷுக்கு விருப்பமான தத்துவம் படிக்கவும் அனுமதித்தார். மிகவும் விரும்பிப் படித்த அந்தப் பாடத்தில் சுபாஷ் 1917ல் முதல் வகுப்பில் தேறி பி.ஏ. பட்டதாரியானார்.

சுபாஷ் பி.ஏ. முதல் வகுப்பில் தேறி முடித்ததில் மிகவும் மகிழ்ந்து போன தந்தை ஜானகிநாத், அவரின் எதிர்காலத்தைத் திட்டமிடத் தொடங்கினார். இப்போது அவருடைய கனவு சுபாஷ் ஓர் ஐ.சி.எஸ். அதிகாரியாக வேண்டும் என்பதாகவிருந்தது. அப்போது இந்தியர்கள் ஐ.சி.எஸ். படித்து பதவிகள் பெறத் தொடங்கியிருந்தார்கள். அது அவர்களுக்கு மட்டுமில்லை, அவர்களது குடும்பங்களுக்குமான கௌரவமாகவும் கருதப்பட்டது, அரசுப் பதவியில் இருக்கும் அவர்களை வெள்ளைக்கார எஜமானர்களுக்கு நிகராக மக்கள் பார்த்தார்கள்.

ஆனால் சுபாஷின் எண்ணமோ தத்துவத்தைத் தொடர்ந்து எம்.ஏ. உளவியல் படிக்க வேண்டும் என்பதுதான். ஆனால் அவர் தந்தையின் மீது வைத்திருந்த பெருமதிப்பால் அதைச் சொல்லத் தயங்கினார். அவரது அண்ணனான சரத்தின் உதவியை நாடினார். சரத்துக்கும் சுபாஷுக்கும் வயது வித்தியாசம் அதிகமிருந்தாலும் எல்லா விஷயங்களிலும் அவரின் ஆலோசனையைத்தான் கேட்பார் சுபாஷ். சொல்வதையும் அப்படியே ஏற்பார். சுபாஷின் வாழ்க்கையில் இவர் பங்கு மிக முக்கியமானது. பின்னாளில் பல விஷயங்களை இவருடன் மட்டுமே சுபாஷ் பகிர்ந்துகொண்டிருக்கிறார்.

சரத் பக்குவமாக சுபாஷுக்கு எடுத்துச் சொன்னார். தந்தையின் யோசனை எப்படி சுபாஷுக்கு நல்லது என்பதையும், ஐ.சி.எஸ்.க்கு பின்னர் கிடைக்கும் பதவிகள் மூலம் எப்படி மக்களுக்கு உதவி செய்யலாம் என்பதையும் சுபாஷுக்கு விளக்கினார். வெள்ளைக் காரர்கள்மீது இருக்கும் கோபத்தினால் லண்டன் போவதையும் ஐ.சி.எஸ்ஸையும் தவறவிடக்கூடாது என்பதையும் புரிய வைத்தார். அண்ணன் சரத்தின் யோசனைகளை ஏற்றுக்கொண்ட சுபாஷ், தந்தையிடம் தன் சம்மதத்தைச் சொன்னார். தங்கள் மகன் ஓர் அரசு அதிகாரியாகப் போகிறான் என்பதில் மகிழ்ந்து போனார்கள் பெற்றோர்கள்.

அந்த வருடமே லண்டனிலுள்ள ஒரு பல்கலைக்கழகத்தில் சேர்ந்தால் தான் ஐ.சி.எஸ்.க்கு பதிவு செய்து கொள்ள முடியும். அதற்கான கால அவகாசம் மிகக் குறைவாக இருந்தது. ஆனாலும் உடனடியாக தேவையான முயற்சிகளை எடுத்து லண்டன் போனார் சுபாஷ். போன மறுநாளே கேம்பிரிட்ஜ் பல்கலைக்கழகத்தில் சேர விண்ணப்பித்து அனுமதிக்கப்பட்டார். ஓர் இந்திய மாணவனுக்கு ஐ.சி.எஸ். படிப்பதிலுள்ள சவால்கள் மற்றவர்களைவிட அதிகம். ஆங்கிலேயர் களுக்குப் பள்ளிப்படிப்பிலேயே ஆங்கிலம் தவிர லத்தின், கிரிஸ் மொழிகள் பாடமாக இருந்ததால் அந்த மொழிதேர்வுகளில் அவர்களின் அதிக மதிப்பெண்கள் உதவியது. இந்திய மாணவர்களுக்கு ஆங்கிலம் தவிர சமஸ்கிருதம் மட்டுமே பள்ளியில் போதிக்கப்பட்ட மொழி. அதில் அதிக மதிப்பெண்கள் எடுப்பதும் கடினம். அதனால் மற்றொரு மொழியில் தேர்ச்சி பெறவேண்டியிருந்தது. மேலும் ஆங்கிலேயர்களைத்தவிர காலனி நாடுகளிலிருந்து வருபவர்களின் எண்ணிக்கையைக் குறைக்க வேண்டும் என்பதற்காகவே வயது வரம்பு போன்ற தகுதிகள் கடுமையாக்கப்பட்டிருந்தன. தன் முன் இருப்பது தன் தந்தையின் கனவு மட்டுமில்லை, ஒரு கடினமான சவால் என்பதைப் புரிந்துகொண்ட சுபாஷ் மிகக் கடுமையாக உழைக்கத் தொடங்கினார். ஒரு வெறியுடன் படிக்க ஆரம்பித்தார். பாடங்களின் பகுதியாக பல நாடுகளின், குறிப்பாக அமெரிக்கா, ரஷ்யா, ஜப்பான் நாடுகளின் வரலாற்றையும் பொருளாதார வளர்ச்சி முறைகளையும் படித்தபோது அவருள் எழுந்த எண்ணம் 'ஏன்? இந்தியா மட்டும் முன்னேறாமல் இருக்கிறது?' என்பதுதான்.

ஐ.சி.எஸ். படிக்க வந்திருக்கும் மற்ற வெளிநாட்டு மாணவர்களைப் போல சுபாஷை ஆங்கிலேயர்களின் கலாச்சார பகட்டும், ஆடம்பரமும் கவரவில்லை. மாறாக இந்தப் படிப்பினால் தனது நாட்டுக்கு என்ன செய்யலாம், எப்படிச் செய்யலாம் என்பதைப் பற்றித்தான் யோசிக்கத் தொடங்கினார். அத்துடன் அடிக்கடி அவரைச் சிந்திக்க வைத்த விஷயம் மற்றொரு விஷயம், 'இத்தனை சிறிய நாடான இங்கிலாந்து, எப்படி மிகப்பெரிய இந்திய நாட்டை ஆட்டிப் படைக்கிறது? இந்தச் சின்ன நாட்டில் இருக்கும் ஆங்கிலேயர்கள்போல நம் இந்திய நாட்டில் மக்கள் சுதந்திரமாக இருக்கமுடியாதா?' - அவரின் படிப்போடு இந்த எண்ணங்களும் வளர்ந்து கொண்டிருந்தது.

சுபாஷ் மிகத் தீவிரமாகப் படித்தும் நிறையப் பயிற்சிகள் எடுத்திருந்தும், 1920 ஜூலையில் ஐ.சி.எஸ். தேர்வுகள் எழுதி முடித்ததும் அவருக்கு, தான் தேர்வு செய்யப்படுவோம் என்ற நம்பிக்கையில்லை. அவர் தந்தைக்கு எழுதிய கடிதத்தில், 'அன்புள்ள அப்பா, நான் தேர்வை எழுதியிருக்கிறேன். தேர்ச்சிப் பெறுவேன்

என்ற நம்பிக்கையில்லை. எந்த முடிவிற்கும் தயாராக இருங்கள்' என்று சொல்லியிருந்தார். ஆனால் செப்டெம்பர் மாதம் வெளிவந்த முடிவுகள் அவருக்கு மட்டுமில்லை உடன் படித்த மாணவர்கள் அனைவருக்கும் ஆச்சரியத்தைத் தந்தது. அவர் தேர்வில் வெற்றி மட்டும் பெறவில்லை. எழுதியவர்களில் 4வது இடம் பெற்றவராக அறிவிக்கப்பட்டிருந்தார். ஆங்கிலப் பாடத்தில், ஆங்கிலேயர்கள் அதிகமிருந்த அந்த பேட்ச்சிலேயே சுபாஷ் பெற்றது முதல் மதிப்பெண்.

இம்மாதிரி மதிப்பெண்கள் பெற்ற எந்த மாணவனும் உடனடியாக அதிகாரி பணியில் சேரத்தான் துடிப்பான். நேர்முகத் தேர்வுகளுக்கு தயாரித்துக்கொள்வான். ஆனால் சுபாஷ் நாம் ஐ.சி.எஸ். அதிகாரியாகத்தான் ஆக வேண்டுமா? எனச் சிந்திக்கத்தொடங்கினார். இம்மாதிரியான எண்ணம் அவரை அலைக்கழித்துக்கொண்டிருந்ததால் பணியில் உடனடியாகச் சேர முயற்சிக்கவில்லை.

எத்தனையோ பேர் சில ஆண்டுகளாகத் தொடர்ந்து முயற்சித்தும் கிட்டாத வெற்றியை தன் மகன் எட்டே மாதத்தில் சாதித்ததில் மிகப் பெருமிதம் கொண்ட ஜானகிநாத், சுபாஷ் உடனடியாக ஐ.சி.எஸ். அதிகாரியாகி விடவேண்டும் எனத் துடித்தார். இந்திய சுதந்திரம் என்பது அதிக தொலைவில் இல்லை. அதனால் இப்போது பணியில் சேர்ந்தால் விரைவில் பெரிய பதவிகளை எட்டிவிடமுடியும் என்பது அவரது கணிப்பு. சுபாஷுக்குத் தொடர்ந்து இதை வலியுறுத்திக் கடிதங்கள் எழுதிக்கொண்டிருந்தார்.

ஆனால் சுபாஷோ தன்னைப் போன்றவர்கள் ஆங்கிலேயர்களின் கீழ், அரசு அதிகாரியாகிவிட்டால் நாட்டுக்கு என்ன பயன் என யோசிக்கத் தொடங்கியிருந்தார்.

எப்போதும் செய்வதைப்போல அண்ணன் சரத் சந்தருக்கு தன் மனதின் எண்ணங்களை விவரித்து ஒரு நீண்ட கடிதம் எழுதினார். 'அரவிந்தர், ராமகிருஷ்ணர் போன்றவர்களின் புத்தகங்களைப் படித்தபின் மனம் ஏற்காத விஷயங்களைச் செய்ய என்னால் முடியவில்லை. நான் ஐ.சி.எஸ். அதிகாரியாக விரும்பவில்லை'. என்று குறிப்பிட்டிருந்தார்.

தம்பியின் எண்ண ஓட்டங்களையும் குழப்பங்களையும் நன்கு அறிந்த சரத் சந்திரர், 'சுபாஷ்! அவசரப்பட்டு முடிவுகள் எடுக்காதே. உனக்குச் சரியெனப்படுவது சரிதானா? என உறுதி செய்துகொண்டு பின் அதைச் செயல்படுத்து,' என்று பதிலெழுதினார்.

●

அந்தக் காலகட்டத்தில் இந்தியாவில் காங்கிரஸ் முன்னெப் போதுமில்லாத தீவிரத்துடன் காந்தியின் தலைமையில் ஆங்கிலேய

எதிர்ப்புப் போராட்டத்தை மேற்கொண்டிருந்தது. நாடு முழுவதும் பல இடங்களில் போராட்டங்களும் ஆட்சியாளர்களின் அடக்கு முறைகளும் தொடர்ந்துகொண்டிருந்தன.

ஒவ்வொரு வரலாற்று நாயகனின் வாழ்க்கை கதையையும் உற்று நோக்கினால், ஏதோ ஒரு கட்டத்தில் ஒரு புத்தகம், அல்லது ஒருவரின் மேடைப்பேச்சு ஆழமாக அவர்களின் மனதில் விதையாக விழுந்து பின் அது விருட்சமாக வளர்ந்து அவர்களைத் தலைவனாக்கி யிருக்கும். அப்படியொரு நிகழ்வு சுபாஷ் வாழ்க்கையிலும் நிகழ்ந்தது.

லண்டனில் அவ்வப்போது இந்திய சுதந்திரக்கான ஆதரவுக் கூட்டங்கள் நடைபெறும். ஆங்கிலேயர்களும், ஐரிஷ்காரர்களும் கலந்துகொள்ளும் இந்தக் கூட்டங்களில் இந்தியாவிலிருந்து வரும் தலைவர்களும் பேசுவது உண்டு. சகோதரர் சரத் கடிதம் கிடைத்த சில நாட்களில் அப்படி நடந்த ஒரு கூட்டத்தில் சுபாஷும் கலந்து கொண்டார்.

அன்றைய கூட்டத்தில் பேசியவர் திருமதி சரோஜினி தேவி. அவரது உணர்ச்சிகரமான அந்தப் பேச்சைக் கேட்ட சுபாஷ் தான் நாட்டுக்குச் செய்ய வேண்டிய பணிகள் தன் பதவியை விட முக்கியமானது என்பதை உணர்ந்தார். ஐ.சி.எஸ். பதவியை ஏற்பதில்லை என முடிவு செய்துவிட்டார்.

இந்தக் கூட்டம் பற்றி சுபாஷ் அவர் புத்தகத்தில் எழுதியிருப்பதைப் பாருங்கள்.

'அன்றைய கூட்டத்தில் சரோஜினி தேவி பேசியதைக்கேட்டபோது என் மனதில் பெருமிதம் எழுந்தது. ஓர் இந்தியப் பெண்மணிக்கு இத்தனை திறமையும், கல்வியறிவும், திறமையும் கண்டு வியந்தேன். இப்படிப்பட்ட துணிவான பெண்கள் இருக்கும் இந்தியா ஏன் பிரிட்டிஷாருக்கு அடிமையாக இருக்க வேண்டும்?. இந்தியாவிற்கு அற்புதமான எதிர்காலம் இருக்கிறது. இந்தப் பெண்மணிபோல நாமும் மற்றவர்களை ஊக்குவிக்கவேண்டும். செயலாற்றவேண்டும் என்று நினைத்தேன்'

அதே சமயத்தில் இந்தியாவில் காந்தி 'பிரிட்டிஷ் அரசு இந்தியாவிற்கு விரோதமானது. அது கட்டாயம் அகற்றப்படவேண்டியது' என்ற அறிவிப்பை வெளியிட்டிருந்தார்.

காந்தியின் இந்த அறிவிப்பு சுபாஷை மிகவும் கவர்ந்தது. காரணம் இதைத்தான் அவர் இத்தனை நாளும் எண்ணிக்கொண்டிருந்தார். மற்ற நாடுகளை அடிமைப்படுத்தி ஆட்சி செய்யும் பிரிட்டிஷாரின் ஆட்சிமுறை ஒரு காட்டுமிராண்டித்தனமான, அநாகரிகமான ஆட்சிமுறை என்பது

அவர் மனதில் இந்தியாவிலிருந்த போதே எழுந்திருந்த எண்ணம். இப்போது ஐ.சி.எஸ். படிப்புக்குப் பின் அவ்வெண்ணம் மிக வலுவாக ஊன்றிவிட்டது. அதுவும் காந்தியின் முழு உரையைப் படித்தவுடன் இனி நாம் பணி செய்யவேண்டியது இவரின் தலைமையில்தான் என்றும், தனது ஐ.சி.எஸ். பதவியை ஏற்பதில்லை எனவும் அன்று தீர்மானமான முடிவுக்கு வந்துவிட்டார்.

இங்கிலாந்து ஆட்சிப்பணி நடைமுறைகளின்படி ஐ.சி.எஸ். தேர்வு பெற்ற ஒருவர் பதவியில் அமராவிட்டாலும் அவர் அதன் சட்டதிட்டங் களுக்கு உட்பட்டவர். ராஜினாமா மட்டுமில்லை எதுவாக இருந்தாலுமே அரசின் அனுமதி வேண்டும்.

அதற்காக மே மாதம் (1921) லண்டன் பாராளுமன்றக் கட்டடத்தில் அன்றைய உள்துறை அமைச்சர் மாண்டேகுவைச் சந்திக்கக் காத்திருந்தார் சுபாஷ். அமைச்சர் மாண்டேகு இந்தியாவை, இந்திய சுதந்திர போராட்டங்களைப் பற்றி நன்கு அறிந்தவர்.

'என் பெயர் சுபாஷ் சந்திர போஸ். ஐ.சி.எஸ். தேர்ச்சி பெற்றவன். எனது வேண்டுகோள் கடிதத்தைத் தாங்கள் ஏற்றுக்கொள்ள வேண்டும்!'

'என்ன வேண்டுகோள்?'

'நான் ஐ.சி.எஸ். பதவியை ஏற்க விரும்பவில்லை. என் ராஜினாமாவை ஏற்றுக்கொள்ள வேண்டும்.'

திகைத்துப்போனார் அமைச்சர் மாண்டேகு. அவருக்குத் தெரிந்து பிரிட்டிஷ் அரசின் பெருமை மிக்க பதவியை யாருமே இப்படி ஏற்கும் முன்னரே உதறியதில்லை. அவர் ஆச்சரியத்துடன் சுபாஷைப் பார்த்துக் கேட்டார். 'உங்கள் வயது என்ன?'

'இருபத்து நான்கு!'

'இந்த வயதில் இப்படிப் பதவி கிடைப்பது மிகப்பெரிய கௌரவம். பலருக்குக் கனவு. இதை ஏன் ராஜினாமா செய்ய விரும்புகிறீர்கள்?'

'நான் முடிவு செய்த விஷயம் இது. விரைவில் என் ராஜினாமாவை ஏற்க வேண்டித்தான் உங்களைச் சந்திக்கிறேன்.'

'சரி, இந்தியாவிற்குத் திரும்பி என்ன செய்யப்போகிறீர்கள்?'

'செய்வதற்கு நிறைய இருக்கிறது. என்னால் என் நாட்டுக்கு என்ன முடியுமோ அதைச்செய்யப் போகிறேன்.'

‘இந்தியாவில் பதற்றமான சூழ்நிலையில் இந்தியர்கள் தவறான அணுகுமுறைகளின் மூலம் சர்க்காரை எதிர்த்துக் கொண்டிருக்கிறார்கள்.’

‘டியர் சார், எனக்கு விவாதிக்க நேரமில்லை. என் ராஜினாமாவை ஏற்க முடியுமா முடியாதா என்பதைப் பற்றி மட்டும் பேசுங்கள்.’

சுபாஷின் குரலில் தொனித்த உறுதி அந்த அமைச்சரை மேலே பேச விடாமல் செய்தது. இந்த இளைஞன் வருங்காலத்தில் இந்திய அரசியலில் பெரிய இடத்தைப் பிடிக்கப்போகிறான் என்று மனதுக்குள் எண்ணிக்கொண்டார் அந்த அனுபவம் மிக்க அமைச்சர்.

கட்டளையாகச் சொல்லப்பட்ட தன் தந்தையின் கனவை, லண்டன் நகரின் புதிய சூழலில் தன் கனவாகவே ஏற்று மிகக் கடுமையான சவாலை எட்டே மாதத்தில் திறமையாக வென்ற அந்த இளைஞன் காந்தியின் தலைமையை ஏற்றுப் போராட இந்தியா திரும்புகிறான்!

‘இந்தியா திரும்புகிறேன்’ என்ற சின்னக் கடிதத்தைத் தந்தைக்கு அனுப்பிவிட்டு, அந்த வாரமே கப்பலில் இந்தியா கிளம்பினார் சுபாஷ். அந்தப் பயணத்தின்போதெல்லாம், இந்தியாவில் காந்தியைச் சந்திக்கும்போது என்ன, எப்படிப் பேச வேண்டும்? என்னவெல்லாம் கேட்கவேண்டும் என்று திட்டமிட்டுக்கொண்டே இருந்தார். இம்மாதிரி, தான் எங்கு, யாரிடம் பேசச் செல்வதாக இருந்தாலும், அங்கு, தான் பேசப்போவதை அழகாகத் திட்டமிட்டுக்கொள்ளும் பாணியை சுபாஷ் பின்னாளில் பலமுறை செய்திருக்கிறார்.

ஆனால், காங்கிரஸ் கட்சியின் உட்கட்சி அரசியல், அதன் அதிகார மையக் கட்டமைப்புகள் அத்தனை சுதந்திரமானது இல்லை. சிக்கல்கள் நிறைந்தது என்பது முழுச் சுதந்திரத்தைச் சுவாசிக்க விரும்பும் அந்த இளைஞனுக்கு அப்போது தெரிந்திருக்கவில்லை.

5

சுபாஷும் காங்கிரஸும்

1920களில் காங்கிரஸ் கட்சி நன்கு வளர்ந்து இந்தியாவின் பல இடங்களில் வலிமை பெற்றுக் கொண்டிருந்தது. காந்தியடிகள், 'இந்திய மக்கள் பிரிட்டிஷ் அரசு கொடுத்த பட்டங்களைத் துறக்க வேண்டும். அரசு பதவிகளில் இருப்பவர்கள் தங்கள் பதவிகளைத் துறக்க வேண்டும். அன்னிய நாட்டுப் பொருள்களை மறுக்க வேண்டும்' என அறைகூவல் விடுத்திருந்தார். பலர் காந்தியடிகள் வார்த்தையை ஏற்றுப் பட்டம், பதவிகளைத் துறக்க முன் வந்தனர். அந்தக் கட்டத்தில்தான் லண்டனிலிருந்த சுபாஷும் ஐ.சி.எஸ். பதவியை ஏற்கும் எண்ணத்தைத் துறந்து தாய்நாட்டுக்குத் திரும்பி சேவை செய்யும் முடிவை எடுத்திருந்தார்.

1921 மே மாதம் தனது ராஜினாமாவை சமர்ப்பித்த அடுத்த வாரமே இந்தியாவிற்குப் பயணமானார் சுபாஷ். பம்பாய் துறைமுகத்தில் இறங்கிய மறுநாள் (ஜூலை 16 1921) நேராக அண்ணல் காந்தி தங்கியிருந்த மணி பவன் இல்லத்திற்குச் சென்றார்.

அந்த மதிய வேளையில் காந்தி, வராந்தாவில் அமர்ந்து, கதர் நூற்றுக் கொண்டிருந்தார். அவரை வணங்கி தன்னை அறிமுகப்படுத்திக் கொண்ட சுபாஷை அன்புடன் வரவேற்றார் மகாத்மா. 'வாழ்வின் ஒரு மகத்தான வாய்ப்பு இது' என எண்ணிய சுபாஷ், தன் கேள்விகளை

வரிசையாக அடுக்கிக்கொண்டே சென்றார். அவருக்கே உரித்தான பொறுமையுடனும் புன்முறுவலுடனும் கேட்டுக்கொண்டிருந்தார் காந்தி. சுபாஷ் கேட்ட மூன்று கேள்விகள்:

1) ஏன் காங்கிரஸ் எல்லா போராட்டங்களின் முடிவாக வரிகொடா இயக்கத்தை அறிவித்திருக்கிறது?

2) வரி கொடுக்காமல், சட்ட மறுப்பு செய்தால் எப்படி பிரிட்டிஷார் நமக்குச் சுதந்திரம் தந்துவிட்டு வெளியேறுவார்கள் என நினைக்கிறீர்கள்?

3) ஒத்துழையாமை இயக்கம் முழுமையாக நடைபெற்று, இயக்கம் வெற்றி பெற்றால் ஓராண்டில் இந்தியாவிற்கு சுயராஜ்யம் நிச்சயம் கிடைக்கும் என்று எதன் அடிப்படையில் சொல்கிறீர்கள்?

காந்தி தன் பதிலை ஒரு நீண்ட உரையாகக் கூறினார். சுபாஷுக்கு அந்தப் பதில்களில் திருப்தி இல்லை. மிகுந்த ஏமாற்றம் அடைந்தார்.

'என் உள்ளுணர்வு திரும்பத் திரும்பச் சொன்ன விஷயம், காந்திக்கு அவருடைய திட்டங்களில் தெளிவில்லை. தொடர்ந்து அடுத்தடுத்த கட்டங்களாக சுதந்திரப் போராட்டத்தை எப்படி எடுத்துச்சென்று லட்சியத்தை அடைவது என்பது பற்றிய தெளிவான கண்ணோட்டம், திட்டங்கள் அவரிடம் இல்லை. ஒரு வேளை பிரிட்டிஷாரே மனம் மாறி இந்தியாவை விட்டு வெளியேறி விடுவார்கள் என நம்புகிறாரோ என்று கூட எண்ணத் தோன்றியது!' என்று இந்தச் சந்திப்பைப்பற்றித் தனது புத்தகமான 'இந்தியப் போராட்டம்' (The Indian Struggle) என்ற புத்தகத்தில் சுபாஷ் குறிப்பிட்டிருக்கிறார்.

தனது பதில்களினால் திருப்தி அடையாத சுபாஷின் ஏமாற்றம் அவர் முகத்திலேயே பிரதிபலித்ததைக் கண்ட காந்தி, அத்துடன் அந்த உரையாடலை முடித்துக்கொள்ள விரும்பினார். சுபாஷை அவரது சொந்த ஊரான கல்கத்தாவிற்குச் சென்று சித்தரஞ்சன் தாஸை சந்தித்து அவருடன் இணைந்து பணியாற்றச் சொன்னார். அன்றைய இந்தியா இன்றுபோல் மாநிலங்களாக இல்லாமல் பெரிய நிலப்பகுதிகளை உள்ளடக்கிய ராஜதானிகளாக இருந்தது. அதில் ஒவ்வொன்றிலும் காங்கிரஸில் ஒரு முக்கிய தலைவர் இருப்பார். அவர் காந்தியுடன் நேரடித் தொடர்பில் இருப்பவர். காந்தியின் வார்த்தைகளைக் கட்டளைகளாக ஏற்றுத் தங்கள் தலைமையில் இயங்கும் செயல் வீரர்களின் உதவியுடன் அத்தலைவர் காந்தியின் கட்டளைகளைச் செய்து முடிப்பார். வங்காளத்தில் அப்படியிருந்த தலைவர் சித்தரஞ்சன் தாஸ். பெருமளவில் சம்பாதித்துக்கொண்டிருந்த பாரிஸ்டர் அவர். தன் வக்கீல் தொழிலுக்கு முழுக்குப் போட்டுவிட்டு முழுநேரமாகச்

சுதந்தரப் போராட்டத்திற்காக காங்கிரஸில் இணைந்தவர். மக்களிடம் மிகுந்த நன்மதிப்பைப் பெற்று, 'தேசபந்து' என அழைக்கப்பட்டவர்.

காந்தியின் சொற்படி சித்தரஞ்சன் தாஸை சந்திக்க முதல் முறை முயன்றபோது அவர் பயணங்களில் இருந்ததால் சுபாஷால் அவரைச் சந்திக்க முடியவில்லை. சில நாட்களுக்குப் பின்னர்தான் அவரைச் சந்தித்தார். ஐ.சி.எஸ். பதவியை ஏற்காமலேயே உதறிவிட்டு தேசத்தொண்டிற்காக வந்திருக்கும் அந்த இளைஞனை சித்தரஞ்சன் தாஸுக்கு முதல் பார்வையிலேயே மிகவும் பிடித்துப் போனது.

'அன்று நான் பின்பற்ற வேண்டிய என் தலைவனைக் கண்டுபிடித்து விட்ட உணர்வு என்னுள் பொங்கி எழுந்தது' எனத் தன் புத்தகத்தில் அந்தச் சந்திப்பைப்பற்றி பதிவு செய்திருக்கிறார் சுபாஷ். விரைவி லேயே சுபாஷுக்கு தன்னை நிரூபிக்க ஒரு வாய்ப்பு கிடைத்தது. இங்கிலாந்திலிருந்து முதல் உலகப்போரில் பிரிட்டிஷ் அரசுக்கு உதவிய இந்தியர்களை கௌரவிக்க வேல்ஸ் இளவரசர் அந்த ஆண்டு கிறிஸ்துமஸ் சமயத்தில் இந்தியாவிற்கு வருவதாக ஏற்பாடாகி யிருந்தது. தனது தலைமையில் இந்திய காலனி சிறப்பாக இயங்கு வதையும், தன் செல்வாக்கைக் காட்ட இது ஒரு நல்ல சந்தர்ப்பம் என்று அன்றைய இந்திய வைஸ்ராய் ரீடிங் எண்ணி இளவரசரின் வருகைக்கான ஏற்பாடுகளைச் சிறப்பாகச் செய்துகொண்டிருந்தார்.

இந்த இளவரசரின் வருகையின்போது முழு அடைப்பு ஒன்றை அனுசரித்து தங்கள் எதிர்ப்பைக் காட்ட திட்டமிட்டிருந்தது காங்கிரஸ். கல்கத்தா நகரில் சித்தரஞ்சன் தாஸ் அதைச் செய்யப் பணிக்கப் பட்டிருந்தார். அந்தப் பணியை அவர் சுபாஷிடம் ஒப்படைக்க எண்ணினார்.

'சுபாஷ், இது உனக்கு முதல் முக்கியப் பணி. இதை நீ வெற்றிகரமாகச் செய்து முடித்துவிட்டால் முழு கல்கத்தாவும் நீ சொல்வதைக் கேட்கும்!' என்றார்.

சித்தரஞ்சன் தாஸ் சொன்னவுடன், சுபாஷ் ஐ.சி.எஸ். தேர்வில் வெற்றி பெற்றதைவிட மிகவும் மகிழ்ச்சி அடைந்தார். அன்று மாலையே வேலைகளைத் தொடங்கிவிட்டார். தெருமுனைக் கூட்டங்கள், பொதுக் கூட்டங்கள் என்றெல்லாம் மக்களைக்கூட்டி, 'ஏன் இந்த முழு அடைப்பைச் செய்யவேண்டும்?' எனப் பேசினார். யார் இந்தத் துடிப்பான இளைஞன் எனக் கேட்ட கல்கத்தாவாசிகள் அவரது பின்னணியைக்கேட்டு பிரமித்தார்கள். முழு அடைப்பு அறிவிக்கப் பட்ட சில நாளுக்கு முன்னதாகவே ஓர் ஒத்திகையைப்போல் பெரிய பேரணி ஒன்றையும் நடத்தி மக்களின் எழுச்சியை எழுப்பித் தயார் நிலையில் வைத்திருந்தார் சுபாஷ்.

இங்கிலாந்து இளவரசர் கல்கத்தா வந்திறங்கிய நாளில் நகரத்தில் கடைகள், அலுவலகங்கள் மட்டும் அடைக்கப்படவில்லை; ஒரு வாகனம்கூட நகரவில்லை. வெறிச்சோடிய வீதிகள், மூடப்பட்ட கடைகள்தான் மன்னரை வரவேற்றன. இவ்வளவு திட்டமிட்ட முழு அடைப்பை எதிர்பார்க்காத அரசு நிர்வாகம் அதிர்ச்சியில் உறைந்து போயிற்று. சித்தரஞ்சன் தாஸை நன்கு அறிந்த அவர்கள் இந்த முழு வெற்றிக்குப் பின்னால் இருக்கும் புதிய நபர் யார் என்பதை ஆராயத் தொடங்கினார்கள். சக்தி வாய்ந்த பிரிட்டிஷ் உளவுத்துறைக்கு இளைஞன் சுபாஷின் பின்னணியை அறிய அதிக நேரம் பிடிக்க வில்லை. 'இந்த இளைஞன் பயங்கரமானவன்' என்று அறிக்கைகள் பறந்தன. சில நாட்களிலேயே சுபாஷ், சித்தரஞ்சன் தாஸுடன் கைது செய்யப்பட்டார். ஆறுமாதம் கடுங்காவல் தண்டனை வழங்கப் பட்டது.

தனது தண்டனையை அறிந்தவுடன் சுபாஷ் கேட்ட முதல் கேள்வி, 'வெறும் 6 மாதம்தானா? இத்தனை குறைந்த தண்டனையைப்பெற நான் என்ன சின்ன திருட்டைச்செய்த கிரிமினலா?' என்பதுதான். தனக்கு சிறைத் தண்டனை கிடைத்ததை ஒரு பரிசாகக் கருதி மகிழ்ந்தார் சுபாஷ்.

காந்தி அறிவித்த ஒத்துழையாமை இயக்கம் நாடு முழுவதும் வெகு வேகமாகப் பரவிக்கொண்டிருந்தது. பல தலைவர்கள் கைது செய்யப் பட்டனர். உத்திரப்பிரதேசத்தில் கோரக்பூர் நகரில், செளரி செளரா என்ற பகுதியில் எதிர்பாராதவிதமாக வன்முறை வெடித்தது. எழுச்சிமிகுந்த காங்கிரஸ் ஊர்வலத்தைக் கட்டுப்படுத்த போலீஸார் பிரம்படி அடக்குமுறையை மேற்கொள்ள, அதில் வெகுண்ட சிலர் போலீஸாரை திருப்பித் தாக்க இறுதியில் காவல் நிலையம் தீக்கிரையானது. சில மணிநேரத்தில் நகரம் முழுவதிலும் பல இடங்களில் கலவரம் மூண்டது. எந்தச் சமயத்திலும் வன்முறை கூடாது எனத் தலைவர் காந்தி போட்டிருந்த கட்டளை அந்த எழுச்சிப்பெருக்கில் தொண்டர்களுக்கு மறந்துபோனது. மிகுந்த மனவருத்தமும், கோபமும் அடைந்த காந்தி, தான் அறிவித்திருந்த ஒத்துழையாமை போராட்டத்தை உடனடியாக நிறுத்தி விட வேண்டும் என்றும், போராட்டம் கைவிடப்பட்டுவிட்டதாகவும் அறிவித்தார்.

போராட்டம் ஓர் உச்சக்கட்டத்தை அடைந்திருந்த நிலையில், அரசாங்கம் அதைக் கண்டு பயப்படத் தொடங்கியிருந்த கட்டத்தில், ஏதோ ஓரிடத்தில் சிலர் உணர்ச்சி வசப்பட்டுவிட்டார்கள் என்பதால் நாடு முழுவதுக்குமான போராட்டத்தை நிறுத்துவது சரியல்ல எனப் பல முன்னணித் தலைவர்களும், பல்லாயிரக்கணக்கான

தொண்டர்களும் எண்ணினர். ஆனால் காந்தி தனது முடிவில் மிகத் தீர்மானமாயிருந்தார். உலகிலேயே, தான் ஆரம்பித்து, மிக எழுச்சியுடன் எழுந்த ஒரு போராட்டத்தை, தானே திடீரென்று நிறுத்தி விட்ட தலைவர் காந்தியைத் தவிர வேறு எவரும் இருக்கமாட்டார்கள். காந்தியை கடவுளாகவே பார்த்த அன்றைய காங்கிரஸ் கட்சி 'தொடங்குங்கள்' என்றால் களத்தில் குதிக்கவும், 'நிறுத்துங்கள்' என்றால் நிறுத்தவும் செய்தது. காந்தியின் வாக்கே வேதவாக்கு!

இது சுபாஷுக்கு மட்டுமில்லை அவருடன் சிறையிலிருந்த சித்தரஞ்சன் போன்றவர்களுக்கும் பிடிக்கவில்லை. ஒத்துழையாமை இயக்கம் ஏதாவது ஒரு வடிவத்தில் தொடரவேண்டும். என நினைத்தனர். அவர்கள் சிறையிலிருந்து வெளிவந்ததும் இதற்கு ஒரு வாய்ப்பு வந்தது.

பிரிட்டிஷ் அரசு, மாகாண சட்டசபைகளிலும் மாகாண அரசுகளிலும் தேர்தல் நடத்தி அதில் அரசியல் வாதிகள் பங்குகொள்ளும் திட்டங் களை அறிவித்தது. இப்படிச் செய்வதின் மூலம் மாகாண அரசாங்கங் களை நிர்வாக ரீதியில் தங்களின் நேரடிக் கட்டுப்பாட்டுக்குக் கொண்டு வந்துவிடலாம் என்பது அவர்கள் திட்டம். இதை ஒரு சந்தர்ப்பமாகப் பயன்படுத்திக்கொள்ள விரும்பினார் சித்தரஞ்சன். தன் யோசனையை காங்கிரஸின் தலைமைக்குத் தெரிவித்தார். காந்தி இந்த ஆட்சி முறையின் மூலம் சுதந்திரப் போராட்டம் வலு இழந்துவிடும் என்று எண்ணி அந்தத் திட்டத்தை எதிர்த்தார். அதனால் காங்கிரஸ் மேலிடம் சித்தரஞ்சன் தாஸின் யோசனையை ஏற்கவில்லை.

வங்காள காங்கிரஸ் தலைவர்களும் லாலா லஜபதி ராய் போன்ற தலைவர்களும் இதனால் காந்திமீது மிகுந்த வருத்தமும் கோபமும் கொண்டிருந்தனர். லஜபதி ராய் 70 பக்கங்களில் காந்திக்கு ஒரு நீண்ட கடிதத்தை அனுப்பினார். அதில் பேசப்பட்டிருந்த பல விஷயங்களில் முக்கியமானது, 'உங்கள் அகிம்சை கொள்கைகள் நாட்டிற்குச் சுதந்திரம் கொண்டுவராது. அவைகள் ஆண்மையற்ற, கோழைத் தனமான செயல்கள். உடனடியாக கொள்கைகளை மாற்றுங்கள்' என்பது. இந்திய சுதந்திர வரலாற்றில் இப்படி கனமான வாசகங் களுடன் காந்தியின் அகிம்சைக் கொள்கைகளை எதிர்த்துப் பதிவான முதல் ஆவணம் இதுதான் இந்தக் கடிதத்தைப் படித்த சுபாஷுக்கு, காங்கிரசில் சில மூத்த தலைவர்களுக்கும் தன்னைப்போல காந்தியின் போராட்ட வழிகளில் நம்பிக்கையில்லை என்பதை உணர்ந்தார். பிற்காலத்தில் இவர்களை காங்கிரஸின் தீவிரவாதிகள் என்றும், காந்தி வழியை ஆதரித்தவர்கள் மிதவாதிகள் என்றும் அடையாளப்படுத்தப் பட்டனர்.

1922ஆம் ஆண்டு கயாவில் நடந்த காங்கிரஸ் மாநாட்டில் ஒத்துழையாமை இயக்கப் போராட்டத்தை எல்லா வழிகளிலும் முன்னெடுக்க வேண்டும் என்ற தீர்மானத்தை சித்தரஞ்சன் தாஸ் முன்வைத்தார். ஆனால் காந்தி விரும்பாததால் அது தோற்கடிக்கப் பட்டது. நிறைவேறவில்லை. தாஸ் இனிப் பொறுக்க முடியாது என, தனது தலைவர் பதவியை ராஜினாமா செய்தார். கல்கத்தா திரும்பிய உடன் ‘சுயராஜ்யா’ என்கிற ஒரு கட்சியைத் தொடங்கினார். இந்தக் கட்சி காங்கிரஸின் ஓர் அங்கம்தான் எனவும் அறிவித்தார். காந்தியோ, காங்கிரஸின் தலைமையோ இதைக் கண்டித்து அறிக்கை எதுவும் விடவில்லை. அப்படிச் செய்தால் வங்காளம் முழுவதும் கட்சி செல்வாக்கை இழந்து புதிய கட்சி காங்கிரஸின் இடத்தைப் பிடித்து விடும் என்ற அச்சம் காரணமாக இருக்கலாம்.

சுயராஜ்யா கட்சிக்கென ஃபார்வர்ட் என்ற ஆங்கில பத்திரிகை தொடங்கப்பட்டு, அதன் ஆசிரியராக சுபாஷ் அறிவிக்கப்பட்டார். அடுத்த ஆண்டு அறிவிக்கப்பட்ட கல்கத்தா மாநகராட்சி தேர்தலில் சுயராஜ்யா கட்சி போட்டியிட்டது. சுபாஷ், சுயராஜ்யா கட்சி தேர்தலில் போட்டியிடுவதின் அவசியத்தை மக்களுக்குக் கூட்டங்கள் மூலமும் விரிவான கட்டுரைகளை ஃபார்வர்ட் பத்திரிகையில் எழுதியதன் மூலமும் விளக்கினார். தேர்தலில் கட்சி அறுதிப் பெரும்பான்மை பெற்று நகராட்சியைக் கைப்பற்றியது. சித்தரஞ்சன் தாஸூம் அவரது வேட்பாளர்கள் அனைவரும் வெற்றிபெற்றனர். இந்த வெற்றியில் சுபாஷின் பணி வங்காளம் முழுவதும் பேசப்பட்டது.

சித்தரஞ்சன் தாஸ் மேயர் பதவிக்குத் தான் நிற்காமல் சுபாஷை நியமித்தார். இது புதிய கட்சியில் ஆச்சரியங்களையும் அதிர்ச்சி களையும் உருவாக்கியது. ‘எந்த அனுபவமும் இல்லாத ஒரு 27 வயது இளைஞனை ஒரு பெரிய மாநகராட்சிக்கு மேயராக்குவதா? படித்திருந்தால் மட்டும் போதுமா?’ எனக் கட்சியில் சலசலப்பு எழுந்தது. ஆனால் சித்தரஞ்சன், சுபாஷின் திறமையை மிகச் சரியாகக் கணித்திருந்தார் என்பது சில மாதங்களிலேயே புரிந்தது.

புதிய பதவியை ஏற்ற சுபாஷ் மிக மகிழ்ச்சியுடன் இருந்தார். தலைவர், இந்தியாவையே தன் கையில் கொடுத்து நிர்வகிக்கச் சொல்லியிருப்பது போல உணர்ந்தார். மளமளவென கல்வி, சுகாதாரம், பொதுத்துறைப் பணிகள் என எல்லாவற்றிலும் செய்யவேண்டிய பணிகளைத் திட்டமிட்டார். முதலில் செய்த காரியம் எல்லோரையும் ஆச்சரியப் படுத்தியது. தன் சம்பளமான 3000 ரூபாயை பாதியாகக் குறைத்துக் கொண்டார். மாநகராட்சி ஊழியர்கள் அணிந்து வரவேண்டிய சீருடையை ஆங்கிலப் பாணியிலிருந்து கதர் உடையாக மாற்றினார்.

பிரிட்டிஷ் நிர்வாகத்தின் கீழ் பணியாற்றினாலும், காந்தியைப் பெரிதும் மதித்த அவர்கள், சுபாஷின் இந்தத் திட்டத்துக்கு ஆதரவு தந்து ஒத்துழைத்தனர். மாநகராட்சி அலுவலகத்தில் உயர் அதிகாரிகள் முதல் துப்புரவுப் பணியாளர்கள்வரை அத்தனை பேரும் கதராடை அணிந்து பணிக்கு வந்துகொண்டிருந்தது தலைப்புச்செய்தியானது. அடுத்து கல்கத்தா நகரில் வரிப்பணத்தில் கட்டப்படும் அரசு கட்டிடங்கள் பாலங்கள், சாலைகளுக்கு இருந்த ஆங்கிலேய பெயர்களை மாற்றி தேசிய, வங்காளப் பாரம்பரிய பெயர்களைச் சூட்டினார். ஒரு மேயருக்கு இவ்வளவு அதிகாரங்கள் இருப்பதும் அதை அவர் செய்யமுடியும் என்பதும் கல்கத்தாவாசிகளுக்குப் அப்போதுதான் புரிந்தது. முதலில் அவருக்கு எதிர்ப்பைத் தெரிவித்தவர்கள்கூட பாராட்டத் துவங்கினர்.

ஆனால் பிரிட்டிஷ் நிர்வாகம் இந்த மாறுதல்களை வேறுவிதமாகப் புரிந்துகொண்டது. சுபாஷ் மேயராகத் தொடர்ந்தால் மிக வலிமையான தலைவராக வளர்ந்துவிடுவார். தொடர்ந்து மாகாண அளவிலும் தேசிய அளவிலும் பெரிய தலைவராக வளர்ந்து தொல்லை கொடுக்கப் போகிறார் என்று கணித்தது. அதைத் தடுக்க வழிகளை யோசிக்கத் தொடங்கியது.

1924 அக்டோபர் 25 அதிகாலை நேரம். கல்கத்தா நகர போலீஸ் கமிஷனர் சுபாஷின் வீட்டிற்கு வந்தார். உங்களைக் கைது செய்கிறோம் எனச் சொன்னார். காரணம் கேட்ட சுபாஷுக்கு அவர் காட்டிய வாரன்ட்டில் இருந்த பிரிவுகளை அதுவரை சுபாஷ் கேள்விப் பட்டதில்லை. அது, முதல் நாள்தான் வைஸ்ராய் போட்டிருக்கும் ஒரு புதுச்சட்டம். அதன்படி போலீஸ் எவரையும், எந்த நேரத்திலும் காரணங்கள் சொல்லாமல் கைது செய்யலாம். சிறையில் அடைத்த பின்னரோ அல்லது கோர்ட்டிலோ கைதுக்கான காரணங்களைச் சொல்லலாம். சுபாஷை கமிஷனர் தனது காரிலேயே சிறைக்குக் கூட்டிப்போனதால் அந்தநேரத்தில் பக்கத்து வீட்டுக்காரர்களுக்கோ அல்லது மக்களுக்கோ அவர் கைது செய்யப்பட்டிருக்கிறார் என்றே தெரியவில்லை. நகர மேயர் நகர போலீஸ் கமிஷனருடன் எங்கோ செல்கிறார் என்று நினைத்தனர்.

அலிப்பூர் சிறையில் அடைக்கப்படும் முன், சுபாஷ் கைது செய்யப் பட்டதற்காக சொல்லப்பட்ட காரணங்கள் போலீஸ் அதிகாரிகளைக் கொல்ல திட்டம் தீட்டி அதற்காக வெடிமருந்துகளையும் ஆயுதங் களையும் சேகரித்து அவரது வீட்டில் பதுக்கியிருக்கிறார் என்பது.

சுபாஷ் அதைக் கேட்டு சிரித்துக்கொண்டார். சிறையில் அவர் வைத்த கோரிக்கை கல்கத்தா போலீஸை மட்டுமில்லை பிரிட்டிஷ் நிர்வாகத்தையே மிரண்டுபோய் சிந்திக்கவைத்தது. 'நான் நகர மேயர்.

என் தினசரிப் பணிகளைச்செய்ய வேண்டும். இல்லாவிட்டால் நகர நிர்வாகம் ஸ்தம்பித்து விடும். எனவே எனது செகரட்டரியை ஃபைல்களுடன் தினசரி சிறைக்கு வரச்சொல்லுங்கள்' என்பதுதான் அந்தக் கோரிக்கை.

வேறுவழியில்லாதால் அது அனுமதிக்கப்பட்டது. சிறையில் இருக்கும் ஒரு நகர மேயர் தன் அலுவலகப்பணியை அங்கிருந்தே செய்யும் வினோதமான காட்சியை அன்றுதான் இந்தியா கண்டது. சுபாஷின் இந்தத் திடீர் கைதை தொடர்ந்து சுயராஜ்ய கட்சி இளைஞர்கள் பலர் கைது செய்யப்பட்டனர். அவர்கள்மீது 'நாட்டின் பாதுகாப்புக்கு ஊறு விளைவிக்கும் பயங்கரவாதிகள்' என்று முத்திரை குத்தப்பட்டது. அவர்களை விடுவிக்க எழுந்த போராட்டங்களின் மேல் அடுக்குமுறை ஏவப்பட்டது 'தேசபக்தி குற்றம் என்றால் என்னையும் கைது செய்யுங்கள்' என சித்தரஞ்சன் தாஸ் அறிவிப்பு வெளியிட்டார். சுருக்கமாகச் சொன்னால் கல்கத்தா கலவர பூமியாக மாறிக்கொண்டிருந்தது

இதனால் சுபாஷ், சிறையிலிருந்து மேயர் பணிகளைத் தொடர்ந்து செய்ய அரசு அனுமதிக்க விரும்பவில்லை. கவுன்சில் கூடி மற்றொரு வரைத் தேர்ந்தெடுக்க வாய்ப்பில்லை என்பதால் நிர்வாகம் சட்டப் பிரிவுகளை ஆராய்ந்து சுபாஷை நீக்க வழி கண்டுபிடித்தது. அதாவது மேயர் தொடர்ந்து ஒரு குறிப்பிட்ட காலம் அந்த மாநிலத்தில் வசிக்கவில்லை என்றால் அவர் பதவியிழப்பார். இதனால் அவரை கல்கத்தாவை விட்டுத் தொலைவில் இருக்கும் சிறைக்கு மாற்ற முடிவு செய்தார்கள். அப்போது பர்மாவின் (இன்றைய மியான்மார்) வட பகுதியிலிருந்த மாண்டெலே என்ற சிறைக்கு மாற்றினார்கள். இது பால கங்காதர திலக், லாலா லஜபதிராய், சர்தார் அஜித் சிங் போன்ற தலைவர்கள் சிறை வைக்கப்பட்ட இடம். கட்டுப்பாடுகள் மிகுந்த இந்தச் சிறையிலிருந்து இந்திய மக்களைத் தொடர்புகொள்ள முடியாது.

சுபாஷ் சிறையிலிருக்கும்போது வங்காள சட்ட மன்றத்தேர்தல் அறிவிக்கப்பட்டது. சிறைக் கைதியாக இருந்தபடியே அத்தேர்தலில் போட்டியிட்டு அமோக வெற்றி பெற்றார் சுபாஷ். இதனால் தனது சட்டமன்ற பணிகளைச் செய்வதற்காக சிறையிலிருந்து விடுவிக்கப் படுவோம் என எதிர்பார்த்த சுபாஷ் ஏமாற்றம் அடைந்தார். மாறாக கட்டுப்பாடுகள் கடுமையாகின. இந்தச் சிறையிலிருக்கும்போது சுபாஷ் நோய்வாய்ப்பட்டு அவதிக்குள்ளானார். நுரையீரல் தாக்கப் பட்டு காசநோய்க்கான அறிகுறிகள் தெரிய ஆரம்பித்தன. அரசு அச்சப்பட ஆரம்பித்தது. அவர் சிறையில் இறந்துவிட்டால் வங்காளம் கொந்தளித்து எழும் என்பதை உணர்ந்திருந்த நிர்வாகம். அவரை விடுதலை செய்ய இரண்டு நிபந்தனைகளை விதித்தது. ஒன்று, தன் தவற்றை அவர் ஒப்புக்கொள்ளவேண்டும். இரண்டு, விடுதலைக்குப்

பின் சுபாஷ் இந்தியாவில் இருக்கக்கூடாது. இரண்டு நிபந்தனை களையும் சுபாஷ் ஏற்க மறுத்தார். அதனால் சிகிச்சைக்காக அவரை ஐரோப்பாவிற்கு அனுப்பத் தீர்மானித்தது அரசு. ஆனால் கல்கத்தாவிற்குப் போகாமல் ரங்கூனிலிருந்து இலங்கை சென்று பின்னர் அங்கிருந்து ஐரோப்பிய பயணம் என்ற ஆலோசனையைத் தெரிவித்தது. சுபாஷ் அதையும் தீர்மானமாக ஏற்க மறுத்து சிறையில் உண்ணாவிரதப் போராட்டத்தைத்தொடங்கினார்.

இதற்கிடையில் கல்கத்தா அரசியலில் அலையலையாக மாற்றங்கள் நிகழ்ந்தன. சித்தரஞ்சன் தாஸ் மரணம் அடைந்துவிட்டதால், காந்தியின் அபிமானிகளின் கை ஓங்கிவிட்டது. சுயராஜ்ய கட்சி பிரிவினர் ஒதுக்கப்பட்டனர். முஸ்லிம் மக்களுக்குச் சட்டமன்றத்தில் இடங்கள் ஒதுக்கி அவர்களுடன் சித்தரஞ்சன் தாஸ் செய்து கொண்டிருந்த ஒப்பந்தம் நிராகரிக்கப்பட்டது. இதன் விளைவாகத் தான் வங்காளம் பல ஆண்டுகளுக்குப்பின் இரண்டாகப் பிரிந்தது. (இதனால்தான் சுதந்திரப் பிரிவினையின்போது அந்தப் பகுதியை பாகிஸ்தானிடம் இழக்க நேர்ந்தது, தனிக்கதை).

இதற்குள் சுபாஷ் சிறையில் இறந்து விட்டார் என வதந்தியும் பரவியிருந்தது. இது வதந்தி என நிரூபிக்கவும் வேறு வழியில்லாததாலும் பிரிட்டிஷ் நிர்வாகம் சுபாஷை விடுதலை செய்யத் தீர்மானித்தது. மிகவும் நலிந்த உடல் நிலையில் அவரை பர்மாவிலிருந்து ஒரு கப்பலில் அழைத்து வந்தனர். அவரை வரவேற்கக் காத்திருந்த கல்கத்தா மக்கள் கப்பலிலிருந்து இரண்டுபேர் ஒரு டோலியில் அவரைத் தூக்கிவந்ததைக் கண்டு அதிர்ந்து போயினர். காந்தியடிகள் ‘வங்காள அரசு, சுபாஷ் சிறையில் இறந்துவிடுவார் என அஞ்சி குற்றுயிராக இருக்கும் நிலையில் விடுதலை செய்திருப்பது மிகவும் அக்கிரமமான செயல். கோழைத்தனம்’ என யங் இந்தியாவில் எழுதினார்.

நாடு திரும்பிய போஸ் கட்சியிலும் போராட்டங்களைச் சந்திக்க வேண்டியிருந்தது. இவரது சிறைக்காலத்தில் சித்தரஞ்சன் தாஸும் இல்லாதபோது வளர்ந்த சென்குப்தா என்பவரின் தலைமையில் இயங்கிய காங்கிரஸாருடன் ஆறு ஆண்டுகள் இந்த உட்கட்சி உரசல்கள் தொடர்ந்து கொண்டிருந்தது. சரியாகச் சொல்வதனால் வங்காள காங்கிரஸ் இரண்டாகப் பிரிந்து இயங்கிக்கொண்டிருந்தது. ஆனால் பெரும்பாலானோர், கட்சியின் மாநிலத் தலைமையை சுபாஷ் ஏற்கவேண்டுமென விரும்பினர். மேலிடம் தலையிட்டு சென்குப்தாவை சமாதானப்படுத்தி சுபாஷின் தலைமையை அவரை ஏற்கச்செய்தது.

சுபாஷின் தொடர்ந்த துணிவான செயல்களினால், வங்காள மாநிலம் மட்டுமில்லாமல் நாடு முழுவதும் அறியப்பட்ட தலைவராக அவர் வளர்ந்துகொண்டிருந்தார். இந்தியாவின் அரசியல் அமைப்பில்

செய்யவேண்டிய மாறுதல்களை ஆராய இங்கிலாந்து அரசு 1929ல் 'சைமன் கமிஷன்' என்ற குழுவை அனுப்பியது. அதில் இந்தியர்கள் யாரும் இடம் பெறவில்லை. நாம் எப்படி ஆட்சி செய்துகொள்வது என்பதை ஆராய இவர்கள் யார்? அது நாம் செய்யவேண்டிய வேலை என காங்கிரஸின் அப்போதைய தலைவர் மோதிலால் நேரு நினைத்தார். அதற்கான ஒரு வரைவு திட்டத்தைத் தயாரிக்க ஒரு குழுவை அமைத்தார். அதில் இடம்பெற சுபாஷ் அழைக்கப்பட்டார். காந்தி விரும்பாவிட்டாலும் காங்கிரஸின் தலைவர்கள் எவ்வளவு தூரம் சுபாஷின் திறமையில் நம்பிக்கை வைத்திருந்தார்கள் என்பதை இது காட்டியது. அனைவருக்கும் ஓட்டு, இடஒதுக்கீடு முறை, இரண்டு அடுக்கு பாராளுமன்ற முறை, மாநிலங்களுக்கு அதிகாரம் எனப் பல விஷயங்களைச் சொன்ன இந்த வரலாற்று முக்கியம் வாய்ந்த அறிக்கையைத் தயாரித்ததில் சுபாஷின் பணி மிக அதிகம். தன்னை ஒரு நாட்டின் தலைவனாக பின்னாளில் வெளிநாடுகளில் அடையாளம் காட்டிக்கொள்ள இந்தப் பணி மிக உதவியிருக்கிறது.

இதைத் தொடர்ந்து அந்த ஆண்டு லாஹூரில் நடந்த அகில இந்திய காங்கிரஸ் மாநாடு, சுதந்திரப் போராட்டத்தில் ஒரு திருப்புமுனையாக அமைந்தது. அதற்கு முந்திய ஆண்டு மாநாட்டில் காந்தி இந்தியாவிற்கு டொமினியன் என்ற அந்தஸ்த்தில் இங்கிலாந்து சுதந்திரம் வழங்க வேண்டும். அதை இரண்டாண்டுக்குள் அளிக்கா விட்டால் முழு சுதந்திரம் கேட்டு போராட்டங்கள் தொடரும் எனத் தீர்மானம் கொண்டுவந்தார். அதை ஜவஹர்லால் நேருவும், சுபாஷும் ஆதரிக்கவில்லை. நமக்கு வேண்டியது, நாமே ஆண்டுகொள்ள வேண்டிய பரிபூரண சுதந்திரமே. அதுவும் உடனே அளிக்கப்பட வேண்டுமே தவிர வேறு ஏதுமில்லை என இருவரும் பேசினர். காந்தி ஓராண்டு காலம் கொடுக்கலாம் என்ற யோசனையை வைத்தார். அதை ஆதரித்து ஓட்டளித்தவர்களில் நேருவும் ஒருவர். சுபாஷ் எதிர்த்து ஓட்டளித்திருந்தார். ஓராண்டு காலக்கெடு தீர்மானம் ஏற்கப் பட்டிருந்தது. அந்த ஓராண்டு கெடு முடிந்த நிலையில் அறிவிக்கப் பட்டிருந்த லாஹூர் மாநாடு பலத்த எதிர்பார்ப்புகளை உருவாக்கி யிருந்தது. நேருவின் தலைமையில் அந்த மாநாட்டில் பூரண சுயராஜ்யம் பெற அனைத்தையும் செய்யும் தீர்மானம் ஏகமனதாக நிறைவேறியது. அந்தச் சமயத்தில் நேருவின் வயது 41, சுபாஷின் வயது 33. காங்கிரஸ் இளைஞர்கள் கைக்கு மாறிக்கொண்டிருந்ததை பிரிட்டிஷ் அரசும் கவனித்துவந்தது.

மாநாட்டுத் தீர்மானங்களைத் தொடர்ந்து காந்தி 'வெள்ளையர்களே வெளியேறுங்கள்' போராட்டங்களை அறிவித்தார். அதில் ஈடுபட்ட சுபாஷ் கைது செய்யப்பட்டார். அவர் சிறையில் இருக்கும்போது

காந்தி- இர்வின் ஒப்பந்தம் கையெழுத்தாகியது. சிறையிலிருந்து வெளிவந்த சுபாஷ் நேராக காந்தியிடம் சென்று, 'அந்த ஒப்பந்தம் தவறானது, அடிப்படையான பூரண சுதந்திரத்திற்கு எதிரானது. காந்தி அந்த ஒப்பந்தத்தை ஏற்றிருக்கக் கூடாது!' என்று வாதாடினார். காந்தி அவரிடம் அரைமனதாக, அடுத்த மாநாட்டில் திருத்திவிடலாம் என்றார். சுபாஷுக்கு அதில் விருப்பம் இல்லை. இருவருக்குமிடையே இருந்த உறவு கீறலிருந்து பிளவை நோக்கி நகர்ந்துகொண்டிருந்தது.

சுபாஷின் நடவடிக்கைகளைக் கூர்ந்து கவனித்துக்கொண்டிருந்த பிரிட்டிஷ் அரசு, இவர் மற்ற தலைவர்களை விட ஆபத்தானவர். காந்தி சொல்வதைக் கேட்கமாட்டார், வெளியில் விட்டுவைத்திருப்பது நல்லதல்ல என முடிவு செய்தனர். 1932ல் சுபாஷ் மும்பையில் நடக்கவிருந்த காங்கிரஸ் காரிய கமிட்டி கூட்டத்துக்கு ரயிலில் பயணம் செய்துகொண்டிருந்தார். பம்பாய் நகருக்குள் நுழையும் முன்னரே கல்யாண் நகரில் ரயில் இதற்காகவே நிறுத்தப்பட்டு சுபாஷ் கைது செய்யப்பட்டார். அப்போது அவருக்கு உடல்நலம் சரியில்லை. அதையே காரணம் காட்டி லக்னோவில் உள்ள ஒரு மருத்துவமனையில் கைதியாக சிகிச்சைக்காக அனுமதிக்கப்பட்டார். அங்கு அவருக்கு சிகிச்சை அளித்த ஆங்கிலேய டாக்டர் உடல் மிக மோசமாகிக் கொண்டிருக்கிறது. மேல் சிகிச்சைக்கு வியன்னாவிற்கு அனுப்ப வேண்டும் என சிபாரிசு செய்தார். அந்தக் காலகட்டத்தில் வியன்னா தான் மருத்துவ உலகின் தலைநகராக இருந்தது. எந்தவிதப் பிணிக்கும் சிறந்த சிகிச்சை அங்கு கிடைத்தது.

1933ஆம் ஆண்டு மார்ச் 8ம் தேதி சுபாஷ் பயணம் செய்த கப்பல் வியன்னாவை அடைந்தது. இறுதியில் பிரிட்டிஷ் அரசு திட்டமிட்டபடி சுபாஷை இந்தியாவைவிட்டு வெளியேற்றுவதில் வெற்றி கண்டுவிட்டது.

இந்தப் பயணத்தில்தான் சிகிச்சைக்குப்பின் உடல் நலம் தேறிவந்த காலகட்டத்தில் சுபாஷ் 'The India struggle' புத்தகத்தின் முதல் பகுதியை எழுதினார். இந்தப் புத்தகம் அதிகம் அறியப்படாத பல விஷயங்களை நமக்குச் சொல்கிறது. இந்தச் சமயத்தில் அவர் சுவிஸர்லாந்து, செக்கோஸ்லோவாக்கியா, ருமேனியா, பல்கேரியா, போலந்து நாடுகளில் பயணம் செய்து புதிய நண்பர்களைப் பெற்றார். சந்திக்கும் எல்லோரிடமும் இந்திய சுதந்திரப் போராட்டங்கள் பற்றிப் பேசினார் சுபாஷ். அந்தச் சமயத்தில் அவருக்குக் கிடைத்த ஒரு நட்பு, வித்தல்பாய் படேல். இவர் வல்லபாய் படேலின் அண்ணன். வியன்னாவிற்கு சிகிச்சைக்கு வந்த அவர் அங்கேயே மரணமடைந்தார். இறக்கும் தறுவாயில் அவர் தனது சொத்து, சேமிப்புகள் எல்லாவற்றையும் சுபாஷுக்கு அளித்து அவருடைய போராட்டங்களுக்கு பயன்படுத்திக்கொள்ளுமாறு கூறினார்.

இந்தப் பயணத்தில் ஆஸ்திரியா நாட்டில் பாட்கஸ்டீன் (Badgastein) நகரில் தங்கி பணிகளைச் செய்துகொண்டிருந்த காலம் சுபாஷின் வாழ்க்கையில் ஒரு முக்கிய காலக் கட்டம். விவேகானந்தரால் கவரப்பட்டு, வாழ்நாள் முழுவதும் பிரம்மச்சாரியாக இருக்கத் தீர்மானித்திருந்த சுபாஷ் அங்குதான் மனம் மாறினார். காரணம் எமிலி!

எமிலி ஆஸ்திரியப் பெண். சுபாஷிடம் காரியதரிசியாகப் பணியில் சேர்ந்தவர். மிகச் சாதாரண குடும்பத்துப் பெண்ணான எமிலி சுபாஷின் திறனையும் செயல்களையும் கண்டு வியந்து அவர் மீது மிகுந்த மரியாதை கொள்கிறார். அந்த மரியாதை அன்பாகி கனிந்து காதலாகிறது. அவர்களது காதல் 3 ஆண்டுகள் தொடர்ந்தது. சுபாஷ் ஐரோப்பாவில் எங்கு பயணம் செய்தபோதும், எத்தனை அலுவல்களுக்கு மத்தியிலும் தவறாமல் எமிலிக்கு கடிதங்கள் எழுதியிருக்கிறார். இன்றும் சுபாஷ் குடும்பத்தினர் வசம் இருக்கின்றன அக் கடிதங்கள். கனிவான காதல் தொனிக்கும் அந்தக் கடிதங்களைப் பார்க்கும் போது சுபாஷும் எமிலியும் எந்த அளவுக்கு ஒருவரை ஒருவர் நேசித்திருக்கிறார்கள் எனப் புரிந்துகொள்ள முடிகிறது. மொழி, இனம், நாடு அனைத்தையும் கடந்த காதல் அது.

1934ல் தந்தை நோய்வாய்ப்பட்டிருப்பதை அறிந்து இந்தியா வர விரும்பிய சுபாஷை, பிரிட்டிஷ் அரசாங்கம் முதலில் அனுமதிக்க மறுத்துவிட்டது. பின் போராடி அனுமதித்து பெற்று சுபாஷ் இந்தியா வருவதற்குள் அவர் தந்தை இறந்துபோனார். இந்தியா வந்த சுபாஷை உடனே வியன்னாவிற்குத் திரும்புமாறு கட்டளையிட்டது பிரிட்டிஷ் அரசு.

சுபாஷ் திரும்பும் பயணத்தில் வழியில் ரோம் சென்று அதிபர் முசோலினியைச் சந்தித்தார். அதற்கு அடுத்த ஆண்டு (1936) அயர்லாந்து சென்று போராட்ட வீரர் டி.வேலாராவைச் சந்தித்துப் பேசினார். இவற்றை கவனித்துக் கொண்டிருந்த பிரிட்டிஷ் அரசு, இந்த மனிதனை நாடு கடத்தினாலும் புதிய தொடர்புகளை ஏற்படுத்திக் கொள்கிறானே, அதன் மூலம் புரட்சி செய்யத் திட்டமிடுகிறானோ என்று சந்தேகப்பட்டது. 1936ல் ஜெனிவாவில் ஒரு பத்திரிகையாளர் கூட்டத்தில் இந்திய சுதந்திரப் போராட்டம் பற்றிப் பேசிய பின் சுபாஷ், தான் விரைவில் இந்தியா திரும்பிப்போவதை அறிவித்தார். பிரிட்டிஷ் அரசு உடனே தங்களது வியன்னா தூதவர்மூலம், 'அப்படி சுபாஷ் இந்தியா திரும்பினால் கைதுசெய்யப்படுவார்' என எச்சரிக்கை விடுத்தது. ஆனால், இதற்கெல்லாம் பயப்படாத சுபாஷ் சொன்னது போலவே பயணம் மேற்கொண்டு இந்தியா அடைந்தார்.

சுபாஷ், பம்பாயில் இறங்கியவுடனேயே கைது செய்யப்பட்டார். சில காலம் டார்ஜிலிங்கில் ஒரு வீட்டில் தனிச்சிறையில் வைக்கப்பட்டார்.

அங்கு எவரையும் சந்திக்க அனுமதி மறுக்கப்பட்டு மறுபடியும் வியன்னாவிற்கே அனுப்பிவைக்கப்பட்டார்.

வியன்னாவில் உடல் நிலை சற்று சரியானதும் சுபாஷ் மீண்டும் தன் சுற்றுப் பயணங்களைத் தொடர்ந்தார். ஜெர்மனிக்கும் இங்கிலாந்துக்கும் செல்ல அவருக்குத் தடை விதிக்கப்பட்டிருந்தது என்பதால் ஐரோப்பிய நாடுகளில் பயணம் செய்து இந்திய நாட்டின் பிரதிநிதிபோல சிறிதும் பெரிதுமாகப் பல கூட்டங்களில் பங்கு பெற்றுப் பேசினார். இந்தியாவில் காந்தியடிகளின் ஒத்துழையாமை இயக்கம் தோற்றுவிட்டது. காங்கிரஸ் வேறு அணுகுமுறைகளுடன் போராட்டத்தைத் தொடரும் என ஓர் அறிவிப்பை வெளியிட்டார் சுபாஷ். 'மான்செஸ்டர் கார்டியன்' என்ற பத்திரிகை, சுபாஷின் அறிவிப்பை பிரசுரித்ததுடன், 'சந்திப்பவர்களிடம் எல்லாம் இந்தியாவைப் பற்றிப் பேசும் இவர், இந்திய காங்கிரஸின் அடுத்த தலைவராகப் போகிறவர்' என்ற குறிப்பையும் சேர்த்து வெளியிட்டது.

1937 டிசம்பர் 27ம் தேதி சுபாஷ் எமிலியை ரகசியமாக திருமணம் செய்து கொண்டார். இந்தத் திருமணச் செய்தி பின்னாளில் ஒரு கடிதத்தின் மூலம்தான் தெரியவந்தது. அது அவர் அண்ணனுக்கு சுபாஷ் எழுதியிருந்த கடிதம். மனதைத் தொடும் அந்தக் கடிதத்தை இன்றும் கல்கத்தாவிலிருக்கும் போஸின் நினைவகத்தில் காணமுடிகிறது. ஆனால் எந்த மாதிரியான திருமணம் என்ற விபரம் தெரியவில்லை.

சில நாட்களுக்குப் பின்னர் சுபாஷ் சந்திர போஸ் இந்தியா திரும்பினார். ஆனால் அப்போது என்ன காரணத்தினாலோ அரசாங்கம் அவரை கைது செய்யவில்லை. அந்தக் காலக் கட்டத்தில் வங்காளத்தில் மட்டுமின்றி நாடு முழுவதும் நன்கு அறியப்பட்டிருந்த சுபாஷ், அகில இந்திய காங்கிரஸின் தலைமையை ஏற்கவேண்டும் என்பது ஏராளமான தொண்டர்களின் எதிர்பார்ப்பாக இருந்தது. உடல் நலம் மிகவும் குன்றிய நிலையிலும் விடாப்பிடியாகத் தொடரும் அவருடைய துணிவும் போராட்ட குணமும் பலரையும் கவர்ந்திருந்தது.

வெளிநாட்டுப் பயணங்கள் போதும். இனி கட்சிப்பணியைத் தொடரலாம் என எண்ணிக்கொண்டிருந்த சுபாஷும் அதை ஏற்கும் மனநிலையில் இருந்தார். ஆனால் அவர் ஏற்கப் போகும் காங்கிரஸ் கட்சியின் தலைமைப் பதவியும் அதனால் ஏற்படப்போகும் விளைவுகளும் மீண்டும் ஒரு நீண்ட நெடும்பயணத்திற்கு அவரை கூட்டிச் செல்லப்போகிறது என்பதை அவர் அப்போது அறிந்திருக்க வில்லை.

6

ஜெயித்தார், ராஜினாமா செய்தார்!

அகில இந்திய காங்கிரஸ் கட்சித் தலைவர் ஒவ்வொரு ஆண்டும் அந்தக் கட்சியின் மாநாட்டில் தேர்ந்தெடுக்கப்படுவார். தேர்வு என்பது ஒரு நடைமுறையாகத்தான் இருக்கும். மாநாட்டிற்கு முன்னர் நிகழும் காரிய கமிட்டி கூட்டத்தில் காந்தியின் ஒப்புதலோடு முடிவு செய்யப் பட்ட பெயர் மாநாட்டில் அறிவிக்கப்படும்.

அப்போது வெளிநாட்டிலிருந்து கல்கத்தா திரும்பிய சுபாஷுக்கு நகரில் பெரிய அளவில் வரவேற்பு அளிக்கப்பட்டது. அவரது மேயர் கால பணிகளை மறக்காத கல்கத்தா மக்கள், அவர் வெளிநாட்டில் சிறை வைக்கப்பட்ட காலத்திலும்கூட அஞ்சாமல் செய்த பணிகளை அறிந்திருந்தனர். அதனால், அவரை மிகப் பெரிய ஹீரோவாகப் பார்த்தனர். இவர் காங்கிரஸுக்கு மட்டும் இல்லை, இந்திய நாடு சுதந்திரம் பெற்ற பிறகு நாட்டின் மிகப் பெரிய தலைவராக திகழப் போகிறவர் என்று நம்பினார்கள்.

1938ல் காங்கிரஸ் கட்சி நன்கு வளர்ந்த நிலையில் இருந்தது. உறுப்பினர் எண்ணிக்கை 30 லட்சத்தைத் தாண்டியிருந்தது. தேர்தல்கள் நடந்த 11 ராஜதானிகளில் 8ல் ஆட்சியைப் பிடித்திருந்தது. மக்களிடம் செல்வாக்கு ஓங்கியிருந்தது. இம்மாதிரியான சூழலில் கட்சியின் அகில இந்திய தலைமையை துணிச்சல் மிக்க சுபாஷ் ஏற்கிறார் என்ற செய்தி தொண்டர்களுக்கு மிகுந்த உற்சாகத்தையும், உத்வேகத்தையும்

தந்தது. அகில இந்திய காங்கிரஸ் மாநாடு குஜராத் மாநிலத்திலுள்ள சூரத் மாவட்டத்தில் ஹரிப்புரா என்ற சின்ன கிராமத்தில் நடைபெற ஏற்பாடாகியிருந்தது.

'அது ஒரு கோலாகலமான திருவிழா போலிருந்தது. வங்காளத்திலிருந்து வந்திருந்த ஓவியர்கள் அமைத்த பந்தலுக்கு சுபாஷை 51 காளைகள் பூட்டிய பெரிய வண்டியில் வாத்தியங்கள் முழங்க அழைத்து வந்தார்கள். நாட்டின் பல பகுதிகளிலிருந்து 2 லட்சம் தொண்டர்கள் வந்திருந்தார்கள். அனைவர் முகத்திலும் சந்தோஷம்' என்று இந்த மாநாடுபற்றி பென்பிராட்லி என்ற ஆங்கிலேயர் லேபர் மன்த்திலி என்கிற லண்டனிலிருந்து வெளியாகும் பத்திரிகையில் எழுதியிருந்தார்.

அலங்காரம், ஆர்ப்பாட்டம், வரவேற்பு இவற்றையெல்லாம் தாண்டி அந்த மாநாட்டில் சுபாஷ் ஆற்றிய நீண்ட உரை வரலாற்றுச் சிறப்பு மிக்கது. மற்ற காங்கிரஸ் மாநாடுகள்போல இல்லாமல் இந்த மாநாட்டில் மிகத்தெளிவான தீர்மானங்கள் முன் மொழியப்பட்டது. சுபாஷ் தன் உரையில் ஆங்கிலேயர்களை வெளியேற்றுவதைமட்டும் பேசவில்லை. எதிர்கால இந்தியாவைப்பற்றி, சுதந்திர தேசத்தில் மேற்கொள்ள வேண்டிய பணிகள் பற்றியெல்லாம் மிக விரிவாகப் பேசினார்.

காங்கிரஸின் குறிக்கோள், இன, மத, சாதி வேறுபாடுகள் இல்லாத, மைனாரிட்டிகள், மெஜாரிட்டிகள் ஒருவர்மீது ஒருவர் ஆதிக்கம் செலுத்தாத எல்லோரையும் ஒருங்கிணைத்து ஒரு வலிமையான நாடாக இந்தியாவை உருவாக்குவதுதான் என அறிவித்தார். மேலும் இந்த மாநாட்டில் சுதந்திரத்துக்குப் பின்னர் நாட்டை நிர்வகிக்க இளைஞர்களுக்கு இப்போதே பயிற்சி அளிக்க வேண்டும். கட்சியில் தொழிற்சங்க, விவசாயிகளுக்கு அமைப்புகள் உருவாக வேண்டும். தனியாக ஒரு வெளியுறவுத்துறை ஆப்கானிஸ்தான், சீனா, பர்மா, சியாம், மலாய் போன்ற நாடுகளுடன் இப்போதே நல்லுறவுக்கான பணிகளைத் துவக்கவேண்டும் போன்ற பல விஷயங்கள் பேசப்பட்ட மாநாடு அது. இது நடந்த ஆண்டு 1938. சுதந்திரம் அறிவிக்கப்படும் 7 ஆண்டுகளுக்கு முன்னரே இந்தியா எப்படி உருவாகவேண்டும் எனத் திட்டமிட்டு அதைத் தொண்டர்களுக்கு அறிவித்தார் சுபாஷ். காந்தி அறிவித்திருந்த ஒத்துழையாமை, சத்தியாகிரகம், அகிம்சை போன்ற முறைகளைத் தாண்டி வேறு சில அணுகுமுறைகளையும் காங்கிரஸ் கையிலெடுக்கும் என அறிவித்திருந்தார். அவை என்ன என்று விளக்கவில்லை.

மாநாடு முடிந்தவுடனேயே நாடு முழுவதும் பயணம் செய்து மக்களைச் சந்தித்து அந்தந்தப் பகுதிகளின் பிரச்னைகளில் எது

உடனடித் தேவை எனப் பட்டியிலிடத் தொடங்கினார். நகரங்களில் வளர்ச்சிக் குழுக்கள் அமைத்தார். எல்லாவற்றிற்கு மேலாக 1938ல் ஒரு மத்திய தேசிய மாநாட்டைக் கூட்டினார். நேருவின் தலைமையில் நடந்த இந்த மாநாட்டில் பொருளாதார நிபுணர்கள், அறிவியல் அறிஞர்கள் சிந்தனையாளர்கள்போன்ற பலர் கலந்து கொண்டார்கள். வலிமையான இந்தியாவை உருவாக்கும் வழிகள் இந்த மாநாட்டில் ஆராயப்பட்டது. பின்னாளில் நேருவின் ஆட்சிக்காலத்தில் அமைக்கப் பட்டு 2014 வரை நாட்டின் வளர்ச்சிக்கு வழிகாட்டிய திட்ட கமிஷன் என்ற முறை பிறந்தது இந்த மாநாட்டில் பேசப்பட்ட விஷயங்களின் அடிப்படையில்தான்.

ஆனால் காங்கிரஸின் மூத்த தலைவர்களிடையே இது பெரிய அளவில் வரவேற்கப்படவில்லை. ‘பிரிட்டிஷார் இன்னும் சுதந்திரம் வழங்க வில்லை. நாட்டைவிட்டுப்போகவும் இல்லை. அதற்குள் எதற்கு இந்த ஆர்ப்பாட்டம் எல்லாம்?’ என்று பேசத் தொடங்கினர். ‘காங்கிரஸ் கட்சியின் தலைவர் என்ற முறையில் நாட்டின் எதிர்காலத்தைப்பற்றி இப்போதே திட்டமிட வேண்டிய பொறுப்பு எனக்கு இருக்கிறது. இதுவே தாமதம் என நினைக்கிறேன்!’ என்பது சுபாஷின் பதிலாக இருந்தது.

காங்கிரஸ் தலைவர்கள் சுபாஷை ஒரு பகற்கனவு காணும் இளைஞராக, காந்தியின் கொள்கைகளுக்கு முரண்பட்டவராகவே பார்த்தார்கள். அவர்கள் கட்சியில் அதிகமான எண்ணிக்கையில் இருந்தார்கள். ‘பதினேழு ஆண்டுகளில் 7 முறை சிறை சென்ற இவர், காந்தியின் பாதையைப் பின்பற்றுவார் என்று நம்பி தலைவராகத் தேர்ந்தெடுத்தோம். ஆனால் இவர் காந்தியின் கொள்கைகளை விமர்சிப்பது மட்டுமில்லாமல் தனியாக ஏதேதோ திட்டங்கள் வைத்திருக்கிறார். இது சரியில்லை’ என்று கட்சியின் மேல் மட்ட மூத்த தலைவர்களிடையே பேச்சு எழுந்தது. இதற்குக் காந்தியின் ஆசியும் இருந்தது.

பிரிட்டிஷ் அரசாங்கம் மாநில அளவில் தேர்தல் நடத்தி அதில் வென்றவர்களைக்கொண்டு ஒரு மாநில அரசு அமைத்துக்கொள்ளும் முறையைக் கொண்டுவந்திருந்தது. ஆனால் இது ஓர் அதிகாரமில்லாத அமைப்பு; எல்லாவற்றிருக்கும் வைஸ்ராயை கேட்கவேண்டும். இந்த முறையின் மூலம் எளிதாகத் தொடர்ந்து இந்தியாவை ஆளமுடியும் என பிரிட்டிஷார் கணித்திருந்தனர்.

‘இந்த முறையானது காங்கிரஸ் வேண்டும் பூரண சுதந்திரத்தை அழித்திடுவதற்கான வஞ்சகமான முயற்சி. பிரிட்டிஷார் விரும்பும் பெடரல் ஆட்சி முறையைக் கொண்டுவரப் பயன்படுத்தும் ஒரு

சூழ்ச்சி, இதை நாம் ஏற்கக் கூடாது' என்றும் 'ஏற்கெனவே தேர்தலில் வெற்றி பெற்று அமைந்திருந்த அரசுகளிலிருந்தும்கூட காங்கிரஸார் விலகிவிடவேண்டும்' எனவும் சுபாஷ் விரும்பினார்.

காங்கிரஸ் கட்சி பெயரளவில் இதை ஏற்றாலும், மாநிலத் தலைவர்களில் சிலர் இத்தகைய பதவிகளையும் கௌரவங்களையும் விரும்பினார்கள். அதனால் இது கட்சியின் கொள்கையாக வெற்றி பெறவில்லை. இது குறித்து காந்தி அறிக்கை எதுவும் வெளியிட வில்லை என்பதால் சுபாஷின் வேண்டுகோள் மதிக்கப்படவில்லை. சுபாஷ் மனம் வெறுத்துப் போனார்.

பல மாநிலங்களில் கூட்டங்கள், காரிய கமிட்டி கூட்டங்கள் என ஓராண்டு உருண்டோடிவிட்டது. பல கூட்டங்களில் அடிமட்டத் தொண்டர்களுக்கு காங்கிரஸ் எடுக்கவேண்டிய புது அவதாரத்தைப் பற்றிச் சொல்லியிருப்பதை செயல்வடிவமாக்கவும், பிரிட்டிஷ் அரசாங்கம் மாநிலங்களை ஆளும் உரிமை என்ற பெயரில் இந்தியாவை ஆள நினைக்கும் எண்ணத்தை அழிக்கவும், தான் இன்னும் ஓராண்டு தலைவராக நீடிப்பதுதான் சரி என சுபாஷ் நினைத்தார். ஆனால் கட்சியில் எழுதப்படாத ஒரு விதி, ஒருமுறை தலைவர் பதவி வகித்தவர் மீண்டும் அதற்குப் போட்டியிடக்கூடாது. ஆனால் இதை உடைக்கத் துணிந்தார் சுபாஷ். தான் மறுபடியும் போட்டியிடப் போவதாக அறிவித்தார். அதிர்ந்து போனார்கள் காந்தி பக்தர்கள். எப்போது சுபாஷின் பதவி முடியும் எனக் காத்திருந்த அவர்கள், அடுத்த தலைவராக மௌலானா அபுல் கலாம் ஆசாத் எனத் திட்டமிட்டிருந்தார்கள்.

போட்டி, தேர்தல் என்றால் நான் இல்லை எனக் கையைத் தூக்கி விட்டார் ஆஸாத். வழக்கம்போல் விஷயம் காந்தியின் கவனத்துக்குப் போனவுடன் அவர் பட்டாபி சீத்தாராமையா என்பவரைத் தலைவர் பதவிக்கு போட்டியிடச் சொன்னார். அவர் காந்தியின் ஆதரவு பெற்ற வேட்பாளர் என பகிரங்கமாக அறிவிக்கப்பட்டார். முதல் முறையாக காங்கிரஸ் கட்சியில் காந்தி ஆதரவு பெற்றவர், இல்லாதவர் என்ற பிரிவு வெளிப்படையாகத் தோன்றிற்று.

தேர்தல் நடந்தது. சுபாஷுக்கு 1580 ஓட்டுகளும், சீத்தாராமையாவிற்கு 1375 ஓட்டுகளும் கிடைத்தன. போஸ் வெற்றிபெற்று இரண்டாம் முறை காங்கிரஸ் கட்சியின் அகில இந்திய தலைவரானார். அவருடன் ஒரு 12 பேர் கொண்ட புதிய காரிய கமிட்டியும் தேர்ந்தெடுக்கப்பட்டது.

இது கட்சியில் மிகப் பெரிய சலசலப்பை ஏற்படுத்தியது. கட்சியில் காந்தி தலைமையை ஏற்காத ஒருவர் தலைமைப் பொறுப்பை ஏற்றிருக்கிறார் என்பதைப் பல தொண்டர்களால் அவ்வளவு எளிதாக எடுத்துக் கொள்ள இயலவில்லை. காந்தி மிக எளிமையான

வாழ்க்கையை மேற்கொண்டு போராட்டங்களை அகிம்சை முறையில் வழிநடத்திக்கொண்டிருந்தாலும், அவருக்குள்ளும் ஓர் அரசியல்வாதி இருப்பது அவர் செய்த அறிவிப்பில் தெரிந்தது.

'ஆரம்பத்திலிருந்தே சுபாஷ் மீண்டும் தலைவர் பதவிக்கு வருவதை எதிர்த்து வந்தேன். பட்டாபி சீத்தாராமையாவை தலைவர் பதவிக்கு நான்தான் நிற்கச் செய்தேன். அவருடைய தோல்வி என்னுடைய தோல்வி. நான் சில கொள்கைகளைத் திடமாக நம்பிப் பின்பற்றுபவன். இந்தத் தேர்தலில் பட்டாபி சீத்தாராமையாவிற்கு எதிராக வாக்களித்தவர்கள் என் கொள்கைகளை ஏற்கவில்லை என்பது தெரிகிறது. என் கொள்கைகளை ஏற்பவர்கள் காங்கிரஸில் மைனாரிட்டியாகிவிட்டார்கள். அவர்கள் மெஜாரிட்டியுடன் ஒத்துப் போக முடியாவிட்டால் பதவி விலகிவிடலாம். கஷ்டங்களுடன் கட்சியில் இருக்க வேண்டாம்.'

இந்த அதிரடி அறிவிப்பு கட்சியின் எல்லா மட்டத்தினரையும் தாக்கியது. காரிய கமிட்டியில் இருந்து 11 பேர் ராஜினாமா செய்தனர். சுபாஷ் கமிட்டி மெம்பர்களிடம் போராடினார். ஒற்றுமையாக இயங்க வேண்டியதின் அவசியத்தைப் பேசினார். ஆனால் கமிட்டியில் அவரும் அவர் சகோதரர் சரத்தும் மட்டும்தான் மிஞ்சினர்.

மனம் உடைந்த போன சுபாஷின் உடல் நலமும் பாதிக்கப்பட்டது. தலைவர் பதவி ஏற்க வேண்டிய திரிபுரா காங்கிரஸ் மாநாட்டில் கலந்துகொள்ளுமளவுக்கு அவர் உடல் நிலையில்லை. ஸ்டெச்சரில் படுத்த நிலையில் மேடையில் இருந்த அவரின் தலைமை உரையை அவரது சகோதரர் சரத் வாசித்தார். எனக்குக் கைகொடுங்கள். உங்களுக்காகத்தான் நான் வெற்றிபெற்றிருக்கிறேன் எனத் தொடங்கிய அந்த உரை ஆரவாரத்துடன் வரவேற்கப்படவில்லை. எவரும் காரிய கமிட்டியில் உறுப்பினர் பதவியை ஏற்கத் தயாராக இல்லை.

அந்த மாநாட்டில் காந்தி பக்தர்கள் ஒரு தீர்மானத்தைக் கொண்டு வந்தார்கள். உலகப் போர் மேகங்கள் சூழ்ந்திருக்கும் சிக்கலான அந்த நேரத்தில் காந்தி ஒருவரால்தான் சுதந்திரத்தை வாங்கித்தர முடியும் என்றும், அதனால் காந்தியின் அறிவுரைப்படிதான் கட்சியைத் தலைவரும் கமிட்டியும் நடக்கவேண்டும் என்றது அந்தத் தீர்மானம். சதுரங்க ஆட்டத்தில் வெற்றி பெற்றபின் வெற்றி பெற்றவர், தான் பெற்றது வெற்றியில்லை; ஆட்டம் டிரா என்ற நிலையை ஏற்க வேண்டிய கட்டத்துக்கு சுபாஷ் தள்ளப்பட்டார்.

வேறு வழியில்லாத சுபாஷ் காந்தியை அணுகி உறுப்பினர்களை நியமிக்க வேண்டினார். 'உங்களுக்கு வேண்டியவர்களை நீங்களே தேர்ந்தெடுத்துக்கொள்ளுங்கள்' என்றார் காந்தி.

சுபாஷுக்கு காந்திக்கு என்ன தேவை எனப் புரிந்துவிட்டது. சுபாஷ் தன் தலைமைப்பதவியை ராஜினாமா செய்தார்.

தனது அரசியல் வாழ்வு அஸ்தமித்துவிட்டது என்றே சுபாஷ் எண்ணி வருந்த ஆரம்பித்தார். 'திரிபுராவில் ஏற்பட்ட ஏமாற்றம் என்னைச் சுக்கலாக நொறுக்கியது. என் 19 வருட அரசியல் வாழ்க்கையில் இன்று அடைந்த வேதனையைப்போல் என்றுமே அனுபவித்ததில்லை' என தனது புத்தகத்தில் அவர் பதிவுசெய்திருக்கிறார்.

ஆழ்ந்து சிந்தித்த சுபாஷுக்கு புரிந்த விஷயம் இதுதான். தனது வழிமுறைகள் காந்திக்குப் பிடிக்கவில்லை. அதனால் காங்கிரஸ் தன்னை ஏற்கவில்லை. காந்தியின் வழியில்தான் விடுதலை என்றால் அதற்கு நெடுநாள் ஆகும். அதுவரை இவர் சொல்லியதை மட்டும் செய்பவர்களுக்கு, போராட்டம், தியாகம், போன்றவற்றைச் செய்ய ஒரு மாற்றுக் கட்சி இருக்க வேண்டும். அதை நாம் உருவாக்க வேண்டும் எனத் தீர்மானித்துக்கொண்டு கல்கத்தா திரும்பினார்.

அதன்பிறகுதான் அங்கு அவர் ஃபார்வர்ட் பிளாக் கட்சியைத் துவக்கி போராட்டங்களைத் தொடர்ந்ததையும் அதன் விளைவாகச் சிறையில் அடைக்கப்பட்டு வீட்டுக் காவலுக்கு மாற்றப்பட்டதையும், அதிலிருந்து அவர் தப்பி நீண்ட நெடும்பயணத்தை மேற்கொண்டதை யும் நாம் தொடக்கத்தில் பார்த்தோம்.

அந்த நெடும்பயணத்தின் இறுதியில் ஜப்பானுக்குப் பயணம் சென்றபோது நடந்த விமான விபத்தில் சுபாஷ் இறந்துவிட்டதாக அறிவிக்கப்பட்டபோதும், 'இல்லையில்லை! அவர் தப்பிவிட்டார்!' என்று மறுக்கப்பட்டு இன்றுவரை அது ஒரு சர்ச்சைக்குரிய மர்மமாக நீடிக்கிறது.

சுபாஷ் உண்மையில் அந்த விபத்தில்தான் இறந்து போனாரா? அல்லது விபத்தில் இறந்து போய்விட்டதாக திட்டமிட்டு நாடகமாடித் தப்பியிருந்தால் சுபாஷ் என்ன திட்டத்துடன் எங்கேதான் போனார்?

7

விசாரணை கமிஷன்களும் வெளிவராத ரகசியங்களும்

உலக அரசியல், பல நாட்டின் தலைவர்களின் மரணங்களைச் சந்தித்திருக்கிறது. அவற்றில் சந்தேகத்திற்குரியவகையில் நிகழ்ந்த மரணங்களைக் குறித்து விசாரணை கமிஷன்கள் அமைக்கப்பட்டு முடிவுகளும் வெளியிடப்பட்டிருக்கின்றன. சில, மிகத் தாமதமாக வெளியிடப்பட்டு சர்ச்சைகளுக்கும் உள்ளாகியிருக்கின்றன. ஆனால் சுபாஷ் விபத்தில் மரணம் அடைந்தாரா? அல்லது அவருக்கு என்ன வாயிற்று? என்று அறிய, மிகத் தாமதமாக அமைக்கப்பட்ட விசாரணை கமிஷனின் அறிக்கை, அது வெளியான நாளிலிருந்து சர்ச்சைகள் கொண்டதாகத்தான் தொடர்ந்துகொண்டேயிருக்கிறது. இதன் விளைவாகத் தொடர்ந்து வந்த அரசுகளினால் 3 விசாரணை கமிஷன்கள் அமைக்கப்பட்டு இந்த விஷயம் ஆராயப்பட்டது. உலகில் எந்த ஓர் அரசியல் தலைவரின் சந்தேகத்திற்குரிய மரணமும் இதுபோல் ஆராயப்பட்டதுமில்லை, சர்ச்சைக்குள்ளானதுமில்லை.

சுபாஷ் பயணித்த விமானம் விபத்துக்குள்ளாகி அவர் மரணம் அடைந்துவிட்டார் என்ற செய்தியை ஜப்பான் ரேடியோ அறிவித்த சில நாட்களிலேயே, 'இது பொய், நம்பத்தகுந்தது இல்லை' என்ற வதந்திகள் கிளம்பிவிட்டது. உடனேயே மவுண்ட் பேட்டன் தலைமையில் இயங்கிய அன்றைய பிரிட்டிஷ் அரசு ஒரு விசாரணை கமிஷனை (1946ல்) அமைத்தது. அது சில மாதங்களிலேயே

அறிக்கையையும் தந்தது. ஆனால் அப்படி ஒரு கமிஷன் அமைக்கப்பட்டு அது தன் விசாரணை அறிக்கையையும் தந்திருக்கிறது என்பதையே பிரிட்டிஷ் அரசு மிக ரகசியமாகத்தான் வைத்திருந்தது.

1980களின் துவக்கத்தில்தான் இந்தச் செய்தி வெளியாகியது. இந்த விசாரணைகளைச் செய்த ஃபிக்கிஸ் (Colonel John Figgess, Indian Political Intelligence) என்ற இந்திய அரசியல் புலானாய்வுத்துறை அதிகாரியைப் பேட்டி கண்ட, வரலாற்று ஆசிரியர் லென்னார்ட் ஏ கார்டொன் (Leonard A. Gordon) எழுதிய ஒரு கட்டுரையில்தான் இந்த விஷயம் முதலில் வெளியாயிற்று. இதை பிரிட்டிஷ் அரசு மறுக்கவோ அல்லது ஏற்கவோ இல்லை. 1997ல் பிரிட்டிஷ் அரசு இந்திய ஆட்சிக்கால உளவுத்துறையின் ரகசிய ஆவணங்களை பொது ஆவணங்களாக அறிவித்து வெளியிட்டது. பிரிட்டிஷ் நூலகத்தில் பார்வைக்கு வெளிடப்பட்ட இந்த ஆவணங்களிலும் ஃபிக்கிஸ்ஸின் அறிக்கை இல்லை. ஆனால் 1997ல் உளவுத்துறை அதிகாரி ஃபிக்கிஸ்ஸின் மரணத்துக்கு சில நாட்கள் முன்னால் யாரோ அடையாளம் சொல்ல விரும்பாத ஒரு நூலக நண்பர் அனுப்பியதாக இந்த அறிக்கை பிரிட்டிஷ் நூலகத்தின் வேறு ஒரு பகுதிக்கு வந்து சேர்ந்தது. அதை ஆராய்ந்த வரலாற்றாசிரியர் லென்னார்ட் ஏ கார்டொன் (Leonard A. Gordon) அந்த அறிக்கை ஃபிக்கிஸ்ஸினாலேயெ அனுப்பப்பட்டிருக்கலாம் எனத் தன் புத்தகத்தில் குறிப்பிட்டிருக்கிறார்.

1946லிருந்து 1997வரை வெளிவராமல் ரகசியமாகக் காக்கப்பட்ட அந்த அறிக்கையில் அப்படி என்னதான் சொல்லப்பட்டிருந்தது?

ஜுலை 25, 1946 என்று தேதியிடப்பட்டிருக்கும் அந்த அறிக்கையில் குறிப்பிடப்பட்டிருக்கும் முக்கியமான 4 விஷயங்கள்.

- தாய்ஹோகூ விமான நிலையம் அருகே விபத்துக்குள்ளான அந்த விமானத்தில் சுபாஷ் பயணியாக இருந்தார்.
- விபத்துக்குப் பின் அவர் அருகிலுள்ள ராணுவ மருத்துவ மனையில் மரணமடைந்திருக்கிறார்.
- அவரது உடல் தாய்ஹோகூ பகுதியில் எரியூட்டப்பட்டிருக்கிறது.
- அவரது அஸ்தி டோக்கியோவிற்குக் கொண்டு செல்லப் பட்டிருக்கிறது.

இந்த அறிக்கையின் கடைசி 4 பக்கங்களில் விசாரணை செய்யப்பட்ட ராணுவ அதிகாரிகள், மருத்துவமனையின் மருத்துவர், உடனிருந்தவர் கள் என்ற பட்டியல் இருக்கிறது.

இத்தனை தெளிவாக விபத்தில்தான் சுபாஷ் மரணமடைந்தார் எனச் சொல்லும் இந்த அறிக்கை, ஏன் ரகசிய ஆவணமாகக் காக்கப்பட்டது என்பது இன்றுவரை புரியாத மர்மம். அதைவிட ஆச்சரியம் இன்றும் கூட இந்த ஆவணம் அதிகாரப்பூர்வமாக பிரிட்டிஷ் அரசால் வெளியிடப்படவில்லை. பிரிட்டிஷ் நூலகத்திலிருக்கும், யாரோ அனுப்பிய ஆவணமாகப் பதிவு செய்யப்பட்ட ஓர் ஆவணம்தான் இது. அது வரலாற்று ஆசிரியரின் புத்தகத்தில் பேசப்பட்டிருக்கிறது.

சுபாஷ் விமான விபத்தில்தான் மரணமடைந்திருக்கிறார் என அன்றைய பிரதமர் நேரு பலமுறை அறிவித்துக்கொண்டிருந்தது இதன் அடிப்படையில்தான் என நம்பப்படுகிறது. ஆனால் அவரும் இந்த அறிக்கையை மேற்கோள் காட்டிச் சொல்லவில்லை. பிரிட்டிஷ் அரசும் இப்படி ஒரு விசாரணை மேற்கொண்டதை உறுதி செய்யவில்லை.

இந்த அறிக்கையை அன்றைய பிரிட்டிஷ் அரசு நம்பி ஏற்கவில்லை என்பது புரிகிறது. சுபாஷ் தப்பி ரஷ்யா சென்றிருப்பது பின்னாளில் உண்மை என்பது வெளிவந்தால், இந்த அறிக்கை பிரிட்டிஷ் அரசின் நம்பகத்தன்மையைக் குறைத்து விடும் என்றும் ஒரு கருத்து வரலாற்று ஆசிரியர்களிடம் நிலவி வந்திருக்கிறது.

இந்த விசாரணை அறிக்கை மட்டுமில்லை, இதைத்தொடர்ந்து சுபாஷ் சென்ற விமான விபத்து குறித்து ஆராய இந்திய அரசால் 1956ல் அமைக்கப்பட்ட ஷா நவாஸ் கமிட்டி, 1970ல் அமைக்கப்பட்ட கோஸ்லா கமிஷன், 1999ல் அமைக்கப்பட்ட முகர்ஜி கமிஷன்களுக்கும் உண்மை நிலையை உறுதிப்படுத்த உதவச்சாட்சியாக கொடுக்கப்பட்ட ஆவணங்களும் தேசப் பாதுகாப்பு, அன்னிய நாடுகளின் உறவு நிலை போன்ற காரணங்களால் வெளியிடப்படவில்லை, இந்திய அரசு, கமிஷன்களுடன் பல ஆவணங்களைப் பகிர்ந்து கொள்ள மறுத்தது. இந்தத் தொடர் ஆவண மறுப்புகள் விளைவாகச் சந்தேகமும் சர்ச்சைகளும் தொடர்ந்து கொண்டேயிருந்தது. புதிய ஊகங்களும், அதன் அடிப்படையில் கட்டுரைகளும் புத்தகங்களும் வெளிவரத் தொடங்கின.

இந்த நிலையில் 2015 ஏப்ரலில் இந்திய அரசியலில் ஒரு அதிர்ச்சி வெடிகுண்டு வெடித்தது. இந்தியா டுடே இதழ் கவர் ஸ்டோரியாக ஒரு கட்டுரையை வெளியிட்டிருந்தது. நாடு முழுவதும், அனைத்து நாளிதழ்களிலும் தலைப்புச் செய்தியான அந்த விஷயம், எல்லா சானல்களிலும் அனல் பறக்க விவாதிக்கப்பட்டது. அதனால் சற்றே மறக்கப்பட்டிருந்த சுபாஷின் மரணம் மீண்டும் உயிர்பெற்றது. விவாதங்கள் வலுத்தன. வெளியான விஷயம் இதுதான்.

இந்தியா டுடே தனது கட்டுரையில் சுதந்திர இந்தியாவில் நேருவின் ஆட்சியில் சுபாஷ் குடும்பத்தினர், அவரது சகோதரர்களின் மகன்கள் அமியா போஸ், மற்றும் ஸிசிர் போஸ் இருவரும் தொடர்ந்து உளவுத் துறையால் கண்காணிக்கப்பட்டுக் கொண்டிருந்தனர். இதற்கான ஆணையைப் பிறப்பித்தவர் அன்றைய பிரதமர் ஜவஹர்லால் நேரு என்று தெரிவித்திருந்தனர். இந்தியா டுடேயைத்தொடர்ந்து, மும்பையிலிருந்து வெளியாகும் மும்பை மிரர் மற்றும் டி.என்.ஏ. தினசரிகளும் கட்டுரைகளை வெளியிட்டன. இவை சொன்ன புதிய செய்தி சுபாஷ் குடும்பம் மட்டுமில்லை, மும்பையில் வாழும் முன்னாள் இந்திய தேசிய ராணுவ (சுபாஷ் வெளிநாட்டில் நிறுவிய ராணுவம்) அதிகாரிகளும் கண்காணிக்கப்பட்டனர் என்பதுதான். இண்டர்நெட், கூகிள் எதுவும் இல்லாத காலத்தில் சுதந்திரம் பெற்ற இரண்டே ஆண்டுகளான ஏழைநாடான இந்தியா அப்போதே உள்துறை அமைச்சர் படேலின் ஆணைப்படி சிறந்த தொழில் நுட்பங்களைப் பயன்படுத்தி தகவல்களைச் சேகரித்திருக்கிறது என்கிறது DNA கட்டுரை. இது பின்னாளில் அமெரிக்க அதிபர் நிக்ஸன் வாட்டர் கேட் விவகாரத்தில் உளவறிந்ததைவிடச் சிறப்பாக நடைபெற்றிருக்கிறது என்றது மும்பாய் மிரரின் கட்டுரை.

பி.ஜே.பி. செய்தியாளரும் பத்திரிகையாளருமான எம். ஜெ அக்பர், ‘இந்த உளவு வேலைகளுக்கு ஒரே ஒரு காரணம்தான் இருக்க முடியும். அது நேருவின் அரசுக்கு சுபாஷ் எங்கோ உயிருடன் இருக்கிறார் என சந்தேகம் இருந்துகொண்டே இருந்திருக்கிறது. அப்படி அவர் உயிருடன் இருந்தால் அவர் குடும்பத்தாரைத் தொடர்புகொள்வார் என நம்பியதுதான் இதற்கெல்லாம் காரணம்’ என்று எழுதினார்.

அதே வாரத்தில் (2015 ஏப்ரல் 12) டைம்ஸ் ஆஃப் இந்தியா முதல் பக்க செய்தியாக அடுத்த அதிரடியை வெளியிட்டது. இந்த உளவு வேலைகள் இந்தியாவில் மட்டுமில்லை, சுபாஷின் அண்ணன் மகன் அமியா போஸ் ஜப்பான் சென்றிருந்தபோது அங்கும் தொடர பிரதமர் நேரு கையெழுத்திட்டு அங்குள்ள தூதுவருக்கு அனுப்பிய குறிப்பை வெளியிட்டது. அந்தச் செய்தியில் சுதந்திர நாடான இந்தியா, சுபாஷ் பற்றிய செய்திகளைப் பிரிட்டிஷ் உளவுத்துறையுடன் பகிர்ந்து கொண்டிருக்கிறது என்பதையும் அந்தச் செய்திக் கட்டுரையில் சொல்லியிருந்தது.

இந்தச் செய்தி குண்டுகள் வெடித்தவுடன் இந்தியாவின் இரண்டு பெரிய கட்சிகளும் அதிர்ந்து போய்விட்டன. இரண்டு கட்சிகளுக்கும் முதலில் எழுந்த கேள்வி, ‘எப்படி இந்த விஷயங்கள் மீடியாவிற்கு தெரிந்தது?’ என்பதுதான். பி.ஜே.பி.யின் ஆச்சரியம், நாம் அறிவிக்காமல் எப்படி இந்தச் செய்தி பத்திரிகைகளுக்கு எட்டியது? காங்கிரஸின்

கோபம் இப்படிப்பட்ட செய்திகளை வெளியிட்டு காங்கிரஸையும் நேருவையும் சிறுமைப்படுத்த பி.ஜே.பி. முயற்சிக்கிறது என்பது. எங்கள் கட்சியின், தலைவர்களின் கௌரவத்தைக் குலைக்க பி.ஜே.பி. இதுபோல் அரைகுறை செய்திகளைக் கசியவிட்டு சதி செய்கிறது என்று காங்கிரஸ் செய்தி தொடர்பாளர் சஞ்சய் ஜா தொலைக்காட்சி பேட்டியில் தெரிவித்தார். காங்கிரஸ் முன்னாள் அமைச்சர் ஆனந்த் சர்மா பி.ஜே.பி. தங்கள் தேர்தல் வாக்குறுதிகளை நிறைவேற்ற முடியாமல் இம்மாதிரி செய்திகளை வெளியிட்டு மக்களைத் திசை திருப்புகிறது என்றார்.

சரி. எப்படித்தான் பத்திரிகைகளுக்கு இந்தச் செய்தி கிடைத்தது? இந்தச் செய்தியை டைம்ஸ் பத்திரிகைகளுக்கு கொடுத்தது அனுஜ்தார் என்பவர். 'ஆம்! நான்தான் கொடுத்தேன் என்று ஒரு தொலைக் காட்சியில் அனுஜ்தாரே கூறினார். இவரும் இவரது நண்பர்களும் சுபாஷ் மர்மத்தை நீண்ட நாட்களாக ஆராய்ந்து கொண்டிருப்பவர்கள். அனுஜ்தார், ஒரு பத்திரிகையாளர். சுபாஷ் மர்மம் பற்றி 3 புத்தகங்கள் எழுதியிருப்பவர். இவரும் இவரது நண்பர்களும் 'மிஷின் நேதாஜி' என்ற அமைப்பில் உலகெங்கும் இருக்கும் இந்த விஷயத்தில் ஆர்வமுள்ளவர்களை இணைத்து இணையத்தில் ஒரு குழுவாக இயங்கிக்கொண்டிருந்தார்கள். தங்களுக்குள் செய்திகளைப் பரிமாறிக் கொண்டிருந்தார்கள்.

இந்தக் குழுவினர் தகவல் அறியும் உரிமைச் சட்டத்தின் கீழ் நேரு காலத்திலும், பின்னர் இந்திரா காலத்திலும் அமைக்கப்பட்ட விசாரணை கமிஷன்களிடம் கொடுக்கப்பட்ட அரசு ஆவணங்களைக் கேட்டு 2007ல் மனுச்செய்தனர். உடனடியாக அவர்களுக்குக் கிடைத்த பதில், 'சட்டத்தின் 8வது பிரிவின்படி நாட்டின் பாதுகாப்பு நலன் கருதி பாதுகாக்கப்பட்ட ஆவணங்களான அவற்றைப் பெற முடியாது' என்பதுதான். இம்மாதிரி மறுக்கப்பட்டால் அதற்கு மத்திய செய்தி கமிஷனிடம் மேல்முறையீடும் நேர்முகமும் செய்ய உரிமை உண்டு. அதைப் பயன்படுத்தி அனுஜ்தார் மனுச்செய்தார். திரு ஏ.ஏன். திவாரி என்ற அதிகாரி இந்த முறையீட்டை விசாரிக்க நியமிக்கப்பட்டார். அந்த விசாரணையில் மத்திய அரசின் உள்துறை அதிகாரிகள், விசாரணை கமிஷன் அறிக்கையில் இப்படி ஆவணங்கள் இருப்பதாக எங்களுக்குத் தெரியவில்லை. மேலும் மனுதாரர்கள் எந்த ஓர் ஆவணத்தையும் குறிப்பிட்டுக் கேட்கவில்லை. நீண்ட காலமாகி விட்டதால் எல்லாவற்றையும் தேடுவதும் கடினம் என்றார்கள். திரு. திவாரி மனுதாரரிடம், 'நீங்கள் தேவையான ஆவணங்களைக் குறிப்பிட்டுக் கேளுங்கள்' என்று அன்றைய விசாரணையை முடித்து விட்டார்.

கொடுக்க முடியாத ஒரு பட்டியலை கேட்பதன்மூலம் விஷயம் முடிந்தது என உள்துறை அதிகாரிகளும், பட்டியல் வரும்வரை காத்திருக்கலாம் என விசாரணை அதிகாரியும் நினைத்து விசாரணையை ஒத்தி வைத்தனர்.

அடுத்தகட்ட விசாரணைக்குள் அவர்களை ஆச்சரியப்படுத்தினார் அனுஜ்தார். மறு ஆய்வுக்காக சமர்ப்பித்த மனுவுடன் கோஸ்லா கமிஷனுக்கு சாட்சியங்களாக சமர்ப்பிக்கப்பட்ட 202 ஆவணங்களைப் பட்டியலிட்டு அதைக் கேட்டிருந்தார். அதிர்ந்து போன அமைச்சக அதிகாரிகளின் முதல் கேள்வி 'உங்களுக்கு இது எப்படிக் கிடைத்தது?'

விசாரணை அதிகாரி திவாரி ஒரு நேர்மையான அதிகாரி. 'ஏன் இத்தனை நாள் ஒரு விசாரணை கமிஷனிடம் தரப்பட்ட சாட்சியங் களை வெளியிடவில்லை? தனி நபருக்குக் கொடுக்கமுடியாது என்றால் அரசின் ஆவணக் காப்பகத்துக்கு அனுப்பி வையுங்கள். தேவையானவர்கள் பார்த்துக்கொள்ளட்டும்' என்றார். அரசின் ஆலோசனையைக் கேட்டு பதிலளிப்பதாகச் சொன்னார்கள் அதிகாரிகள். விசாரணை ஒத்திவைக்கப்பட்டது. அந்த ஆண்டின் இறுதியில் மத்திய உள்துறை செயலர் விசாரணை அதிகாரிக்கு எழுதிய கடிதத்தில், 'சுபாஷ் விமான விபத்து குறித்த ஆவணங்களில் சில மிகவும் முக்கியமானவை. அவை வெளியானால் நாட்டில், முக்கிய மாக வங்காளத்தில் சட்டம் ஒழுங்கு பிரச்னை ஏற்படும்' என்று எழுதியிருந்தார்.

இந்தக் கடிதத்தால் மிகவும் கோபமடைந்த விசாரணை அதிகாரி திவாரி, உடனடியாக வழக்கை முழு பெஞ்ச் என்று சொல்லப்படும் அதிகாரம் மிக்க குழுவிற்கு மாற்றினார். 'பொதுமக்கள் இந்த விஷயத்தில் மிகுந்த அக்கரை கொண்டிருக்கிறார்கள். அதனால் இது தேசிய முக்கியம் வாய்ந்தது என்பதால் முழு பெஞ்ச் விசாரிக்க வேண்டும்' என்று தனது குறிப்பில் எழுதியிருந்தார். மத்திய அமைச்சரவைக்கு ஏற்பதைத் தவிர வேறுவழியில்லை.

தலைமைச் செய்தி கமிஷனர் தலைமையில் இயங்கும் குழுவில் பல உதவி கமிஷனர்களும் உறுப்பினர்களும் இருப்பார்கள். இவர்கள் அனைவரும் சேர்ந்திருப்பதுதான் புல் பெஞ்ச் என்று சொல்லப்படும் அதிகாரம் மிக்க குழு. இந்தக் குழு அமைக்கப்பட்டதிலிருந்து இந்த முழு குழுவும் விசாரித்த முதல் வழக்கு இதுதான்.

விசாரணையில் மத்திய உள்துறை தெரிவித்த ஒரு தகவல் புல் பெஞ்ச்சை வியப்பில் ஆழ்த்தியது. 'இங்கு கேட்கப்பட்ட ஆவணங்கள் மட்டுமில்லை, மொத்தம் 70,000 பக்கங்களில் சுபாஷ் சம்பந்தப்பட்ட பல ஆவணங்கள் அரசிடம் பாதுகாக்கப்பட்ட நிலையில் இருக்கிறது

என்றும், அவற்றில் சில நாட்டின் நலன் கருதி ரகசிய ஆவணங்களாகப் பாதுகாக்கப்படுகிறது என்றும் அவை வெளியானால் நாட்டில் பெருங்குழப்பம் ஏற்படும்' எனவும் தெரிவித்தது.

மிஷின் நேதாஜி சார்பில் வாதாடியவர்கள் மிகச் சிறப்பாக தங்கள் வாதத்தை முன் வைத்தனர். இந்த ஆவணங்களை வெளியிடுவது அரசின் சட்டப்பூர்வக் கடமை. மேலும் அதன் மூலம் மர்மமாக இருக்கும் ஒரு நீண்ட நாள் சர்ச்சைக்கு விடை கிடைக்கும் என்பதை முக்கியமான விஷயமாக முன்னெடுத்தனர். நீண்ட சூடான வாத, பிரதிவாதங்களுக்குப் பின்னர் இன்ஃபர்மேஷன் கமிஷனின் புல் பெஞ்ச் வரலாற்றுச் சிறப்பான ஒரு தீர்ப்பை வழங்கியது. மத்திய அரசிடம் இருக்கும் 70,000 பக்க ஆவணங்களையும் மத்திய ஆவணக் காப்பகத்திற்கு அனுப்ப வேண்டும். அது அங்கு ஆராய்ச்சியாளர் களுக்கு வழங்கப்படவேண்டும் என்றது அந்தத் தீர்ப்பு.

தீர்ப்பை ஏற்ற உள்துறை அதிகாரிகள் ஆவணங்களை வெளியிடுவது குறித்து உயர்மட்டத்தில் முடிவு எடுக்கப்படும் எனத் தெரிவித்தனர், ஓராண்டுக்குப் பின்னர் 2007 நவம்பரில் உள்துறை அமைச்சர் சிவராஜ் பாட்டில், மிஷின் நேதாஜி குழுவினர் கேட்ட 202 ஆவணங்களை வழங்க அமைச்சரவையின் அரசியல் விவகாரக் குழுவின் அனுமதிக்காக அணுகினார்.

'ஆனால், இத்தனைக்கும் பின்னர் எங்களுக்குக் கொடுக்கப்பட்டது 91 ஆவணங்கள் மட்டுமே. மிக முக்கியமான பிரதமர் நேரு கையெழுத்திட்ட ஆவணம் ரகசியமானதாக அறிவிக்கப்பட்டது. மீதமுள்ள 101 ஆவணங்களில் 'சில காணவில்லை, தேடிக் கொண்டிருக்கிறோம், சில வேறு துறைகளில் இருக்கிறது!' என்பது போன்ற பதில்களைத்தான் தந்தார்கள்' என்கிறார் அனுஜ்தார்.

சளைக்காமல், மிஷன் நேதாஜி குழுவினர் மீண்டும் ஒரு தகவல் அறியும் மனுவை அனுப்பிப் போராடி ஒரு வழியாக 70,000 பக்க ஆவணங்களில் 10,000 பக்கங்களை மத்திய ஆவணக் காப்பகத்திற்கு அனுப்பச் செய்தார்கள். இந்தப் போராட்டம் முடிய 6 வருடங்களாகி இருக்கின்றன. 2012ல் ஆவணக் காப்பகத்திற்கு வந்த சேர்ந்த இந்த ஆவணங்கள் கேட்லாக் செய்யப்பட்டு ஆராய்ச்சியாளர்கள் பார்வைக்கு அனுமதிக்க மேலும் இரண்டு வருடங்கள் ஆயிற்று.

அப்படி ஆவணக் காப்பகத்துக்கு வந்த ஆவணங்களை ஆராய்ந்து கொண்டிருந்த அனுஜ்தார் கண்ணில் பட்ட ஓர் ஆவணம்தான் மேற்கு வங்க போலீஸ், நேதாஜி மருமகன்கள் குறித்து அனுப்பிய ரகசிய தகவல்களின் பைல். மறுக்கப்பட்ட ஓர் ஆவணத்தின் சில பகுதிகள் இப்படி சம்பந்தமில்லாத வேறு ஆவணங்களுடன் இணைந்து

தவறுதலாக வெளிவந்திருப்பதை உணர்ந்த அனுஜ்தார் அதை உடனே அவர் தன் வலைப்பூவில் எழுத, இவரது வலைப்பூவை தொடர்ந்து படிக்கும் சந்தீப் உன்னித்தான் என்ற பத்திரிகையாளர் அனுஜ்தாரை தொடர்புகொண்டார். இவர் இம்மாதிரி விஷயங்களை ஆராய்ந்து எழுதுவதில் ஆர்வமுள்ளவர். டைம்ஸ் பத்திரிகை குழுவில் பணி செய்பவர்.

லட்டுவாக கிடைத்த செய்தியை அவருடைய தொடர்புகள் மூலம் மேல்விபரங்கள் சேகரித்து பெரிய அளவில் செய்தி குண்டாக வெடிக்கச் செய்துவிட்டார்.

ஆக இந்தத் தகவல் வெளியானது மத்திய உள்துறையிலிருந்து கசிந்ததோ இல்லை காங்கிரஸ் வர்ணித்தது போல பி.ஜே.பி.யின் சதியோ இல்லை. தகவல் உரிமைச் சட்டத்தின் உதவியுடன் போராடிக் கொண்டிருந்த குழுவின் விடாமுயற்சியின் பயனாக வெளியான தகவல்களில் தவறுதலாகச் சிக்கிவிட்ட ஓர் ஆவணத்தை. கவனமாக ஆராய்ந்து கண்டுபிடித்த ஒரு ஆர்வலரின் பணி.

2014 பாராளுமன்றத் தேர்தலுக்கு முன் பி.ஜே.பி.யின் பிரதமர் வேட்பாளராக அறிவிக்கப்பட்ட மோடி அவரது தேர்தல் கூட்டங்களில் சொன்ன விஷயங்களில் ஒன்று, 'நாங்கள் ஆட்சிக்கு வந்தால் நீண்ட நாள் தொடரும் சுபாஷ் சந்திர போஸின் விபத்து மர்மம் ஆராய்ந்து தீர்க்கப்படும்' என்பது. ஆனால் ஆட்சிக்கு வந்தவுடன் முதலாண்டு எதுவும் செய்யவில்லை.

இந்தச் செய்திக் குண்டுகளின் தாக்குதல் பிரதமர் மோடியை உடனடி யாக எதையாவது செய்ய வேண்டிய நிலைக்குத் தள்ளியது. ஏப்ரலில் செய்திகள் வெடித்தவுடன் மே மாதம் சுபாஷின் குடும்பத்தினரை பிரதமர் கல்கத்தாவில் சந்திக்கிறார் என அறிவிப்பு வந்தது. சுபாஷின் குடும்பம் சார்பாகச் சந்திர குமார போஸ் அவரது மனைவி உஷாவுடன் சந்தித்தார். அந்தச் சந்திப்பில் சுபாஷ் காணாமல் போனது பற்றிய மர்மத்தைக் கண்டுபிடித்து சந்தேகங்களைக் களைவது இந்தத் தேசத்தின் கடமை என்றும் அதைத் தம்முடைய அரசு விரைவில் செய்யும் என்றும் பிரதமர் சொன்னார். ஆனால் செப்டம்பர் மாதம் வரை அரசு எதுவும் செய்யவில்லை.

அப்போது வங்காளத்திலிருந்து எழுந்த ஓர் அரசியல்வாதியின் அறிவிப்பு பிரதமருக்கு அதிர்ச்சியையும் உடனடியாக இந்த விஷயத்தைச் செய்யவேண்டிய அழுத்தத்தையும் கொடுத்தது.

இந்திய அரசியல்தான் எவ்வளவு விசித்திரமானதாக இருக்கிறது!

8

ரகசிய ஆவணங்கள் சொல்லும் கதை

2015, செப்டெம்பர் 12ம் தேதி கல்கத்தாவிலிருந்து வெளியான ஒரு செய்தி சுபாஷின் மரண சர்ச்சைக்கு மீண்டும் உயிரூட்டியது. அன்றைய தலைப்பு செய்தியாக வெளியாகியிருந்த வங்க மாநில முதல்வர் மம்தா பானர்ஜியின் ஆச்சரிய அறிவிப்புதான் அந்தச் செய்தி. 'நம் அனைவருக்கும் சுபாஷ் சந்திர போஸின் பிறந்த தேதி தெரியும். ஆனால் அவரது இறப்பு பற்றிய விபரங்கள் தெரியாது. மக்களுக்கு அவரது இறுதி நாள் பற்றி அறிந்துகொள்ளும் உரிமையிருக்கிறது. எனவே, மேற்கு வங்க அரசின் வசம் உள்ள சுபாஷ் சந்திர போஸ் பற்றிய 64 ரகசிய ஆவணங்களும் பொது ஆவணங்களாக விரைவில் வெளியிடும்!' என அறிவித்தார்.

டெல்லியில் உள்ள தேசிய காப்பகத்தைத் தவிர, வங்க அரசின் உள்துறையின் வசம் சில ஆவணங்கள் பாதுகாக்கப்பட்டிருந்தன. கல்கத்தா, நேதாஜி வாழ்ந்த, அவரது குடும்பத்தினர் வாழும் பகுதியாகையால் அங்கு திரட்டப்பட்ட உளவு செய்திகள் டெல்லிக்கு அனுப்பப்பட்டாலும் அங்கும் பாதுகாக்கப்பட்டது. அவை ரகசியம் என அறிவிக்கப்பட்டிருந்ததே தவிர, மத்திய அரசின் அனுமதி யில்லாமல் வெளியிடக்கூடாது என்று எந்த ஆணைக் குறிப்பும் இல்லை. முந்தைய அரசுகள் மறந்தே போயிருந்த இந்த விஷயத்தை முதல்வர் மம்தா தனக்குச் சாதகமாகப் பயன்படுத்திக்கொண்டார்.

மேலும் நேதாஜி பற்றிய ரகசிய ஆவணங்களை வெளியிட வேண்டும் என்ற கோரிக்கை வலுத்துக் கொண்டிருந்த அந்தச் சமயத்தில், மோடி நேதாஜியின் குடும்பத்தினரைச் சந்தித்ததும், அதைத் தொடர்ந்து அவர் அளித்த வாக்குறுதியும், எதிர் வரும் மாநிலத் தேர்தலில் பி.ஜே.பி.யின் செல்வாக்கைக் கூட்டும் என்று கருதிய மம்தா, அதை உடைக்க மாநில அரசு வசமிருக்கும் ரகசிய ஆவணங்களை வெளியிடுவதன் மூலம் பிரதமரைவிடத் தனது கட்சி இந்த விஷயத்தை மிக முக்கியமானதாகக் கருதுகிறது என்பதை உணர்த்த இந்த அதிரடியை மேற்கொண்டார்.

அதன்படி 2015, செப்டெம்பர் 17 அவற்றை வெளியிட்டதோடு, ‘நேதாஜி இறந்ததாகச் சொல்லப்படும் 1945க்குப் பின்னரும் உயிருடன் இருந்திருக்கலாம் என நம்புகிறேன்!’ என்றும் அறிவித்தார். இது ஒரு வரலாற்று திருப்பு முனை அறிவிப்பு. சர்ச்சைகள் தொடங்கிய நாட்களிலிருந்து இதுவரை மாநிலத்தில் ஆட்சியிலிருந்த எந்த அரசும் இப்படி அறிவிக்கவில்லை.

அதோடு மட்டுமில்லாமல் மத்திய அரசும் அவர்கள் வசமிருக்கும் ரகசிய ஆவணங்களையும் வெளியிட வேண்டும். ‘நேதாஜி காணாமல் போன மர்மம் 70 ஆண்டுகளாக கண்டுபிடிக்கப்படாதது துரதிஷ்டவச மானது. இன்னும் எத்தனை நாள் நீங்கள் அதை ரகசியமாக வைத்திருக்கப் போகிறீர்கள்?’ என்கிற கேள்வியையும் மத்திய அரசை நோக்கி எழுப்பினார்.

வெளியிடப்பட்ட ஆவணங்கள் அரசின் ரகசியக் காப்பகத்திலிருந்து கொல்கத்தா போலீஸ் கமிஷனர் அலுவலகத்திலிருக்கும் அருங்காட்சிய கத்துக்கு மாற்றப்பட்டு மக்கள் பார்வைக்கு வைக்கப்பட்டது.

நீண்ட நாள் கோரிக்கையான இது நிறைவேற்றப்பட்டதில் மேற்கு வங்காள மக்கள் அடைந்த மகிழ்ச்சி ஊடகங்களில் எதிரொலித்தது.

மாநில அரசு இப்படி ரகசிய ஆவணங்களை வெளியிட்டது வரும் தேர்தலில் நிச்சயம் ஒரு தாக்கத்தை ஏற்படுத்தும் என்பதை உணர்ந்த பிரதமர் மோடி, உடனடியாக செயலில் இறங்கினார். பிரதமர் அலுவலகம் நேதாஜி குடும்பத்தினரைத் தொடர்பு கொண்டது. பிரதமர், நேதாஜி குடும்பத்தினரின் தலைமையில் வரும் குழுவை அக்டோபரில் (2015) சந்திக்கவிருக்கிறார் என்ற அறிவிப்பு வெளியானது.

நேதாஜியின் பேரனின் மகன் சந்திரகுமார் போஸ்தான் பிரதமர் அலுவலகத்தால் அழைக்கப்பட்டவர். ‘இந்தச் சந்திப்புக்குப் பின்னர் மத்திய அரசு அவர்கள் வசம் இருக்கும் 135 ரகசிய ஆவணங்களை வெளியிடுவார்கள். என்று நம்புகிறேன். அதைப்போல் நாங்கள் ரஷ்ய உளவுத்துறையிடமும், இங்கிலாந்து அரசிடமும் கேட்டிருக்கும்

ரகசிய ஆவணங்களைப் பெறவும் அரசு உதவி செய்வார்கள் என நம்புகிறேன்'. என்று அவர் பேட்டியளித்தார். இவர் இங்கிலாந்தின் தகவல் அறியும் உரிமைச் சட்டத்தின் கீழ் பிரிட்டிஷ் அரசிடமிருக்கும் ஆவணங்களைக் கேட்டு மனுச்செய்திருந்தவர்.

அதிகமான எண்ணிக்கைக் கொண்ட நேதாஜி குடும்பத்தினரிடையே விமான விபத்தில் அவரது மரணம் குறித்த ஒருமித்த கருத்து இல்லை. ஒரு சாரார் அரசால் அறிவிக்கப்பட்ட விமான விபத்து நிகழ்ந்திருக்கும் என நம்பினார்கள். அவர்களில் ஒருவர் சுகதா போஸ். இவரும் நேதாஜியின் கொள்ளு பேரன்களில் ஒருவர். திரிணாமுல் காங்கிரஸின் ஜாதவப்பூர் எம்பி. இந்த அதிரடிக்குப் பின் அவரும், 'ரகசிய ஆவணங்களை வெளியிடுவதால் அன்னிய நாடுகளுடன் இருக்கும் நமது வெளியுறவு பாதிக்கப்படும் என்று தொடர்ந்து சொல்லப்படும் மத்திய அரசின் கருத்தை ஏற்க மறுத்தார். 60 ஆண்டுகளுக்குமுன் நடந்த, அன்றிருந்த அரசு செய்த காரியங்களுக்காக இன்று பதவியிலிருக்கும் அரசை யாரும் குறை காணமாட்டார்கள். மத்திய அரசு ஆவணங்களை வெளியிட வேண்டும்' என அறிவித்தார்.

இந்த அறிவிப்பு, நேதாஜி குடும்பத்தினர் இந்த விஷயத்தில் ஒருங்கிணைகிறார்கள் என்பதை உலகிற்குச் சொன்னது.

இந்திய ரகசிய ஆவண சட்டப்படி அரசு ஆவணங்கள் அதிலுள்ள விஷயங்களின் தன்மையைப் பொறுத்து நான்கு வகையாகப் பிரிக்கப்பட்டு ஆவணப்படுத்தப்படும். அவை:

1) தலையாய ரகசியம் (Top Secret)

2) ரகசியம் (Secret)

3) அந்தரங்கமானது (Confidential)

4) வரையறுக்கப்பட்டது (Restricted)

பிறகுள்ளவை, வகை செய்யப்படாதவை (Unclassified).

இதில் மேற்கு வங்காள அரசால் பாதுகாக்கப்பட்ட நேதாஜி மர்மம் பற்றிய ஆவணங்கள் முதல் வகையைச் சேர்ந்தது. ஒவ்வொரு முறையும் இந்த ஆவணங்கள் பற்றி கேள்விகள் கேட்கப்படும் பொழுது பாராளுமன்றத்தில் சொல்லப்பட்ட பதில், 'இந்த ஆவணங்கள் தேசத்தின் நலன். அயல் நாடுகளுடன் உள்ள நமது சுமுக உறவுகள் கருதி வெளியிடமுடியாதவை' மத்தியில் ஆட்சியிலிருந்த எல்லா அரசுகளும் 2014 தேர்தலுக்கு முன் கூட்டங்களில் வாக்களித் திருந்தாலும் பி.ஜே.பி. அரசும் பதவிக்கு வந்த பின் அதே பதிலைத்தான் சொல்லிற்று.

வங்க அரசு வெளியிட்ட இந்த 64 ஆவணங்களில் சில முக்கியமான வற்றைப் பார்க்கும் வாய்ப்பு இந்நூலாசிரியனான எனக்குக் கிடைத்தது. வெளியிடப்பட்டிருப்பதில் பலவிதமான ஆவணங்கள். இருக்கின்றன.

அரசு குறிப்புகள், செய்தித்தாள்களிலிருந்து வெட்டிய செய்திகள், கவர்கள், கடிதங்களின் நகல்கள் போன்ற பலவிதமான ஆவணங்கள். சிலவற்றைப் பார்த்தபோது இதை ஏன் மிக ரகசியமானதாகப் பட்டியலிட்டார்கள்? இத்தனை ஆண்டுக்காலம் காத்தார்கள் என்ற ஆச்சரியம் கூட எழுந்தது.

இந்த 64 கோப்புகளில் 13 கோப்புகள் மிக முக்கியமானவை. அவற்றில் இருக்கும் ஆவணங்களின் மூலம் வெளிவந்த செய்திகளில் முக்கிய மானவை.

1. 1968வரை நேதாஜியின் வீடு போலீஸாரால் கண்காணிக்கப்பட்டு வந்திருக்கிறது. அவருடைய சகோதரருக்கு வரும் அத்தனை கடிதங்களும் பிரித்துப் பார்க்கப்பட்டு நகல்கள் எடுக்கப் பட்டிருக்கின்றன. இது குறித்து எலிஜிஜ் ரோடு தபால் நிலைய அதிகாரிக்கு, 'நேதாஜி வாழ்ந்த வீடு, மற்றும் நேதாஜி பவன் என்று அறிவிக்கப்பட்ட சரத்சந்தர் வீட்டுக்கும் வரும் எல்லாத் தபால்களும் போலீஸ் டெப்டி கமிஷனருக்கு அனுப்பப்பட வேண்டும்' என்று சொல்லும் கடிதமும், அஞ்சலக அதிகாரியின் குறிப்புகளும் இதை உறுதி செய்கின்றன.

2. நேதாஜி வாழ்ந்த வீட்டிற்கு வந்த விருந்தினர்களின் விபரம் பதிவு செய்யப்பட்டிருக்கிறது. அவரது சகோதரரின் பயணங்களும் கண்காணிக்கப்பட்டிருக்கின்றன.

3. நேதாஜி எமிலியுடன் தன் திருமணத்தைத் தெரிவித்து அண்ணனுக்கு எழுதிய கடிதத்தின் நகலுடன் ஒரு குறிப்பு. 'நேதாஜி எமிலி என்பவரை மணம் செய்துகொண்டிருக்கிறார். ஜெர்மனியில் அந்நிய நாட்டினர் திருமணம் செய்துகொள்ள சட்ட அனுமதியில்லாதால், இந்து முறைப்படி மணம் நடந்திருக்கிறது' என்ற அந்தக் குறிப்பு அரசுக்கு அனுப்பப்பட்டிருக்கிறது

4. குடும்ப உறுப்பினர்களுக்கு எழுதப்பட்ட கடிதங்கள்கூடத் தணிக்கைக்கு உள்ளாகி நகல்கள் எடுக்கப்பட்டிருக்கின்றன. உதாரணமாக நேதாஜி மரணம் இந்திய அரசால் அறிவிக்கப்பட்ட பின்னர் நேதாஜியின் மனைவி எமிலி நேதாஜியின் குடும்பத்தாருடன் தொடர்பில் இருந்திருக்கிறார். நேதாஜியின் அண்ணனுக்கு அவர் எழுதிய கடிதங்கள் சில மனத்தை

நெகிழச்செய்கிறது. தன் சிறு குழந்தை அனிதா நடக்கத் துவங்கியது, பள்ளிக்குப் போனது, அவள் ஆங்கிலத்தில் சரத் தாத்தாவிற்கு சில வரிகள் எழுதியது போன்ற கடிதங்கள். இவற்றையெல்லாம் ஏன் 70 வருடம் ரகசியமாகப் பாதுகாத்தார்கள் என்று புரியவில்லை.

5. வரும் கடிதங்கள் மட்டுமில்லை. நேதாஜி குடும்பத்தினர் எழுதிய கடிதங்களும் பார்க்கப்பட்டு நகல் எடுக்கப்பட்டு கோப்புகளில் இருக்கிறது. முனைவர் சத்திய நாராயண சின்ஹா, பாராளுமன்ற உறுப்பினர் (முன்னாள் ஐ.பி.எஸ். அதிகாரி) ஃபார்மோசாவிற்கு 1964ல் நேதாஜியின் மரணம் பற்றி அறிவதற்காகப் பயணம் செய்து அங்கு அரசு அதிகாரிகளைச் சந்திக்கிறார். அவர்கள் தரும் ஆவணங்கள் விசாரணை கமிஷனில் சொல்லப்பட்ட சாட்சியங்களிலிருந்து மாறுபடுகிறது என ஒரு கட்டுரையில் எழுதியிருந்தார். அதில் 1945ல் அந்த இடத்தில் அப்படி ஒரு விமான விபத்து நடக்கவில்லை என்றும் கிட்டத்தட்ட அதுபோல் ஒரு விபத்து அந்த இடத்திலிருந்து தொலைவில்தான் 4 ஆண்டுகளுக்கு முன் நிகழ்ந்திருப்பதாகச் சொன்னார்கள் என்றும் எழுதியிருந்தார்.

அந்தக் காலகட்டத்தில் பரபரப்பாகப் பேசப்பட்ட இந்த விஷயம் குறித்து நேதாஜியின் சகோதரி மகன் ஸிசர் குமார் போஸ் ஜப்பானிலுள்ள டாட்சோ ஹயாஷிடா (Tatsuo Hayashida) என்பவருக்குக் கடிதம் எழுதுகிறார். டாட்சோ ஹயாஷிடா நேதாஜியின் வாழ்க்கைக் குறிப்பை ஜப்பான் மொழியில் எழுதியவர். அந்தக் கடிதத்தில், ‘நீங்கள் விபத்துக்குப் பின் நேதாஜியை மருத்துவமனையில் பார்த்தீர்களா? அல்லது அவர் எரியூட்டப்பட்ட இறுதிச் சடங்குகளை கண்ணால் பார்த்தீர்களா?’ எனக் கேட்டிருக்கிறார். இந்தக் கடிதமும் இந்த ஆவணங்களில் இருக்கிறது. அதற்குப் பதில் வந்ததா? என்று தெரியவில்லை

6. அந்த வீட்டிற்கு வந்துபோகும் அரசியல்வாதிகளின் நடவடிக்கைகளும் கவனிக்கப்பட்டிருக்கின்றன. மே 19, 1949 தேதியிட்ட ஒரு குறிப்பு சொல்வதைப் பாருங்கள். ‘கல்கத்தாவிற்கு வந்திருக்கும் சௌமேயந்திர நாத் தாகுர் என்பவர் அடிக்கடி சரத் சந்திர போஸை (நேதாஜியின் சகோதரர்) சந்திக்கிறார். மூடிய அறையில் நீண்ட நேரம் விவாதிக்கிறார்கள். இந்தத் தலைவர்கள் இடதுசாரிகளுடன் இணைந்து இன்றைய ஆட்சியைக் (காங்கிரஸ் ஆட்சி) கவிழ்க்கத் திட்டமிடுகிறார்கள் எனத் தோன்றுகிறது.’

7. முனைவர் லில்லி அபிங் (Dr Lilly Abegg) என்பவர் சுவிஸ் நாட்டு பத்திரிகையாளர். இவரிடமிருந்து 1949ல் சரத் சந்தர போஸுக்கு

வந்த கடிதத்தில், '1946ல் நான் எனது நண்பர்கள் மூலம் உங்கள் சகோதரர் ஜப்பானில் இருப்பதை அறிந்தேன்' என்று எழுதியிருக்கிறார். இந்தக் கடிதம் தணிக்கைக்குப் பின்னர் சரத் சந்தருக்கு கொடுக்கப்பட்டிருக்கிறது. இந்தக் கடிதத்தில் அவர் எழுதிய முந்தைய கடிதம் ஒன்றைக் குறிப்பிடுகிறார். ஆனால் அது வெளியான ஆவணங்களில் இல்லை.

இந்த ஆவணங்களில் சரத் சந்திர போஸ் கலந்துகொண்ட கூட்டங்கள், நேதாஜி குடும்பத்தினர் கலந்து கொண்ட மற்ற கூட்டங்கள் பற்றிய செய்தித்தாள்களின் பகுதிகள் பாதுகாக்கப்பட்டிருக்கின்றன.

இந்த ஆவணங்களிலிருந்து தெளிவாகத் தெரியும் ஒரு விஷயம். பாராளுமன்றத்தில் 1952லும் பின்னர் அதற்கு வெளியிலும் பிரதமர் நேரு, விமான விபத்தில்தான் நேதாஜி இறந்திருக்கிறார் என அறிவித்துக்கொண்டிருந்தாலும், அரசாங்கத்திற்கு அவர் உயிருடன் இருக்கும் வாய்ப்பு இருக்கிறது என்ற சந்தேகம் இருந்துகொண்டே இருந்திருக்கிறது. அதன் விளைவாகத்தான் இந்தக் கண்காணிப்பு, அஞ்சல் தணிக்கை எல்லாம் நடந்திருக்கிறது. ஆனால் ஏன் தொடர்ந்து 1968வரை செய்யப்பட்டிருக்கிறது? என்பதும் யாருடைய உத்திரவால் நிறுத்தப்பட்டது? என்பதும்தான் நீடிக்கும் மர்மம்.

பிரதமர் மோடி அறிவித்தபடி அக்டோபர் 14, 2015 அன்று நேதாஜி குடும்பத்தினர் 35 பேர்களையும் அவர்களது நண்பர்களுடன் சந்தித்தார். மீடியாக்களில் பெரிய அளவில் பேசப்பட்ட இந்தச் சந்திப்பில் பிரதமர், நேதாஜி ஆவணங்களை ரகசியமாக வைத்திருப்பதில் தனக்கு உடன்பாடு இல்லை என்றும், நேதாஜி குடும்பத்தினர் விருப்பத்திற்கிணங்க அரசு அவற்றை நேதாஜியின் 119 ஆவது பிறந்த நாளான 23.01.2016 முதல் பொது ஆவணமாக வெளியிடத் தீர்மானித்திருப்பதாகவும் அறிவித்தார். அதுமட்டு மில்லாமல் ரஷ்யா, இங்கிலாந்து, ஜப்பான், அமெரிக்கா, சீனா, சிங்கப்பூர் மற்றும் மலேசிய நாடுகளுக்கும் தான் அதிகாரப்பூர்வமாக அவர்களிடமிருக்கும் ரகசிய ஆவணங்களை பொது ஆவணமாக அறிவிக்க வலியுறுத்தி கடிதம் எழுதப்போவதாகவும் அறிவித்தார்.

அதன்படி முழு ஆவணங்களும் டிஜிட்டலாக்கப்பட்டு இதற்கான ஒரு தனி இணையதளத்தில் மாதந்தோறும் பகுதிகளாக வெளியிடத் திட்டமிடப்பட்டது. அதன் படி முதல் பகுதி 23.01.2016 அன்று வெளியானது. தொடர்ந்து வெளியாகிக்கொண்டிருக்கிறது. மிகத்தெளிவாக pdf வடிவிலும், புரட்டிப் பார்க்கக்கூடிய புத்தக வடிவிலும் வெளியாகியிருக்கும் இந்த ஆவணங்கள் வரலாற்று ஆராய்ச்சியாளர்களுக்கும், இந்தச் சர்ச்சையை நீண்ட நாட்களாகத்

தொடர்ந்து கொண்டிருப்பவர்களுக்கும் மிக உதவும் என எதிர்பார்க்கப் படுகிறது. எதுவும் புதிதாக இல்லாமல் ஏமாற்றமாகப் போவதற்கும் வாய்ப்பிருக்கிறது.

நேதாஜி காணாமல் போன மர்மங்களில் சர்ச்சைக்குள்ளானவை 3 கேள்விகள்தான்.

1) அதிகாரப் பூர்வமாக அறிவிக்கப்பட்டபடி நேதாஜி தைப்பே அருகில் நிகழ்ந்த விமான விபத்தில், இரண்டாம் உலகப்போரில் ஜப்பான் சரண் அடைந்த 3வது நாளில்தான் (ஆகஸ்ட் 18, 1945) இறந்து போனாரா?

2) அன்று அவர் மரணம் அடையவில்லை என்பது உண்மையாக இருந்து, 1945, ஆகஸ்ட்டுக்குப் பின் அவர் ரஷ்யாவில் இருந்திருக்கிறாரா?

3) இந்தியா திரும்பி ஒரு சாமியாராக 1985 வரை (அவரது 88வது வயது வரை) வாழ்ந்தாரா?

70 வருடங்களுக்கு மேல் ரகசியமாகக் காக்கப்பட்டு வெளியாகி யிருக்கும் ஆவணங்கள், வெவ்வேறு காலகட்டங்களில் அமைக்கப் பட்ட மூன்று ஒரு நபர் கமிஷன்களின் முழு அறிக்கைகள் அவற்றின் இணைப்புகளுடன் இப்போது வெளியாகியிருக்கின்றன. அரசாங்கம் அந்த அறிக்கைகள் ஏற்கப்பட்டதையும் மறுக்கப்பட்டதையும் பாராளுமன்றத்தில் அறிவித்தபோது முழு அறிக்கைகளை அதன் இணைப்புகளுடன் வெளியிடவில்லை. எனினும் வெளியிடப்பட்ட ஆவணங்களின் மூலம் நேதாஜிக்கு என்னதான் ஆகியிருக்கும் என ஆராய்ந்து பார்க்கலாமா?

9

ஷா நவாஸ்கான் அறிக்கை: சொன்னதும் சொல்லாததும்

ஆகஸ்ட் 18 - 1945ல் நேதாஜி விமான விபத்தில் இறந்துவிட்டார் என்று ஜப்பானிய வானொலி அறிவித்த நாளிலிருந்து அதை நம்பாதவர்களில் அதிகம் பேர் வங்க மாநிலத்தவர். 1947லிருந்தே ஒரு விசாரணை கமிஷன் அமைத்து உண்மை அறியப்பட வேண்டும் என்று பல மட்டங்களில் கோரிக்கைகள் எழுந்துகொண்டிருந்தது. புதிய அரசியல் அமைப்பு, நாடாளுமன்ற நடைமுறைகள் போன்றவற்றில் கவனம் செலுத்திக்கொண்டிருந்த அரசு இந்தக் கோரிக்கையைப் பெரிதாக மதிக்கவில்லை. 'நேதாஜி விமான விபத்தில்தான் இறந்து போனார். ரஷ்யாவிற்குத் தப்பிவிட்டார் என்பதில் உண்மையில்லை' என்பதையே அன்றைய பிரதமர் நேரு நம்புவதாக அறிவிக்கப் பட்டிருந்தது.

1952ல் பாராளுமன்றத்தில் முதன்முறையாக இந்த விஷயத்தில் ஒரு தெளிவான, வெளிப்படையான அறிக்கையைத்தர ஒரு விசாரணை கமிஷனை அமைக்கவேண்டும் என கோரிக்கை எழுப்பியவர் ஹரி விஷ்ணு காமத் என்ற எம்.பி. H.V. காமத் என்று பரவலாக அறியப் பட்டிருந்த இவர், சுபாஷைப் போலவே ஐ.சி.எஸ். பதவியை உதறிவிட்டு நாட்டுக்குச் சேவை செய்ய வந்தவர். ஃபார்வர்ட் பிளாக்கின் பொதுச் செயலாளர். இந்த விஷயத்தில் பிரதமர் நேருவுடன் பலமுறை மோதியவர். ஒரு கட்டத்தில் நேரு,

'நேதாஜியின் மரணம் குறித்து அன்றும் சரி, இன்றும் சரி என் மனதில் எந்தச் சந்தேகமும் இல்லை. இதில் எந்த விசாரணை கமிஷனுக்கும் அவசியமில்லை!' என மார்ச் 1952 பாராளுமன்றக் கூட்டத்தில் அறிவித்தார்.

இந்த பதில் வங்காளத்தில் அதிர்வுகளை ஏற்படுத்தியது. வங்காள சட்டமன்றம், ஒரு தீர்மானம் இயற்றியது. 'சுபாஷின் மரணம் குறித்து மத்திய அரசு ஒரு விசாரணை கமிஷன் அமைத்து உண்மையைக் கண்டறிந்து அறிவிக்க வேண்டும். இது வெறும் வங்க மக்களின் உணர்வுகள் மட்டுமில்லை. முழு இந்திய மக்களின் எண்ணங்களின் பிரதிபலிப்பு' என்றது அந்தத் தீர்மானத்தின் வாசகம்.

இந்தத் தீர்மானத்தின் நகலுடன் மத்திய அரசின் வெளிவிவகாரத்துறை பிரதமருக்கு அனுப்பிய குறிப்பும் அதற்கு அவர் அனுப்பிய பதிலும் இப்போது வெளியாகியிருக்கிறது. அதில்:

'மத்திய அரசால் இயன்ற அனைத்து முயற்சிகளும் எடுக்கப்பட்டு விட்டது. அரசாங்கமானது, திரு சுபாஷ் சந்திர போஸ் மரணம் குறித்து அறிவிக்கப்பட்ட தகவல்களில் திருப்தி அடைந்திருக்கிறது. இதற்கு மேல் இதில் இப்போது செய்வதற்கு ஒன்றுமில்லை என, மாநில அரசுக்குத் தெரிவிக்கவும்.'

இந்தச் செய்தி அதிகாரபூர்வமாக வங்காள மாநில அரசுக்கு அறிவிக்கப்பட்ட சில நாட்களில் அந்த அரசில் அமைச்சராக இருந்து விலகிய நிஹரெந்து தத் மஜூம்தார் (Niharendu Dutt Mazumdar), பிரதமர் நேருவிற்கு ஒரு விசேஷ உண்மை அறியும் குழுவை அமைக் கலாம் என கடிதம் எழுதியிருக்கிறார். இந்தக் கடிதமும் அதற்கு நேரு அனுப்பிய பதிலும் இந்த ஆவணங்களில் பார்க்கமுடிகிறது.

'இந்திய அரசு இதற்குமேல் நேதாஜி சுபாஷ் விஷயத்தில் என்ன செய்ய முடியும் என எனக்குப் புரியவில்லை. எங்களால் எந்த அளவிற்கு முடியுமோ அந்த அளவிற்குத் தகவல்களைச் சேகரித்திருக்கிறோம், என் மனதில் எந்தச் சந்தேகமும் இல்லை' என்ற நேருவின் பதில் அவர் இந்த விஷயத்தில் எவ்வளவு உறுதியாக இருந்திருக்கிறார் என்பதைக் காட்டுகிறது.

அவர் அப்படி உறுதியாக நம்பியதற்குக் காரணம், அப்போது மத்திய அரசிடமிருந்த ஒரு ரகசிய அறிக்கை. இப்படி ஒரு ரகசிய விசாரணை மேற்கொள்ளப்பட்டிருக்கிறது; அதன் அறிக்கை அரசின் வசம் இருக்கிறது என்பது அதுவரை சொல்லப்படவில்லை. அன்றுதான் அந்த அறிக்கையின் முக்கிய பகுதியை பாராளுமன்றத்தில் நேரு படித்துக் காட்டுகிறார் 'எனக்கு விமான விபத்து குறித்தோ, அதில்

சுபாஷின் மரணம் குறித்தோ துளிக்கூட சந்தேகம் இல்லை. ரென்கோஜி புத்த ஆலயத்தில் பாதுகாக்கப்படுவது நேதாஜியின் அஸ்திதான் என்பதிலும் சந்தேகம் இல்லை' என்பது அந்த அறிக்கை.

இப்படி ஒரு விசாரணையைச் செய்து அரசுக்கு அறிக்கை கொடுத்தவர் திரு எஸ்.ஏ. அய்யர் என்பவர். இவர் சுபாஷுடன் நெருக்கமாக இருந்தவர். இங்கிலாந்தைச் சேர்ந்த ராய்ட்டர்ஸ் என்ற செய்தி நிறுவனத்தில் பணியாற்றியவர். சுபாஷ் அமைத்திருந்த இந்திய அரசில் தகவல்துறை அமைச்சராக நியமிக்கப்பட்டிருந்தவர். நாடு விடுதலை பெற்றபின்னர் சுபாஷின் கொள்கைகளை உதறிவிட்டு காங்கிரஸ்காரர்களுடன் இணைந்து அரசுக்கு பல விஷயங்களில் உதவியிருக்கிறார். அரசு சார்ந்த செய்தி நிறுவனத்தில் பதவி தரப்பட்டவர். இவர் ரகசியமாக 1951ல் ஜப்பானுக்கு அனுப்பப் பட்டார். மத்திய அரசின் வெளிவிவகாரத் துறையின் ஆசி இந்தப் பயணத்துக்கு இருந்தாலும் அதிகாரபூர்வமானதில்லை. பயணச் செலவுகளை ஜப்பானிலுள்ள அய்யரின் நண்பர் முங்கா ராமமூர்த்தி (Munga Ramamurthi) ஏற்றார்.

எஸ்.ஏ. அய்யர் ஜப்பானில் காலடி வைத்தவுடனேயே அங்கிருக்கும் இந்திய தூதர் திரு கே.கே. செட்டூர் இந்திய அரசுக்கு, ஒரு ரகசியக் கடிதத்தை அனுப்பியிருக்கிறார். அதில் ராமமூர்த்தியும், அய்யரும் நேதாஜிக்கு மக்களால் நன்கொடையாகத் தரப்பட்ட தங்கக் கட்டிகளும், நகைகளும் மர்மமான முறையில் காணாமல் போனதற்கு ஒருவகையில் காரணமாக இருந்தவர்கள் என்ற குற்றச்சாட்டிற்கு உள்ளானவர்கள். அதனால் அவர் இந்த நாட்டில் மேற்கொள்ளும் பயணங்களுக்கு உதவுவது சரியாக இருக்காது என நம்புகிறேன்.' என்று எழுதியிருக்கிறார். அந்தத் தூதுவருக்கு, அய்யர் மத்திய அரசின் ஆதரவோடு ஒரு விசாரணைக்காக அனுப்பப்பட்டிருக்கிறார் என்பது சொல்லப்படவில்லை. தூதுவர் கே.கே. செட்டூரின் கடிதங்களை ஒதுக்கிவிட்டு பிரதமர் நேரு, அய்யரின் அறிக்கையை ஏற்றுக்கொண்டு அதன் அடிப்படையில் பாராளுமன்றத்திலும் அதை அறிவித்தார்

பின்னாளில் நிறைய பேசப்பட்ட விஷயமான - நேதாஜிக்குக் கொடுக்கப்பட்ட பணமும் தங்கக்கட்டிகளும் என்னவாயிற்று? என்ற கேள்வியை முதலில் இந்திய அரசின் கவனத்துக்குக் கொண்டுவந்தவர் கே.கே. செட்டூர். ஆனால் எந்த விசாரணையுமில்லாமல் இன்றும் நீடிக்கும் மர்மங்களில் ஒன்று, இந்த 'நேதாஜி பொக்கிஷம்.'

ஆனால் இந்த அய்யரின் அறிக்கையும் நேருவின் பதிலும் வங்காள மக்களைத் திருப்திப்படுத்தவில்லை. மேற்கு வங்காளம் மட்டு

மில்லாமல் மற்ற மாநிலங்களிலிருக்கும் காங்கிரஸ் அல்லாத மற்ற கட்சிகளும் தொடர்ந்து எழுப்பிக்கொண்டிருந்த இந்த விஷயம் 1955ல் ஒரு புதிய திருப்பத்தைச் சந்தித்தது.

பிரதமர் நேரு தொடர்ந்து விசாரணை கமிஷன் கோரிக்கையை நிராகரித்துக்கொண்டே இருந்ததால், அதை முடிவாக பாராளு மன்றத்திலும் அறிவித்துவிட்டதால், வங்காளத்தில் சுபாஷின் விசிறிகளும், முன்னாள் ஐ.என்.ஏ. படைவீரர்களில் சிலரும் கல்கத்தாவில் ஒரு கூட்டத்தை நடத்தினர். அதில் மக்களிடம் பணம் வசூல் செய்து, ஒரு விசாரணை கமிட்டியை அமைப்பது என்று முடிவு செய்யப்பட்டது.

அந்த கமிட்டிக்கு நீதிபதி ராதா பினோட் பால் (Justice Radha Binod Paul) அவர்களை தலைவராக நியமிக்கலாம் என முடிவு செய்யப் பட்டது. இவர் இரண்டாம் உலக போர்க் குற்றங்களை விசாரிக்க ஜப்பானில் அமைக்கப்பட்ட நீதிபதிகள் குழுவில் ஆசிய பகுதிக்கான நீதிபதியாகப் பணியாற்றியவர். கல்கத்தாவில் வாழ்ந்தவர். போர்க் குற்றங்கள் விசாரணையில் இவரது ஜப்பானிய ஆதரவு நிலை அவருக்கு ஜப்பானிய மக்களிடம் பெறும் மதிப்பைப் பெற்றுத் தந்திருந்தது. இவருக்கு சுபாஷின் அத்தனை முயற்சிகளும் நன்கு தெரியும். 2006ல் அன்றைய பிரதமர் மன்மோகன் சிங் ஜப்பான் பாராளுமன்றத்தில் உரையாற்றும்போது இந்தப் பெருமை மிக்க இந்தியரைப் பற்றிக் குறிப்பிட்டிருக்கிறார். அந்த அளவுக்கு இந்திய அரசால் மதிக்கப்பட்டவர்.

இந்த நீதிபதியின் தலைமையில் ஒரு உண்மை கண்டறியும் மக்கள் குழு அமைக்கப்படப் போகிறது என்ற செய்தி ஜப்பானிய செய்தித்தாள் களிலும் பெரிய அளவில் வெளியாகியிருந்தது. நேருவின் அரசு உஷாராகிவிட்டது. உடனடியாக அரசாங்கம் ஒரு விசாரணை கமிஷனை அமைக்க முடிவு செய்தது. ‘விசாரணைக் குழுவில் மூன்று பேர் இருக்கட்டும். அதில் ஒருவர் நேதாஜி குடும்பத்திலிருந்தும், ஒருவர் ஐ.என்.ஏ.விலிருந்தும், ஒருவர் அரசாங்கத்திலிருந்தும் இருக்கவேண்டும். விசாரணை கமிட்டி பற்றி அதிகமாக விளம்பரங்கள் வேண்டாம்’ என்று அந்த ரகசிய கோப்பில் பிரதமர் அக்டோபர் 13, 1955 தேதியிட்டு எழுதியிருக்கிறார்.

இதற்கிடையில் ஜப்பானிய செய்தித்தாள்களில் மக்கள் குழுவின் விசாரணை செய்தி வந்தவுடனேயே டோக்கியோவில் உள்ள ரெங்கொஜி புத்தர் ஆலயத்தில் இருக்கும் நேதாஜியின் அஸ்தியை அனுப்பத் தயாராக இருப்பதாக ஜப்பான் அரசு சொன்னது. ‘நேதாஜி

உயிரோடு இருக்கிறாரா? அல்லது கொல்லப் பட்டுவிட்டாரா? உண்மையை இங்குள்ள இந்தியர்கள் அறிய விரும்புகிறார்கள்' என நிப்பன் டைம்ஸ் என்ற செல்வாக்கு மிகுந்த செய்தித்தாள் முதல் பக்கச் செய்தியாக வெளியிட்டது. நேதாஜியிடமிருந்த தங்கக்கட்டிகள், மற்றும் நகைகளுக்காக அவர் ராணுவத்தினரால் கொலை செய்யப் பட்டுவிட்டார் என்று இந்தியர்களுக்கு சந்தேகம் எழுந்திருப்பதைப் போன்ற தோற்றம் அந்தக் கட்டுரையில் தொனித்தது. இதை விரும்பாத ஜப்பானிய அரசு இரண்டு நாளில் மறுப்பு வெளியிட்டதோடு நிற்காமல், அரசின் அதிகாரபூர்வமான செய்தி நிறுவனத்தின் மூலமாக ஒரு பத்திரிகையாளர் கூட்டத்தையும் ஏற்பாடு செய்தது. அந்தக் கூட்டத்தில் மூன்று முன்னாள் ராணுவ அதிகாரிகளை பத்திரிகை யாளர்கள் முன்னால் நிறுத்தியது.

லெப்டினென்ட் ஜெனரல் ஹருக்கி இசயாமா (Haruki Isayama), டாக்டர் யோஷாமி (Yoshimi) மற்றும் லெப்டினென்ட் கர்னல் மோரியோ தகாகுரா (Morio Takakura) ஆகிய மூவரும் சுபாஷ் விமான விபத்தில் இறந்ததை உறுதி செய்தார்கள். இந்தக் கூட்டத்தில்தான் சுபாஷின் அஸ்தியை ராமமூர்த்தியிடம் கொடுத்ததாகச் சொன்ன ராணுவ அதிகாரி தகாகுரா மற்றொரு அதிர்ச்சியான தகவலையும் சொன்னார். 'சுபாஷின் அஸ்தி கலசத்துடன் கூடவே தங்கத்தையும், நகைகளையும்கூட ராமமூர்த்தியிடம் கொடுத்துவிட்டேன். அதற்குப் பின் அவைகள் காணமல் போய்விட்டன. ராமமூர்த்தி அந்த நகைகள் பற்றி நான் யாரிடமும் பேசக்கூடாது என்றும், தவறினால் போர்க் குற்றவாளிகள் பட்டியலில் சேர்க்கப்படுவேன் எனவும் மிரட்டினார்!' என்று சொன்னார். மற்ற இருவரும் ஜப்பானிய ரேடியோ ஒலிபரப்பிய விமான விபத்து விபரங்களை அப்படியே சொல்லி உறுதிப் படுத்தினார்கள்.

1955 டிசம்பரில் நேரு 'நேதாஜி விசாரணை கமிட்டி' திரு ஷா நாவஸ்கான் என்பவரின் தலைமையில் அமைக்கப்பட்டிருப்பதாக அறிவித்தார். ஷா நாவஸ்கான் நேதாஜியின் ஐ.என்.ஏ.வில் பங்கு கொண்ட அதிகாரி. உயர்ந்த உருவம், முறுக்கிவிடப்பட்ட மீசை என கம்பீரமாக இருப்பார். அவர் கல்கத்தாவில் மக்கள் குழு அமைக்க வேண்டும் என முடிவு செய்த கூட்டத்திலும் பங்கேற்றவர். அவர் ஐ.என்.ஏவின் முன்னாள் அதிகாரியாக இருந்தாலும் இப்போது அவர் முழு காங்கிரஸ் அபிமானியாக மாறி கட்சியின் எம்.பியாக இருந்தார். அவரைத்தான் நேரு அதிகாரபூர்வமான விசாரணை கமிட்டிக்கு தலைவராகத் தேர்ந்தெடுத்திருந்தார். மற்ற உறுப்பினர்களில் ஒருவர் எஸ்.என். மைத்திரா மற்றும் சுரேஷ் சந்திர போஸ். இவர்களில்

மைத்திரா, வங்க அரசின் ஐ.சி.எஸ். அதிகாரி, சுரேஷ் சந்திர போஸ் சுபாஷின் அப்போது வாழ்ந்து கொண்டிருந்த சகோதரர்களில் மூத்தவர். பிரதமர் நேரு, சரத் சந்தர் போஸின் மகனான அமியா நாத் போஸ்தான் கமிட்டியில் இருக்க வேண்டும் என விரும்பினார். ஆனால் ஷா நவாஸ்கான், லண்டனில் பாரிஸ்டராக படித்திருக்கும் அந்த இளைஞன் கமிட்டியில் இருப்பதை விரும்பவில்லை. கமிட்டிக்கு அவரால் தொல்லைகள் ஏற்படும் என அவர் கருதினார்.

இந்த கமிட்டி அமைக்கப்பட்ட நாளிலிருந்தே அது இந்திய அரசின் வெளிவிவகாரத்துறையின் கைப்பாவையாக இயங்கியிருக்கிறது என்பது இப்போது வெளியாகியிருக்கும் ஆவணங்களிலிருந்து தெரியவருகிறது. இதில் வெளியாகியிருக்கும் பெயர்கள் டி.கே கவுல் மற்றும் ஏ.கே. தார். இதில் கவுல் டெல்லியில் வெளிவிவகாரத்துறை செயலாளர். தார் ஜப்பானில் இந்திய தூதரகத்திலிருக்கும் முதல் செயலர். இருவருக்குமிடையே நிகழ்ந்த கடிதப் போக்குவரத்துகள் எப்படி இந்த கமிட்டி செயல்பட்டிருக்கிறது என்பதைப் புரிய வைக்கிறது. தார் ஜப்பானிய அரசை அணுகி அனுமதியைக் கேட்கும் பொழுது, 'கமிட்டி, விசாரணையை நடத்தலாம். ஆனால் அந்த கமிட்டி அமைக்கப்பட்ட நோக்கத்தைத்தவிர வேறு விஷயங்களைப் பற்றி விசாரணை செய்யவோ ஆராயவோ கூடாது' என்கிற நிபந்தனையை ஜப்பானிய அரசு விதிக்கிறது. இதை திரு. தார் தனது கடிதத்தில் கமிட்டி ஆராய வேண்டிய விஷயங்களை முடிவு செய்யும் போது இந்த நிபந்தனையை கருத்தில்கொள்ளவேண்டும் என்று கவுலுக்கு எழுதியிருக்கிறார்.

எந்த ஒரு விசாரணை கமிஷனுக்கும் அது ஆராயவேண்டிய விஷயம் தெளிவாகச் சொல்லப்படும். அது ஆங்கிலத்தில் 'டெர்ம் ஆஃப் ரெபரன்ஸ்' என அழைக்கப்படும். இந்த விசாரணை கமிஷனின் நோக்கங்களை அறிவிக்கும்போது 'நேதாஜி சுபாஷ் சந்திர போஸ் பாங்காக்கிலிருந்து ஆகஸ்ட் 16ல் புறப்பட்டதிலிருந்து அவர் காணாமல் போனதாகக் கருதப்படுவதுவரையிலும் நிகழ்ந்த தொடர்ந்த நிகழ்ச்சிகள்வரை' விசாரிக்கப்படவேண்டும் எனச் சொல்லப் பட்டிருந்தது. ஆனால் ஜப்பானிலிருந்து தாரின் கடிதம் வந்தவுடன் அது மாற்றப்படுகிறது. 'காணாமல் போனவரை' என்ற வார்த்தை ,'இறந்ததாகச் சொல்லப்படும் வரை' என மாற்றப்படுகிறது.

ஒரு ரகசிய கடிதத்தின் அடிப்படையில் செய்யப்பட்டிருக்கும் இந்த மாற்றம் கமிட்டி அதன் அறிக்கையில் சொல்ல வேண்டியதை முன் முடிவாக அறிவித்திருப்பதை உணர முடிகிறது.

1956 ஏப்ரலிலிருந்து ஜூலைவரை 67 சாட்சியங்களை இந்தியா, ஜப்பான், தாய்லாந்து, வியட்நாம் என்று சம்பந்தப்பட்ட எல்லா இடங்களிலும் விசாரித்தது இந்த கமிட்டி. முக்கியமாக அந்த விமான விபத்தில் தப்பித்து தீக்காய தழும்புகளுடன் இருக்கும் அனைவரையும் விசாரித்தது. முக்கியமான சாட்சிகள் இரண்டு பேர். ஒருவர் டாக்டர் யோஷிமி. இவர்தான் சுபாஷுக்கு விபத்து நிகழ்ந்த அன்று சிகிச்சை அளித்த சர்ஜன். மரணிக்கும் தறுவாயில் உடன் இருந்தவர். அடுத்தவர் சுபாஷுடன் அன்று அதே விமானத்தில் உடன் பயணித்த ஒரே இந்தியர் ஹபிபுர் ரஹ்மான். இவர் இந்தியா - பாக் பிரிவினைக்குப் பின்னர் பாகிஸ்தானுக்குச் சென்றுவிட்டவர். இவர் உடலில் தீக்காயங்களின் தழும்புகள் இருந்தன. அந்த விபத்து நிகழ்ந்த நிமிடங்களை அதில் சுபாஷ் சந்திர போஸ் காயமுற்றதை, பின்னர் மருத்துவமனைக்கு எடுத்துச் சென்றதை விரிவாக விளக்கிச் சொன்னார் ரஹ்மான்.

கமிட்டியில் ஷா நவாஸ்கானும், மைத்திராவும் சாட்சியங்களை ஏற்றுக்கொண்டனர். மற்றொரு உறுப்பினரான சுரேஷ் சந்திர போஸ் சாட்சிகளின் வாக்குமூலங்களில் சில அடிப்படை விஷயங்கள் மாறுபடுவதைச் சுட்டிக் காட்டினார். இதனால் கமிட்டியின் வரைவு அறிக்கையில் கையெழுத்திட்டிருந்த அவர், அந்த அறிக்கையின் இறுதி வடிவத்தில் கையெழுத்திட மறுத்துவிட்டார். தன் சந்தேகங் களுக்கு விளக்கம் அளிக்காமலும், தான் கேட்ட சில முக்கிய ஆவணங் களை கமிட்டியின் தலைவர் ஷா நவாஸும் அவரது உதவியாளரும் தர மறுத்துவிட்டதாலும், தான் கமிட்டியின் அறிக்கையை ஏற்கவில்லை என்று சொன்னதோடு மட்டுமில்லாமல், 'இந்த கமிட்டியின் தலைவருக்கு, 'சுபாஷ் இறந்தது விமான விபத்தினால் தான் எனச் சொல்லவேண்டும்' என்று பிரதமர் நேரு ரகசிய கட்டளை கொடுத்திருந்தார் என்றும், அதனால் அந்த கமிட்டியின் அறிக்கையை ஏற்றுக்கொண்டு கையெழுத்திட தன்னிடம் அன்றைய வங்க முதல்வர் பி.சி. ராய் வற்புறுத்தியதாகவும் பத்திரிகையாளர் கூட்டத்தில் தெரிவித்தார். இதனால் தன்னுடைய கருத்துக்களை ஒரு தனி அறிக்கையாகச் சமர்ப்பித்தார் சுரேஷ் போஸ்.

அறிக்கையின் இந்தப் பகுதியும் இது தொடர்பாக லெனார்ட் கார்டன் என்ற இங்கிலாந்து வரலாற்று ஆசிரியர் எழுதியிருக்கும் குறிப்பும் இப்போது வெளியாகியிருக்கிறது.

'சுரேஷ் போஸின் 161 பக்க அறிக்கையை (பல விஷயங்கள் மீண்டும் மீண்டும் சொல்லப்பட்டிருக்கிறது) பார்க்கும்போது, சுரேஷ்

அடிப்படையாக ஒரு விஷயத்தைக் கோடிட்டுக் காட்டுகிறார். அதாவது எந்த விசாரணையிலும் இரண்டு சாட்சிகள் ஒரு குறிப்பிட்ட விஷயத்தில் மாறுபட்டால் அது இரண்டையுமே சாட்சியங்களாக எடுத்துக்கொள்ளக்கூடாது. அதில் ஏதாவது ஒன்றை ஏற்க கமிஷன் முடிவு செய்தால் அது உறுப்பினர்கள் எல்லோராலும் ஏற்கப்பட வேண்டும். ஷா நவாஸ்கான் அதைப் பின்பற்றவில்லை என்பதால் சுரேஷ் தனி அறிக்கை கொடுத்திருக்கிறார். அவர், சுபாஷ் இறந்திருக்க வாய்ப்பில்லை தப்பியிருக்கலாம் என நம்புகிறார். ஆனால் இந்தியாவிற்கு சுதந்திரம் வாங்காமல் சுபாஷ் மரணம் அடைந்திருக்க மாட்டார் என்ற அவருடைய யூகத்தையும் பதிவுசெய்திருக்கிறார்'. என்கிறது அந்தக் குறிப்பு.

1956 ஆகஸ்ட் 3 அன்று ஷா நவாஸ்கான் தனது அறிக்கையை பிரதமரிடம் அளித்தார். ஆறு அத்தியாயங்கள் கொண்ட அழகாக டைப் செய்யப்பட்ட அந்த அறிக்கை விமானம், விபத்து நடந்த இடத்தின் வரைபடம், நொறுங்கிய விமானத்தின் புகைப்படம், சுபாஷின் அஸ்தி இருக்கும் கோயிலின் புகைப்படத்துடன் சுபாஷின் மரணச் சான்றிதழும் இணைக்கப்பட்டிருந்தது. அரசுக்கு சமர்ப்பிக்கப்பட்ட அந்த ரகசிய அறிக்கையின் முக்கிய பகுதிகள் கல்கத்தா நாளிதழ்களில் வெளியாகியது. சுரேஷ் போஸ் இது வேண்டுமென்றே கமிட்டியின் தலைவரால் லீக் செய்யப்பட்டிருக்கிறது என்றும், தான் கமிட்டியின் மற்ற உறுப்பினர் கருத்துக்களை ஏற்காததால், என்மீது அவதூறு பரப்ப ஷா நவாஸ்கான் இதைச் செய்திருக்கிறார் என பிரதமர் நேருவிற்கு கடிதம் அனுப்பிவைத்தார். ஆனால் பிரதமர் அலுவலகம் இதற்கு பதில் எதுவும் அனுப்பவில்லை.

1956, செப்டெம்பர் 16 அன்று பிரதமர் நேரு பாராளுமன்றத்தில் ஷா நவாஸ்கானின் பணியைப் பாராட்டி, பேசிய பின் விசாரணை அறிக்கையைச் சமர்ப்பித்தார். அதில், 'சுபாஷ் சந்திர போஸ் விமான விபத்தில்தான் இறந்திருக்கிறார். டோக்கியோ புத்தர் கோயிலில் இருப்பது அவருடைய அஸ்திதான்' என்று சொல்லப்பட்டிருந்தது. அந்த அறிக்கை மேலும் சொன்ன விபரங்கள் 'அமெரிக்க, பிரிட்டிஷ் உளவுத்துறைகள் தந்த அறிக்கைகளும் இதைத் தெரிவிக்கின்றன. இதைத் தவிர தனிப்பட்ட முறையில் இந்திய பத்திரிகையாளர் ஹரின் ஷா மேற்கொண்ட அதிகாரபூர்வமற்ற விசாரணையும் இதை உறுதி செய்கிறது.'

இதில் ஒரு முக்கியமான விஷயம் என்னவென்றால், கமிஷனால் சமர்ப்பிக்கப்பட்ட அறிக்கையுடன் தரப்பட்ட இணைப்புகள்,

பாராளுமன்றத்தில் வெளிடப்படவில்லை. அதுகுறித்து கேள்விகள் எழுப்பப்பட்டதாகவும் தெரியவில்லை. இப்போது இந்த இணைப்பு ஆவணங்கள் வெளியாகியிருப்பதால், அறிக்கை வெளியிட்டபோது இந்த ஆவணங்கள் மிக ரகசிய ஆவணங்களாக வகைப்படுத்தப் பட்டிருந்ததால் அதை பாராளுமன்றத்தில் வெளியிடவில்லை என யூகிக்கமுடிகிறது. இப்போது வெளியாகியிருக்கும் ஆவணங்களில், பிரிட்டிஷ் அமெரிக்க அரசுகளிடமிருந்து பெறப்பட்டதாகச் சொல்லப்படும் அறிக்கைகள் எதுவும் இல்லை? இது ஏன்? என்பது இன்றும் ஓர் ஆச்சரியத்தை ஏற்படுத்தும் கேள்வி மட்டுமில்லை, அரசிடம் இன்னும் வெளியிடப்படாத வேறு ரகசிய ஆவணங்கள் இருக்குமோ என்ற சந்தேகத்தையும் எழுப்புகிறது

சுரேஷ் போஸ் தன் தனி அறிக்கையில் எழுப்பியிருந்த சந்தேகங்களில் முக்கியமானவைகள்.

1. இந்த கமிட்டி விமான விபத்து நடந்ததாகச் சொல்லப்படும் இடத்திற்கு போகவே இல்லை. அதற்கு மத்திய அரசு உதவவே இல்லை. ஆனால் கமிட்டியின் அறிக்கையில் 'இது பற்றி உறுப்பினர்களுடன் விவாதிக்கப்பட்டது. இத்தனை நாட்கள் கழித்து அங்கு போவது எந்தப் பலனையும் அளிக்காது என்று முடிவு செய்யப்பட்டது. அரசாங்கத்திடமிருந்து போக வேண்டாம் என்று எந்த அழுத்தமும் இல்லை' என்று பதிவு செய்யப்பட்டிருக்கிறது. இது தவறு. நான் அந்த இடத்திற்குப் போக வேண்டும் என்று வலியுறுத்திக்கொண்டிருந்தேன். கமிட்டியின் தலைவர் அதற்கு முயற்சிக்கவே இல்லை.'

2. மஞ்சூரியா வழியாக சுபாஷ் ரஷ்யாவிற்குத் தப்புவது என்பது அவர் எடுத்த அவசர முடிவு இல்லை. இதற்காக அவர் திட்டமிட்டு அதை ஜப்பானிய ராணுவ உயர் அதிகாரிகள் ஏற்று உதவி செய்திருக்கிறார்கள். அதற்காக திட்டமிடப்பட்ட ஒரு நாடகம்தான் இந்த விமான விபத்து, மரண அறிவிப்பு எல்லாம்.

3. ஏன் ஜப்பான் அரசு இதைச்செய்யவேண்டும்? - என்பதற்கு சுரேஷ் போஸ் முன்வைக்கும் விஷயங்கள்:

சுபாஷ் சந்திர போஸ் ஜப்பானியர்களால் மிகவும் மதிக்கப்பட்ட தலைவர். போரை முன்னெடுத்துச் செல்லும் முன்னணி தளபதிகளில் ஒருவராக மதிக்கப்பட்டவர். அவர் தப்பிச் சென்று அவரது லட்சியமான சுதந்திர இந்தியாவை அடைய உதவவே ஜப்பானியர்கள் விரும்பினர். அதனால் அவர் விமான விபத்தில் இறந்துவிட்டதாக

அறிவித்து அந்த விமான விபத்து நடந்ததாக ஒரு கற்பனை காட்சியை விவரித்திருக்கின்றனர். விமானப் பயணத்தில் கடைசி நேரத்தில் ஒரே ஓர் சீட் மட்டும், பின்னர் ரஹ்மான் அனுமதிக்கப்பட்டது, தீக்காயங்களுடன் இறந்ததாகச் சொல்லப்படும் மருத்துவமனை ஆவணங்கள், டாக்டரின் சாட்சியம், உடனடியாக உடல் தகனம் எல்லாம் ஜோடிக்கப்பட்டவை என்கிறார்.

இதற்கு அடிப்படையாக அவர் எழுப்பும் சந்தேகங்கள் - கமிட்டியின் விசாரணையில் சாட்சிகள் சொன்ன விஷயங்களில் நேரம், தேதி, ஆகியவற்றில் இருந்த வேறுபாடுகள். பல ஆண்டுகளுக்கு பின்னரும் ரஹ்மான் சாட்சியத்தை இயல்பாகச் சொல்லாமல் மிக நேர்த்தியாக விபரங்களைச் சொல்வதிலிருந்து . அவர் தயாரிக்கப்பட்டிருக்கிறார் என்பது தெரிகிறது.

4. *ஒரு நாட்டின் ராணுவத் தலைவராக மிக உயர்வாக மதிக்கப்பட்ட சுபாஷ் இறந்தபின், அவர் உடல் படம் எடுக்கப்படவில்லை. ராணுவ மரியாதையுடன் இறுதிச் சடங்குகள் நடத்தப்பட வில்லை. விபத்து உண்மையானால் அவ்வளவு அருகில் உடன் பயணம் செய்த ரஹ்மான் தப்பிக்க வாய்ப்பே இல்லை. அவரும் தீக்காயமுற்று இறந்திருக்க வேண்டும். அவர் தப்பித்தது என்பதே சுபாஷின் மரணம் உறுதியாக நம்பப்படவேண்டும் என்பதற்காக சுபாஷால் சாட்சியாக உருவாக்கப்பட்டவர்.*

5. *சரி, சுபாஷ் தப்பிவிட்டதாக அறிவித்திருக்கலாமே? ஏன் மரணமடைந்ததாக அறிவிக்கப்படவேண்டும்? இதற்கும் ஒரு விடையைச் சொல்கிறார் சுரேஷ் போஸ். ஜப்பானியர்கள் ராணுவ விதிகளை மிக மதிப்பவர்கள். சரணடைந்த பின்னர் அவர்களின் வீரர்கள் போர்க் கைதிகள். அதில் எவரேனும் தப்பி, பின்னர் பிடிபட்டால் அது ஜப்பான் ராணுவத்துக்கு இழுக்கு. அதனால் மரணமடைந்துவிட்டார் எனப் பதிவு செய்து அறிவித்துவிட்டால் பின்னாளில் ஜப்பான் ராணுவத்துக்கு எந்த இழுக்கும் நேராது என்பது ஜப்பானிய ராணுவத்தின் பார்வை.*

ஷா நவாஸ்கான் கமிட்டி உறுப்பினர்கள், ஏன் விமான விபத்து நடந்ததாகச் சொல்லப்படும் இடத்திற்குப் போகவில்லை? கமிட்டியின் தலைவர் அதற்கான முயற்சிகளை ஏன் எடுக்கவில்லை? அவர் அறிக்கையில் சொல்லியிருப்பதுபோல அரசாங்கம் அழுத்தம் கொடுக்கவே இல்லையா? போன்றவைகளுக்கான விடை இப்போது வெளியான ஆவணங்களில் கிடைத்திருக்கிறது. சுரேஷ் குற்றம்

சாட்டுவதுபோல் அவர் முயற்சிக்காமல் இல்லை. முயற்சித்திருக் கிறார். ஆனால் அவர் விபத்து நடந்ததாகச் சொல்லப்படும் இடத்துக்குப் போகவேண்டாம் என அரசு அறிவுறுத்தியிருக்கும் கடிதங்கள் இப்போது வெளியாகியிருக்கின்றன.

18.04.1956 தேதியிட்ட கடிதத்தில் ஷா நவாஸ்கானுக்கு அயல் நாட்டு விவகாரத்துறை செயலாளர் டி.கே. கவுல், எழுதியிருக்கும் ஒரு கடிதத்தை இப்போது பார்க்கமுடிகிறது. இது அவர் விபத்து நடந்த இடமான ஃபார்மோசாவுக்குப் போக அனுமதி கேட்டு எழுதிய கடிதத்திற்குப் பதில். 'நமக்கு ஃபார்மோசாவுடன் தூதரக ரீதியான உறவு கிடையாது. அந்த அரசை நாம் இன்னும் அங்கீகரிக்கவில்லை. அதனால் உங்கள் விசாரணையை அவர்கள் ஏற்கமாட்டார்கள். ஏற்றாலும் உதவிகளைவிட உபத்திரவங்களே அதிகமாக இருக்கும். அதனால் நீங்கள் ஃபார்மோசா போவது உசிதமாக இருக்காது என நாங்கள் கருதுகிறோம்' என்கிறது அந்த ரகசியக் கடிதம்.

இந்தக் கடிதம் எழுதிய உடனேயே ஜப்பானிலிருக்கும் இந்திய தூதர் சென் என்பவருக்கு அயல் நாட்டு விவகாரச் செயலர் டி.கே கவுல் இந்த விபரங்களைத் தெரிவித்து, ஷா நவாஸ்கான் உங்களைத் தொடர்பு கொள்ளக்கூடும், அப்படித் தொடர்புகொண்டு உதவியை நாடினால், அவர்களின் வேண்டுகோளை ஊக்குவிக்க வேண்டிய தில்லை என்று எழுதியிருக்கும் கடிதத்தையும் பார்க்க முடிகிறது.

கவுல் எதிர்பார்த்தபடியே ஷா நவாஸ்கான் ஜப்பானிய தூதுவர் சென்னிடம், விசாரணை கமிஷனுக்கு இந்த விஷயத்தில் ஜப்பானிய அரசின் மூலம் ஃபார்மோசா அரசைத் தொடர்புகொண்டு உதவி செய்யும்படிக் கேட்கிறார். தூதுவர் அதை பிரதமரின் பார்வைக்கு அனுப்புகிறார். பிரதமர் அலுவலகம் அதற்கு, 'ஜப்பான் அரசு விசாரணை கமிஷனை ஃபார்மோசா போக அனுமதித்தாலும், அங்குள்ள அரசு ஒத்துழைக்காது. அதனால் அத்தகைய உதவியைக் கேட்க வேண்டியதில்லை' என பதில் எழுதியிருக்கிறது.

இந்தக் கடிதப் பரிமாற்றங்களில் தெளிவாகும் விஷயங்கள், அன்றைய மத்திய அரசு விசாரணை கமிஷனை அமைக்கத் தயங்கியிருக்கிறது, அமைத்த பின்னரும் அதற்கான உதவிகளைச் செய்ய முன்வரவில்லை. ஷா நவாஸ்கான் விபத்து நடந்த இடத்துக்குப் போக விரும்பி யிருக்கிறார். ஆனால் அரசு விரும்பவில்லை. இந்த விஷயம் இத்தனை நாளும் ரகசியமாகக் காக்கப்பட்டிருக்கிறது.

ஷா நவாஸ்கானின் ரகசிய அறிக்கை பத்திரிகைகளுக்குக் கசிந்திருந்ததால், சுரேஷ் போஸ் தனது அறிக்கையை நேரடியாக

பத்திரிகையில் வெளியிட்டார். தன் தனி அறிக்கை அரசால் வெளியிடப்படும் என்ற நம்பிக்கையை அவர் இழந்திருந்தது ஒரு காரணம். ஆக விசாரணை கமிட்டியின் ரகசிய அறிக்கை என்ன என்பது மக்களுக்கு அரசாங்கம் அறிவிக்கும் முன்னரே தெரிந்திருந்தது.

அறிக்கை வெளியான சில நாட்களுக்கு தேசிய அளவில் தலைப்புச் செய்தியாக இருந்த விஷயம் நாளடைவில் மெல்ல மறக்கப்பட்டது. ஆனால் வங்காளத்தில் பலர், அதிலும் சுபாஷின் அபிமானிகள் இந்த அறிக்கை ஒரு கண் துடைப்பு என்பதில் உறுதியாக இருந்தனர். அடிக்கடி பாராளுமன்றத்திலும், பொது வெளியிலும் கேள்விகள் எழுப்பப்பட்டுக்கொண்டே இருந்தது. அதேபோல் பிரதமர் நேருவும் சுபாஷின் மரணம் நிகழ்ந்தது விமான விபத்தில்தான் என்பதைப் பாராளுமன்றத்திலும், மேலும் பல இடங்களிலும் தனது இறுதி நாள்வரை (1964) அறிவித்துக்கொண்டிருந்தார். அப்படி ஒரு பதிலை 1962 மே 7ம் தேதி பாராளுமன்றத்தில் சொல்லும்போது 'ஷா நவாஸ் கமிட்டியின் முடிவுகள் இதுவரை எவராலும் தீவிரமாக கேள்விக்குள்ளாக்கப்படவில்லை' என்று பேசினார்.

இதனால் வெகுண்ட சுரேஷ் போஸ், 'உங்களுக்குத் துணிவிருந்தால் என் சகோதரர் மரணத்துக்கான சாட்சியங்களை, அப்படி எதாவது இருந்தால் உடனே தெரியப்படுத்துங்கள்' என பிரதமருக்குக் கடிதம் எழுதினார். இந்தக் கடிதமும், அதற்கு பிரதமர் நேருவின் பதிலும் சுரேஷ் போஸின் குடும்பத்தினரால் இப்போது வெளியிடப்பட்டிருக்கிறது.

மே 13 1962 தேதியிட்ட நேரு பதில் எழுதியுள்ள கடிதத்தில், 'நேதாஜியின் மரணத்துக்கான நேரடியான, மிகச் சரியாகச் சொல்லக் கூடிய ஆவணங்கள் எதுவும் என்னிடமில்லை. கமிட்டியிடம் அளிக்கப் பட்ட சந்தர்ப்ப சாட்சியங்களின் வாயிலாக அது சுபாஷ் விமான விபத்தில் இறந்திருக்கிறார் என அறிவித்திருக்கும் முடிவு எனக்குத் திருப்தியளிக்கிறது. மேலும் இத்தனை நாட்களுக்குப் பின்னரும் அவர் எங்கோ ரகசியமாக வாழ்ந்து கொண்டிருப்பார், அதுவும் இன்றைய சுதந்திர இந்தியா அவரை மிகுந்த சந்தோஷத்துடனும் அன்புடன் வரவேற்கும் என்ற நிலையில் இதை நம்புவதற்கில்லை. கமிட்டியிடம் அளிக்கப்பட்ட சந்தர்ப்ப சாட்சியங்கள் மரணத்தை உறுதி செய்கின்றன' என்றிருக்கிறார்.

இந்தக் கடிதம் ஒன்றில்தான் நேரு தன் கருத்துக்கு நேரடி சாட்சியங்கள் இல்லை என எழுதியிருக்கிறார். இது சுபாஷின் மரணத்தில் அவருக்கு இருந்த சந்தேகத்தைச் சொல்கிறது. அதனால்தான், 'அவர் ஆட்சிக் காலத்தில் தங்கள் குடும்பத்தை வேவு பார்க்க ஆணையிட்டிருக்கிறார் நேரு' என்கிறார் சுரேஷ் போஸ்.

சுபாஷ் ரகசியமாக எங்காவது வாழ்ந்துகொண்டிருந்தாரா என்றால் அக்காலகட்டத்தில் ஏகப்பட்ட யூகங்கள், வதந்திகள் அப்படித்தான் உலவிக்கொண்டிருந்தன. 'நான் பார்த்தேன், சிங்கப்பூரிலிருந்து ஒரு சப்மெரினில் தப்பிவிட்டார்', என்பார் ஒருவர், 'அவர் சீனாவில் உயிரோடு இருக்கிறார்!' என்பார் இன்னொருவர். இம்மாதிரி வதந்திகள் பரவிக்கொண்டிருந்த நேரத்தில், புதிதாக வெடித்தது ஒரு புது குண்டு.

வங்காளத்தின் கூச்பீஹார் பகுதியில் வசிக்கும் துறவியான 'ஸ்வாமி சாரதானந்த்' என்பவர்தான்' சுபாஷ் சந்திர போஸ் !

அப்படியா? அது உண்மைதானா? பரபரத்தனர் மக்கள்!

10

மீண்டும் ஒரு கமிஷன்

ஷா நவாஸ் கமிட்டியின் அறிக்கை ஏற்கப்பட்ட நான்கு ஆண்டுகளுக்குப் பின்னர் 1961ல் வங்காளத்தின் கூச் பீஹார் பகுதியிலிருக்கும் ஷாவுல் மாரி என்ற கிராமத்தில் ஒரு ஆஸ்ரமம் இருப்பதும் அதில் இருக்கும் துறவியான ஸ்வாமி சாரதானந்த், பார்ப்பதற்கு சுபாஷ் சந்திர போஸ் போல் இருக்கிறார் என்று ஒரு செய்தி வெளியானது.

'அவர் சுபாஷைப் போலவே இருக்கிறார். வெளிநாட்டு சுருட்டு பிடிக்கிறார். ஆங்கிலமும், வங்காள மொழியும் பேசுகிறார். யாரையும் சந்திக்க மறுக்கிறார்!' என்று வெளியான செய்திகள் பல புதிய யூகங்களுக்கும், வதந்திகளுக்கும் வழிவகுத்தன. அவர்தான் சுபாஷாக இருக்கவேண்டும் என்ற அடிப்படையில் பத்திரிகைகளில் கட்டுரைகள் வந்தன. 'ஷாவுல் மாரி சாது' பற்றி மாநிலம் முழுவதும் பேசப்பட்டது.

இந்திய அரசால் அதிகாரபூர்வமாக சுபாஷ் மரணமடைந்ததாக அறிவிக்கப்பட்ட நிலையில், வங்காள அரசு இந்த ஆஸ்ரமம் பற்றியும், ஸ்வாமி சாரதானந்த் பற்றியும் ரகசிய போலீஸ் விசாரணைகளை மேற்கொண்ட செய்தி கசிந்து வதந்திக்கு வலு சேர்த்தது. ரகசிய விசாரணை எந்த அளவுக்குப் போயிருந்தது என்றால், ரகசியமாக அந்தத் துறவியின் கையெழுத்தைச் சேகரித்து, அதை சுபாஷின் கையெழுத்துடன் ஒப்பிட்டுப் பார்க்க நிபுணர்களுக்கு

அனுப்பியிருந்தனர், இந்தச் செய்திகளை பத்திரிகைகளில் எழுதிவந்தவர்களில் ஒருவர் சத்ய குப்தா என்ற முன்னாள் பத்திரிகையாளர்.

மாநில அரசின் இந்த நடவடிக்கைகள், மக்களின் சந்தேகத்தை அதிகப் படுத்திக் கொண்டிருந்தன. அந்த நிலையில் மாநில சட்ட மன்றத்தில் இது குறித்து கேள்வி எழுப்பப்பட்டபோது (ஏப்ரல் 1962), 'அரசு இதுவரை ஸ்வாமி சாரதானந்தை தொடர்புகொள்ளவில்லை. அதனால் இதுபற்றி அரசு அவர் யார் என்பது குறித்து எந்த அறிக்கையும் வெளியிட இயலாத நிலையில் இருக்கிறது' என்று தெரிவித்தது. இந்த சொதப்பலான அறிக்கை, நிலைமையை இன்னும் குழப்பமாக்கியது.

இதற்கிடையில் ராணுவப் பாணியில் மிகுந்த கட்டுப்பாடுகளுடன் இயங்கிக்கொண்டிருந்த அந்த ஆஸ்ரமத்திற்குள் சாதாரண பார்வை யாளர்களுக்கு அனுமதியில்லை. அதைத் தொலைவிலிருந்து பார்க்கக் கூட அனுமதியில்லை. ஆனால் ஆஸ்ரமத்தின் அனுமதி பெற்று வந்து அங்கு செல்பவர்களை போலீஸ் கண்காணித்துக் கொண்டிருந்தது. ஒரு நாள் மாநில ஐஜிக்கு வந்த ரகசிய அறிக்கை 'இன்று ஆஸ்ரமத்துக்கு வந்தவர்களில் ஒருவர் ஷா நவாஸ்கான்!'

அப்போது கல்கத்தாவில் ஐ.பி.எஸ். முடித்து பணியில் சேர்ந்திருந்த ஓர் அதிகாரி நிருபம் சோம். இவர் சுபாஷ் சந்திர போஸின் சகோதரியின் பேரன். இவர் ஆஸ்ரமத்தில் ஸ்வாமியைச் சந்தித்துவிட்டுவந்து சத்திய குப்தாவின் அறிக்கைகள் சிறுபிள்ளைத்தனமாக இருக்கிறது. என்று பத்திரிகையாளர்களிடம் சொன்னார்.

அந்த ஆஸ்ரம நிர்வாகம் ஓர் அறிக்கையை வெளியிட்டது. அதில், 'ஆஸ்ரமத்தின் நிறுவனர் சுபாஷ் சந்திர போஸ் இல்லை. இந்த ஆஸ்ரமத்துக்கும் சுபாஷுக்கும் எந்தத் தொடர்பும் இல்லை' என்று சொல்லப்பட்டிருந்தது.

ஆனால், சந்தேகங்களும் யூகங்களும் ஓர் ஆண்டுக்கு தொடர்ந்து வலுத்துக்கொண்டுதான் இருந்தது. அது 1963ல் பாராளுமன்றத்திலும் ஒலித்தது. அடல் பிஹாரி வாஜ்பாய் ராஜ்ய சபாவில் 'இது குறித்து ஏதாவது விசாரணை செய்யப்பட்டிருக்கிறதா?' என்று கேள்வி எழுப்பினார். அதற்கு பிரதமர் நேரு, 'விசாரணைகள் மேற்கொள்ளப் பட்டிருக்கிறது. மேற்கு வங்க அரசு ஸ்வாமி சாரதானந்த் சுபாஷ் சந்திர போஸ் இல்லை என்று உறுதி செய்திருக்கிறது. மேலும் ஸ்வாமியே, 'தான் சுபாஷ் இல்லை!' என மறுத்திருக்கிறார்.' எனப் பதில் அளித்தார்.

இந்த பதிலைத் தந்த பின்னரும், பிரதமர் நேரு, மோகன் கோஷ் என்ற ராஜ்ய சபை உறுப்பினரை இது குறித்து விசாரிக்கும்படி தனிப்பட்ட

முறையில் கேட்டுக்கொண்டார். அதன்படி மோகன் கோஷ் 1962 செப் 11ம் தேதி ஆஸ்ரமத்தில் ஸ்வாமியைச் சந்தித்தார்.

பின் அவர், இந்தச் சந்திப்பு குறித்து நேருவுக்கு எழுதிய கடிதத்தில், 'இவர் சுபாஷ் இல்லை. அவருக்கும் இவருக்கும் எந்தச் சம்பந்தமும் இல்லை. சிலர் இவர்தான் சுபாஷ் என்று சொல்லி அரசியல் செய்துகொண்டிருக்கிறார்கள். இந்தத் துறவியின் மூலமே அவரது பூர்வாசிரம விபரங்களை அறிவிக்கச் செய்வது நல்லது எனத் தோன்றுகிறது' என்று எழுதியிருந்தார்.

இந்த சாது சுபாஷ் இல்லையென்றால் அவர் யார்? என்ற கேள்வி எழுந்தது. போலீஸ் அதைத் தீவிரமாக ஆராய ஆரம்பித்தது. நாட்டின் விடுதலைக்கு முன்னால் வங்காளத்தில் சில அதி தீவிர புரட்சிக் குழுக்கள் இயங்கி வந்தன. அதில் ஒன்று அனுஷலான் குழு. அதன் உறுப்பினரான ஜெயின் சக்கரவர்த்திதான் இந்த ஸ்வாமி எனக் கண்டுபிடித்தது. ஓர் ஆங்கிலேய மாஜிஸ்திரேட்டை கொலை செய்த குற்றத்திற்காக பிரிட்டிஷ் போலீஸால் தேடப்பட்டவர் என்பது கண்டுபிடிக்கப்பட்டது. கண்டுபிடிக்க முடியவில்லை என என மூடப்பட்டிருந்த இம்மாதிரியான பல வழக்குகளில் இதுவும் ஒன்று.

இந்தச் செய்தி வெளியானதும் முதலில் வெளியான சந்தேகங்கள் மெல்ல மறைந்தும், பின்னர் மறந்தும் போனது, நேருவின் மறைவிற்குப் பின் எழுந்த அரசியல் பேரலைகளில் இந்தத் துரும்பு சில நாட்கள் காணாமல் போனது.

இந்திரா பிரதமராக பதவியேற்ற பின்னர், அவர் சந்தித்த பிரச்னைகளில் ஒன்று, 'நேதாஜியின் மரணம் குறித்து ஒரு மறுவிசாரணை தேவை' என்று எழுந்த கோரிக்கை. இதை எழுப்பியவர் சமர் குஹா. முன்னாள் சுதந்திரப் போராட்ட வீரரான இவர் ஒரு பேராசிரியர். மேடைகளில், மிக உணர்ச்சிகரமாகப் பேசுபவர். நேதாஜி உயிருடன் இருப்பதாக நம்பியவர். பின்னாளில் எமர்ஜென்சி காலத்தில் அத்வானி, வாஜ்பாய் போன்ற தலைவர்களுடன் ஒரே சிறையில் கைதியாக இருந்தவர்.

நேதாஜி விவகாரத்திலிருக்கும் மர்மத்தை வெளிக்கொண்டுவருவதும், அவருக்கு உரிய அரசு கௌரவத்தைப் பெறுவதுமே இவரது லட்சியமாக இருந்தது. எம்.பி.யாகத் தேர்ந்தெடுக்கப்பட்டவுடன் பேசிய முதல் பேச்சிலேயே, 'இந்திய அரசு வீரர் நேதாஜியை உரியமுறையில் கௌரவிக்கவில்லை. பாராளுமன்ற மத்திய கூடத்தில் நேதாஜியின் படம்கூட வைக்கப்படவில்லை. இது ஒரு விடுபட்டுப் போன தவறில்லை. நேதாஜியின் புகழைக் குறைத்து அவரை சுதந்திரப் போராட்டத்தில் ஓர் இரண்டாம் கட்ட தலைவராகக் காட்ட, காங்கிரஸ் அரசாங்கத்தால், வகுக்கப்பட்ட திட்டமிட்ட செயல்' எனச் சாடினார்.

இவர் எழுப்பிய கோரிக்கை, நேதாஜி விவகாரத்தில் மற்றொரு புதிய விசாரணை கமிஷன் அமைக்கப்பட்டு உண்மை கண்டறியப்பட வேண்டும் என்பது. இந்திரா காந்தியின் அரசு அதற்கு இசையவில்லை. சமர் குஹாவும் முயற்சியைக் கைவிடவில்லை. அடல் பிஹாரி வாஜ்பாய் போன்ற நண்பர்கள் உதவியுடன் இதற்காகவே ஒரு தேசிய கமிட்டி அமைத்தார். இதில் அரசியல் சார்பில்லாத முன்னாள் நீதிபதிகள், அதிகாரிகளும் இருந்தனர். 44 எம்.பி.க்கள் கையெழுத்திட்டு பிரதமருக்கு, ஓய்வு பெற்ற நீதிகள், பிரமுகர்கள் கொண்ட ஒரு புதிய கமிஷன் அமைக்கப்பட வேண்டும் என ஒரு வேண்டுகோளைத் தயாரித்து அனுப்பினார். அன்றைய உள்துறை அமைச்சக செயலாளர், 'புதிய சாட்சியங்களோ, அல்லது புதிய ஆதாரங்களோ இல்லாத நிலையில் மற்றொரு விசாரணை கமிஷன் அவசியமில்லை' என்ற குறிப்பை அமைச்சரவைக்கு அனுப்பினார். இதன் அடிப்படையில் அரசு பதில் அனுப்பியது.

அடுத்த ஆண்டு (1969) மீண்டும் அதே கோரிக்கை பிரதமருக்கு அனுப்பப்பட்டது. 'இந்த விஷயத்தில் ஒரு புதிய கமிஷனுக்கான கோரிக்கை ஏற்கப்பட்டால் அது முந்தைய 3 பிரதமர்கள் முடிவாக அறிவித்துவிட்ட விஷயத்தை மறுப்பதாகிவிடும். மக்கள் அவர் இறந்ததை ஏற்றுக்கொண்டுவிட்டார்கள். அவர் உயிருடன் இருப்பதாக நம்பிக்கொண்டிருக்கும் சமர் குஹா போன்ற ஒரு சிலரே இதைப் பிரச்னையாக எழுப்பியிருக்கிறார்கள். இதற்கு மக்கள் ஆதரவு இல்லை. இதனால் நேதாஜியின் மரணம் குறித்து எந்த விசாரணை கமிஷனும் அமைப்பது உசிதமில்லை' என்ற குறிப்பை அன்றைய செயலர் வி. பி. மார்வஹா அனுப்பினார். மத்திய அமைச்சரவை கூட்டத்தில் விவாதிக்கப்பட்ட இந்த விஷயத்தில் இந்த விபரங்களை எம்.பி.க்களுக்கு விளக்கினால் அவர்கள், சமர் குஹாவின் கோரிக்கைக்கு ஆதரவு தரமாட்டார்கள் என முடிவெடுத்து அவர் அப்படி அறிவித்தார்.

ஆனால் அவர் எதிர்பார்த்ததற்கு மாறாக தலைகீழாகிப் போனது விளைவு. உள்துறை அமைச்சர் பாராளுமன்றத்தில் இதை விளக்க முற்பட்டபோது கையெழுத்திட்டிருந்த எம்.பி.க்களைத் தவிர மேலும் பல மூத்த எம்.பி.க்கள் இரா. செழியன், பால்ராஜ் மதோக், சசிபூஷன் போன்றோர் சமர் குஹாவின் குரலுக்கு ஆதரவாகப் பேசினார்கள். அமிய்யா நாத் அப்போது எம்.பி.யாக ஆகியிருந்தார். மற்றவர்கள் சார்பில் பேசிய அவர், 'அரசின்வசம் உள்ள சில முக்கிய ஆவணங்கள் ஷா கமிஷனிடம் அளிக்கப்படவில்லை. இவைகள் புதிய சாட்சியங்கள் இல்லை. ஆனால் ஆராயப்படாத சாட்சியங்கள் என்ற அடிப்படையில் புதிய விசாரணை என்பது அவசியமாகிறது' என்றார்.

இதற்கு பல எம்.பி.க்களின் ஆதரவு இருந்தது. இதை அரசு எதிர்பார்க்கவில்லை.

தொடர்ந்த நடந்த அமைச்சரவை கூட்டத்தில், சில அமைச்சர்களே, 'இவர்கள் கோரிக்கையை மறுப்பதின் மூலம் நம் அரசு, இந்த விஷயத்தில் எதையோ மறைக்கிறது என்ற எண்ணம் மக்களுக்கு எழுந்துவிடும். அதை எதிர்க் கட்சிகள் அரசியல் ஆதாயத்துக்குப் பயன்படுத்திக்கொள்ளும்' என்ற கருத்தை வைத்தனர். அதை ஏற்ற பிரதமர் இந்திரா 1970 ஜுலையில் நேதாஜி சுபாஷ் தொடர்பான விஷயங்களை விசாரிக்க பஞ்சாப் மாநில முன்னாள் தலைமை நீதிபதி ஜி. டி கோஸ்லா தலைமையில் ஓர் ஒரு நபர் கமிஷன் அமைக்கப்படும் என்று அறிவித்தார்.

ஆக, முடிவாக அறிவிக்கப்பட்ட ஒரு விஷயத்திற்கு 1970ல் மீண்டும், 'நேதாஜி காணாமல் போனது குறித்து உண்மையறிய' ஒரு விசாரணை கமிஷன் அமைக்கப்பட்டது. இம்முறை அது ஒரு நபர் கமிஷன் என அறிவிக்கப்பட்டது. இதன்மூலம் அரசு மறைமுகமாக ஒப்புக்கொண்ட ஒரு விஷயம், அவர்கள் வசம் முந்தைய கமிஷனுக்கு காட்டாத ஆவணங்கள் இருக்கின்றன என்பதுதான்.

இங்கு நீதிபதி கோஸ்லா பற்றித் தெரிந்துகொள்ள வேண்டும். இவர் சுபாஷ் லண்டனில் ஐ.சி.எஸ். படித்துக்கொண்டிருந்தபோது உடன் படித்தவர். வகுப்புத்தோழர். சுபாஷ் ஐ.சி.எஸ். பட்டத்தை உதறித் தள்ளி தேசப் பணிக்காகச் செல்லப் போகிறேன் என்று சொன்னதை எள்ளி நகையாடியவர். முட்டாள்தனமான முடிவு என வர்ணித்தவர். நீதிபதியாக இருந்தபோது அன்றைய அட்வகேட் ஜெனரல் சிக்கிரியை (பின்னாளில் இவர் உச்சநீதிமன்றத் தலைமை நீதிபதியானார்) தனிப்பட்ட முறையில் விமர்சித்ததற்காக அவரால் வழக்குத் தொடரப் பட்டு வழக்கின் விசாரணையின்போது தன் செயலுக்காக பகிரங்க மன்னிப்பு கோரி வழக்கை வாபஸ் செய்யவைத்தவர். தன்னை எதிர்ப்பவர்களிடம் கடுமை காட்டுபவர் என்ற பெயரைப் பெற்றிருந்த நீதிபதி.

நேதாஜிபற்றி முன் கருத்து கொண்டிருக்கும் இவரது கமிஷனின் முடிவுகளில் அது எப்படி எதிரொலிக்காமல் இருக்கும் என 2001ல் வெளியான 'தி டிரிப்யூன்' பத்திரிகையில் ஒரு கட்டுரை வெளியாகியிருந்தது.

இந்த கமிட்டியில் பிரமாணப் பத்திரங்களின் அடிப்படையில் சாட்சியமளித்த பிரகாஷ் வீர் சாஸ்திரி, முல்கா கோவிந்தா ரெட்டி என்ற இரண்டு எம்.பி.க்கள் தங்களுடைய தாய்வான் நாட்டு விஜயத்தின்போது, 'சுபாஷ் சந்திர போஸ் விஷயத்தில்

சொல்லப்படுவதுபோல் தைப்பேயில் எந்த ஒரு விமான விபத்தும் நடக்கவே இல்லை என்றும் அவர்களுடைய அதிகாரிகள் இந்திய அரசுக்கு ஒத்துழைக்கத் தயாராக இருக்கிறார்கள் என்றும் அதனால் கமிஷன் அங்கு சென்று விசாரிக்க வேண்டும்' என்றும் தெரிவித்திருந்தார்கள். கோஸ்லா இதன் அடிப்படையில் அரசின் அனுமதியைக் கேட்டார்.

ஷா நவாஸ்கான் கமிட்டியைப்போலவே கோஸ்லா கமிட்டியும் தாய்வானுக்கு, விபத்து நடந்த இடத்துக்குப் போக அரசால் அனுமதிக்கப்படவில்லை. முன்பு சொன்ன அதே காரணமான 'தூதரக உறவுகள் இல்லை' என்பதுதான். ஆனால் இம்முறை சமர் குஹா 26 எம்.பி.க்களின் கையெழுத்துக்களுடன் பிரதமர் இந்திராவிற்கு ஒரு கடிதம் எழுதினார். அதில் முதல் கையெழுத்திட்டிருப்பவர் அடல் பிஹாரி வாஜ்பாய். கடிதத்தில் பல இந்திய அரசு அதிகாரிகளும், தனி நபர்களும் தாய்பே நகருக்குச் செல்வது சுட்டிக்காட்டப்பட்டிருந்தது.

இதைத் தொடர்ந்து பிரதமருடன் சில சந்திப்புகளும் நடந்திருக்கிறது. இறுதியில் அரசு, நீதிபதி கோஸ்லாவை தைவான் செல்ல அனுமதித்தது. *1973* ஜுலையில் கோஸ்லா தைவானின் சாங்ஷேன் விமான நிலையத்தில்போய் இறங்கும்போது அவருக்கு ஓர் ஆச்சரியம் காத்திருந்தது. அவரை வரவேற்றவர்கள் சமர் குஹாவும், ஃபார்வர்ட் பிளாக் கட்சிக்காக கமிஷனில் ஆஜராகும் வழக்கறிஞர் கிருஷ்ண குப்தாவும். அவர்கள் நீதிபதி கோஸ்லாவிடம், விபத்து நடந்த இடத்துக்குச் செல்ல அனுமதி கேட்கச் சொல்கிறார்கள். அப்போது கோஸ்லா சொன்ன பதில் 'அரசின் அயல் விவகாரத்துறை அப்படி அனுமதிகள் கேட்கக்கூடாது என்று அறிவுறுத்தியிருக்கிறார்கள்.' திடுக்கிட்டுப்போன சமர் குஹா, 'இது ஏன் டெல்லியில் சொல்லப்படவில்லை?' எனக் கேட்க, நீதிபதி பதில் சொல்லவில்லை.

மிகுந்த அழுத்தத்துக்குப்பிறகு, கோஸ்லா விபத்து நடந்த இடத்துக்கு அதிகாரபூர்வமற்ற முறையில் வரச் சம்மதம் தெரிவித்தார். அந்த இடத்தின் படம் முந்தைய கமிஷனில் ஹபிபுர் ரஹ்மானால் அடையாளம் காட்டப்பட்டு சாட்சியமாகச் சேர்க்கப்பட்டிருந்தது. அந்தப் படத்திலிருக்கும் இடமும் உண்மையாக விபத்து நடந்த இடமும் ஒன்றாக இல்லை. முற்றிலும் வேறு இடம். படத்தில் காணப்படும் மலைக்குன்று எதுவும் அந்த இடத்தில் இல்லை. வருடங்களில் இடம் சற்று மாறியிருக்கலாம். ஆனால் ஒரு மலையே காணமல் போக வாய்ப்பில்லை என்பதால் இந்த விஷயத்தைப் பதிவு செய்ய வேண்டும் என சமர் குஹா நீதிபதியிடம் கேட்கிறார். 'இந்தப் படம், போன கமிஷனில் ரஹ்மானால் அடையாளம் காட்டப்பட்ட

ஆவணம். இந்த கமிஷனில் அவர் சாட்சியம் அளிக்காததால், அவரிடம் விளக்கங்கள் கேட்க முடியாது என்பதால், நான் இதை சாட்சி ஆவணமாக எடுத்துக்கொள்ள முடியாது!' என்றார் நீதிபதி.

இந்த கோஸ்லா கமிட்டி அறிக்கை வெளியிடப்பட்டபோது அதனுடன் இணைப்பாக முழு விசாரணையின் விபரங்களும் வெளியாகி யிருக்கிறது. அதை ஆராயும்போது, கோஸ்லா மிக நேர்மையாகத்தான் விசாரணையை மேற்கொண்டிருக்கிறார் என்று தோன்றுகிறது. ஷா கமிஷனை விட இதில் பங்கு கொண்டவர்கள் அதிகம். அதில் சாட்சி அளித்தவர்களில் பலர் இதிலும் சாட்சியங்கள் அளித்திருந்தனர். அவர்களை பலதரப்பு வழக்கறிஞர்களும் விசாரணை செய்ய அனுமதிக்கப்பட்டனர். மொத்தத்தில் ஒரு நீதிபதி நடத்திய விசாரணை என்பதால், கோர்ட் நடைமுறைகளில் பல பின்பற்றப்பட்டிருக்கின்றன என்பது தெளிவாகிறது, பொது அறிவிப்பைத் தொடர்ந்து கமிஷனிடம் சாட்சி அளிக்க விரும்பி வந்தவர்கள் சொன்னதை எல்லாம் பொறுமை யாக கேட்டுப் பதிவு செய்திருக்கிறார் நீதிபதி. கர்பூர்கர் என்ற ஷோலாப்பூர் சென்ட்ரல் வங்கி மேலாளர் 'என் உடலையே செய்தி அலைகளைப்பெறும் ரேடியோவைப்போல் மாற்றிக்கொள்ளும் போது சுபாஷ் சந்திர போஸிடமிருந்து எனக்கு நேரிடையாக செய்திகள் வரும்!' என்று சொன்னதைக்கூட பதிவு செய்திருப்பதைப் பார்க்கும் போது இந்த மனிதரின் பொறுமை வியக்க வைக்கிறது.

அதேபோல வழக்கறிஞர்களின் வாதங்கள் தெளிவாக பதிவு செய்யப் பட்டிருக்கிறது. தேசிய கமிட்டியின் சார்பாக வாதாடிய கோபிந்த முக்தோய் என்ற வழக்கறிஞர் ஒரு கட்டத்தில் 'என்னத்தைச் சொல்வது நீதிபதியவர்களே, ஒரு முட்டாள்கூட இவர்கள் சொல்லும் கதைகளை நம்ப மாட்டார்கள்' என்று சொல்லியிருப்பதுகூட பதிவு செய்யப் பட்டிருக்கிறது.

கமிஷனின் நீதிபதியாக இவரே பல நேரடிக் கேள்விகளைக் கேட்டிருக்கிறார். உதாரணமாக இந்தப் பதிவுகளைப் பாருங்கள்:

சுபாஷ் இறந்ததாகச் சொல்லப்படும் விமான விபத்து நிகழ்ந்தபோது ஜப்பான் ராணுவத்தின் செய்தித் தொடர்பாளராக இருந்தவர் தடாஷி அன்டூ (Tadashi Ando) என்ற அதிகாரி. இவர் முந்திய கமிஷனிலும் சாட்சி அளித்திருப்பவர். விபத்தில் சுபாஷுடன் இறந்தவர் ஜெனரல் ஷிடை (Shedai) என்று இவர் சாட்சியமளித்திருந்தார். ஜெனரல் ஷிடை, தடாஷியின் உயர் அதிகாரி, அவர் ராணுவ கல்லூரியில் தடாஷி பயிற்சி பெறும்போது ஆசிரியராக இருந்தவர். அன்டூ அவர்மீது பெருமதிப்பு கொண்டிருப்பதாகச் சொல்லியிருந்தார்.

கோஸ்லா: நீங்கள் மரணமடைந்த ஜெனரலின் உடலைப்

பார்த்தீர்களா?

தடாஷி அன்டூ: இல்லை நான் நேரடியாக ஜெனரலின் உடலைப் பார்க்கவில்லை.

கோஸ்லா: விபத்து நடந்த இடத்தில் வேறு ஏதாவது உடல் களைப் பார்த்தீர்களா?

தடாஷி அன்டூ: இல்லை. ஆனால் எல்லோரும் இறந்து விட்டார்கள் எனத் தெரியும்.

கோஸ்லா: நீங்கள் நேதாஜி போஸ் அனுமதிக்கப்பட்டிருந்த மருத்துவமனைக்குப்போய் அவர் நிலையைப் பார்த்தீர்களா?

தடாஷி அன்டூ: நான் போகவில்லை. ஸ்டாப் ஆபிசருக்கு எல்லாம் தெரியும். அவர் சரியாகச் சொல்லியிருக்கிறார் என நம்புகிறேன்.

இதைப்போல முந்தைய கமிஷனில் சாட்சியமளித்த மற்றொரு சாட்சியான கர்னல் நோநொகாகி (Nonogaki) விபத்து நடந்த இடத்தில் ஜெனரலின் உடலைத் தேடவில்லை என்றும், அவரது உடல் எரியூட்டப் பட்டதை நேரில் பார்க்கவில்லை என்பதையும் பதிவு செய்கிறார்.

இதேபோல் முந்தைய கமிஷனில் நேரடி சாட்சியாக ஏற்கப்பட்டவர் களின் மாறுபட்ட கருத்தை இந்த கமிஷன் பதிவு செய்திருக்கிறது. இதில் முக்கியமானது லெப்டினன்ட் கர்னல் மஸனாரி ஷைபுயா (Masanari Shibuya) என்பவரின் சாட்சி. இவர் விபத்துச் செய்தி கிடைத்தவுடன் அந்த இடத்துக்குச் சென்று சுபாஷுக்குத் தேவையான உதவி செய்வதற்காக தைப்பே ராணுவத் தலைமையத்திலிருந்து அனுப்பப்பட்டிருந்த அதிகாரி. இவர்தான் விபத்து நடந்த இடத்தில் உருக்குலைந்து கிடந்த விமானத்தையும் சிதறிக் கிடந்த உடல்களை யும் பார்த்ததாக முந்தைய கமிஷனில் சாட்சியமளித்திருந்தவர். அவர் இந்த விசாரணையில் நீதிபதி கோஸ்லாவின் நேரடிக் கேள்விகளுக்கு பதில் அளிக்கும்போது, தான் விபத்துக்குள்ளான எந்த விமானத்தை யும் பார்க்கவில்லை என்றும், தனது மூத்த அதிகாரிகள் விமான விபத்து விஷயத்தில் அதிக அக்கரை காட்டவில்லை என்றும் சொல்லி ஆச்சரியப்படுத்தினார்.

கோஸ்லா: நீங்கள் மருத்துவமனைக்குச் சென்றபோது போஸ் உயிருடன் இருந்தார். மறுநாள் காலையில் தான் அவர் இறந்த போன விபரம் அறிந்தேன் என்று சொல்கிறீர்கள். அது சரிதானா?

ஷைபுயா: ஆம் சரிதான். நிச்சயமாக நான் மருத்துவமனைக்குப்

போகும்போது போஸ் உயிருடன் இருந்தார். இறந்த தகவல் மறுநாள் காலையில்தான் எனக்கு வந்தது.

கோஸ்லா: நீங்கள் ஷா கமிஷன் விசாரணையில் சாட்சியமளித்திருக்கிறீர்களா?

ஷைபுயா: ஆம்.

கோஸ்லா: அதில் நீங்கள் அளித்த சாட்சியத்தில் நீங்கள் மருத்துவமனைக்குச் சென்றபோது போஸ் இறந்து போயிருந்தார். அவர் உயிருடன் இல்லை எனச் சொல்லியிருக்கிறீர்கள். எது சரி?

ஷைபுயா: நான் மருத்துவமனைக்குச் சென்றபோது போஸ் நிச்சயமாக உயிருடன் இருந்தார்.

கோஸ்லா: அப்படியானால் உங்கள் முந்திய சாட்சியம் தவறானது.

ஷைபுயா: முந்தைய சாட்சியம் தவறாக இருக்கலாம்.

இப்படி பல விஷயங்களில் முன்பு சொன்னதிலிருந்து மாறுபட்ட இந்த சாட்சி ஒரு கட்டத்தில், 'நான் இப்போது சொல்வதிலும் முன்பு சொன்னதிலும் எதாவது மாறுதல் இருந்தால், முன்பு சொன்னதையே சரி என எடுத்துக்கொள்ளுங்கள்' எனச் சொல்கிறார். அதையும்கூட நீதிபதி பதிவு செய்திருக்கிறார்.

இத்தனை நாட்களுக்குப் பின் இவற்றைப் படிக்கும் நமக்கே தலை சுற்றுகிறதென்றால், அன்று நீதிபதி கோஸ்லாவிற்கு எப்படி இருந்திருக்கும்? என்று கற்பனை செய்துபாருங்கள்

ஷா நவாஸ்கான் கமிஷனில் மிக முக்கிய சாட்சி டாக்டர் யோஷிமி. இவர் 'உண்மையைச் சொல்லியிருக்கும் ஒரு சாட்சியாகக் கருத வேண்டியவர்' என்று கோஸ்லாவாலேயே கருதப்பட்டவர். அவர் இந்த கமிஷனுக்கு சாட்சியம் அளிக்க சம்மதித்திருந்தார். அவரை அவரது வீட்டிற்கே சென்று பார்த்து விசாரித்தார் நீதிபதி கோஸ்லா. அவரிடம் விசாரணையில் சம்பந்தப்பட்டவர்களில் ஒருவரான சக்கரவர்த்தி என்பவர் விசாரணை செய்தார்.

சக்கரவர்த்தி: போஸ், மிக மோசமான தீக் காயங்களுடன் இருந்தார் என்று நீங்கள் சொல்லியிருக்கிறீர்கள். அவரது இதயமும் தீக் காயம் அடைந்திருந்ததா?

டாக்டர் யோஷிமி: இல்லை அவரது இதயம் எரியவில்லை.

சக்கரவர்த்தி: எந்தப் பகுதி மோசமாக எரிந்திருந்தது?

டாக்டர் யோஷிமி: அவர் உடல் முழுவதும் எரிந்திருந்தது. அதனால் எந்தப் பகுதி மோசம் எனச் சொல்லமுடியாது.

சக்கரவர்த்தி: டாக்டர் இதயம் எரிந்திருந்தால் ஒரு மனிதனால் உயிருடன் இருக்க முடியுமா?

டாக்டர் யோஷிமி: அவரால் பிழைத்திருக்கவே முடியாது.

சக்கரவர்த்தி: நீங்கள் திரு போஸ் மருத்துவமனைக்குக் கொண்டு வரப்பட்டபோது அவர் சுய நினைவுடன் இருந்தார். அவர் மொழிபெயர்ப்பாளர் உதவியுடன் உங்களுடன் பேசினார் என்பது சரியா?

டாக்டர் யோஷிமி: சரிதான்.

சக்கரவர்த்தி: அப்படியானால் நீங்கள் ஷா கமிஷன் முன் கொடுத்த சாட்சியம் தவறு. அதில் நீங்கள் 'அவர் உடல் முழுவதும் மோசமான தீக்காயங்களாக இருந்ததைப் பார்த்தேன். அவர் உடல் முழுவதும் கிரே வண்ணத்தில் சாம்பல் பூசியது போல் இருந்தது. எல்லாமே எரிந்து போயிருந்தது. அவர் இதயம் உள்பட எனச் சொல்லியிருக்கிறீர்கள்.'

டாக்டர் யோஷிமி: . அது மார்பு என இருக்க வேண்டும். அது தவறு.

சக்கரவர்த்தி: நேதாஜியின் உடலில் இருந்து எவ்வளவு ரத்தம் எடுத்தீர்கள்?

டாக்டர் யோஷிமி: நான் ரத்தம் எதுவும் எடுக்கவில்லை.

சக்கரவர்த்தி: ஒருவர் தீக்காயங்களால் தாக்கப்பட்டால் அவரது ரத்தம் கனத்துப்போகும் இல்லையா?

டாக்டர் யோஷிமி: ஆம்

சக்கரவர்த்தி: இப்படி கனத்துப்போன ரத்தத்தை வெளியேற்றாமல் புது ரத்தம் செலுத்த முடியாது அல்லவா?

டாக்டர் யோஷிமி: உடலிருந்து ரத்தத்தை வெளியேற்றாமல் புது ரத்தம் செலுத்தலாம்.

சக்கரவர்த்தி: திரு போஸின் தீக்காயம் 3 வது டிகிரியானதா?

டாக்டர் யோஷிமி: ஆம்

சக்கரவர்த்தி: நீங்கள் ஷா கமிஷனில் சாட்சியம் அளிக்கும்போது

'3வது டிகிரி தீக்காயங்கள் இருக்கும்போது ரத்தம் கனத்துப் போகும். இதயத்தில் அழுத்தம் அதிகமாகும். இந்த அழுத்தத்தைக் குறைப்பதற்காக ரத்தத்தை வெளியேற்றிக்கொண்டே புதிய ரத்தத்தைச் செலுத்துவதுதான் வழக்கமான சிகிச்சை முறை. திரு போஸ் அவர்களிடமிருந்து நான் 200 சிசி ரத்தத்தை வெளியேற்றி 400 சிசி ரத்தத்தை ஏற்றினேன்.' என்று சொல்லியிருக்கிறீர்கள். ஆனால் இன்று ரத்தம் எதுவும் வெளியிடச் செய்யப்பட வில்லை. அப்படிச் செய்யாமலேயே அதாவது 3வது டிகிரி தீக்காயங்களுக்கு ரத்தத்தை வெளியேற்றாமலேயே புது ரத்தம் கொடுக்கலாம் என்கிறீர்கள். அப்படியானால் நீங்கள் ஷா கமிஷனில் தந்த சாட்சியம் தவறானதுதானே?

டாக்டர் யோஷிமி: நான் முன் சொன்னதுபோல் ரத்த மாற்றம் என்னால் செய்யப்படவில்லை.

சக்கரவர்த்தி: அப்படியானால் உங்கள் சாட்சியம் தவறானது தானே?

டாக்டர் யோஷிமி: அது மாதிரி சொல்லப்பட்டிருந்தால் அது தவறுதான்.

இதைப்போல் இந்த டாக்டர் யோஷிமி, போஸ் இறந்ததாக முதலில் சொன்ன நேரத்தையும் இந்த விசாரணையில் மாற்றிச் சொன்னார்.

1945ல் நடந்த ஒரு விஷயத்தை, 1956 விசாரணையில் சொன்னதையே 1970லும் மிகச் சரியாகச் சொல்வது என்பது ஒரு கடினமான விஷயம் என்பதை நீதிபதி கோஸ்லாவே தன் அறிக்கையில் குறிப்பிடுகிறார். ஆனால் ஒரு மோசமான விபத்தையும், அதில் நிகழ்ந்த ஒரு மரணம் சர்ச்சைக்குள்ளானதாகி விட்டபோது ஒரு டாக்டரின் இம்மாதிரியான சாட்சியம் வியப்பை அளிக்கிறது என்பதையும் சொல்கிறார். மேலும் ஜப்பானில் சாட்சிகள் டைரி அல்லது குறிப்புகள் பார்த்து சாட்சி சொல்ல அனுமதிக்கப்படுவார்கள். மேலும் ஷா கமிஷன் தங்களிடம் அளிக்கப்பட்ட சாட்சியங்களை கவனமாகப் பதிவு செய்து அதை அவர்களிடம் அனுப்பி அவர்கள் சரிபார்த்து உறுதி சொன்ன பின்னரே அதை ஆவணமாகச் சேர்த்திருக்கிறார்கள் என்பதையும் சுட்டிக் காட்டுகிறார்.

முதல் விசாரணை கமிஷனில் அளிக்கப்பட்ட சாட்சியங்களின் மாறுதல், நீதிபதியின் நேரடிக் கேள்விகளுக்குச் சொல்லப்பட்ட பதில்களினால், விசாரணையைக் கோரிய குழு திருப்தி அடைந்து ஒரு புதிய தீர்ப்பை எதிர் நோக்கியிருந்தார்கள்.

ஆனால் அவர்கள் திகைத்துப் போகும் அளவுக்கு நீதிபதி கோஸ்லா ஜூன் 1974ல் அரசுக்கு அளித்த அறிக்கையில், 'ஷா கமிஷன் அறிக்கையில் சொன்னபடி சுபாஷ் சந்திர போஸ் விமான விபத்தில்தான் மரணம் அடைந்திருக்கிறார்' என்று சொன்னதோடு மட்டுமில்லாமல், முன்னாள் பிரதமர் எந்தக் கட்டத்திலும் சுபாஷ் விஷயத்தில் உண்மையை மறைக்கவில்லை. அரசும் கமிஷனின் உரிமைகளில் தலையிடவில்லை. மகாத்மா காந்தி, சுபாஷ் உயிருடன் இருப்பதாகச் சொன்னது அவருடைய மன விருப்பம், தன் துறையில் மிகச்சிறந்த வராக மதிக்கப்படும் டாக்டர் யோஷிமி பொய் சொல்லியிருக்க வாய்ப்பில்லை. சுரேஷ் சந்தர் போஸ், நேருவின் அரசியல் எதிரிகள் சுபாஷ் உயிருடன் இருக்கிறார் என்று சொன்னதை நம்பி அவர்களது கைப்பாவையாகச் செயல்பட்டிருக்கிறார்' என்பது போன்ற 25 விஷயங்களை அரசுக்கு சாதகமாக அடுக்கியிருந்தார்.

அதுமட்டுமில்லாமல் 'சுபாஷ் சந்திர போஸை ஜப்பானியர்கள் உலகப் போரில் தங்கள் நலனுக்காக பயன்படுத்திக்கொண்டார்கள். அவர்களுக்கு இந்தியாவை தங்கள் காலனியாக்க வேண்டும் என்ற எண்ணம் தான் இருந்திருக்கிறது' போன்ற கமிஷனின் வரம்புக்குள் வராத விஷயங்களையும் தனது அறிக்கையில் பேசியிருந்தார்.

1974ல் இந்த அறிக்கை அரசால் பொது ஆவணமாக வெளியிடப் பட்டது. பாராளுமன்றத்தில் சமர்ப்பிக்கப் பட்டிருந்தாலும் அதன்மீது விவாதம் எதுவும் நடைபெறவில்லை. காரணம் 1975ல் பிரகடனப் படுத்தப்பட்ட இந்திரா அரசால் அறிவிக்கப்பட்ட அவசர நெருக்கடி நிலை.

1977ல் ஜனதா கட்சி ஆட்சிக்கு வந்தவுடன் சமர் குஹா மீண்டும் பிரச்னையை முன்னெடுத்தார். 'விமான விபத்து குறித்து புதிய சாட்சியங்கள் கிடைத்திருப்பதால் கோஸ்லாவின் அறிக்கையை அரசாங்கம் ஏற்கக் கூடாது' என்றார். 1978 ஆகஸ்ட் 28 அன்றைய பிரதமர் மொரார்ஜி தேசாய், நேதாஜி தொடர்பான பிரச்னை முடிந்ததாகக் கருதப்பட்டாலும் ஷா நவாஸ் கமிஷனும், நீதிபதி கோஸ்லாவின் கமிஷனும் அறிவித்த முடிவுகள் முடிவான முடிவுகள் இல்லை என்பதை தான் ஏற்றுக்கொள்வதாகச் சொன்னார்.

அவர் சொன்னதைப்போல இந்தப் பிரச்னையில் 'முடிவான முடிவுகள்' எதுவும் இல்லை என்பதும், இந்த கமிஷனின் அறிக்கையும் பல கேள்விகளை பின்னாளில் எழுப்பியது.

11

யார் இந்தப் பெயரில்லாத பாபா?

கமிஷன் அறிக்கைகள் சுபாஷ் இறந்தது விமான விபத்தில்தான் என்று சொன்னதை ஏற்று அரசு பாராளுமன்றத்தில் அறிவித்திருந்தாலும், கமிஷனின் விசாரணைகள் குறித்து விரிவான செய்திகள் பத்திரிகைகளில் வெளிவந்திருந்தாலும், பெரும்பாலான மக்கள், அதிலும் குறிப்பாக வங்காள மக்கள் அதை சிறிதும் நம்பவில்லை. அவர்கள் சுபாஷ் விமான விபத்தில் மரணம் அடைந்தாகச் சொல்லப் படுவதை நம்பாதது மட்டுமில்லை, அவர் உயிருடன் ரஷ்யாவில் இருப்பதாகவும் நம்பினார்கள். 'என்னுடைய டாக்ஸியில் பயணம் செய்து அவர் சிங்கப்பூர் கடற்கரையில் இறங்கி ஒரு சப்மெரீனில் போனார்' என்பது ஒரு டிரைவரின் பத்திரிகைப் பேட்டி.

'அவர் உயிருடன்தான் இருக்கிறார். நான் பார்த்தேன்' என்று, நேருவின் பத்திரிகையாளர் சந்திப்பிலேயே ஒரு பத்திரிகையாளர் சொன்னார்.

நேருவின் மரணத்தின்போது எடுத்து வெளியான இறுதி ஊர்வல படத்தில் வழுக்கைத் தலை, வட்ட பிரேம் கண்ணாடியுடன் நிற்கும் ஒருவர் சுபாஷ்தான் என்று வெளியானது போன்ற, பல தகவல்கள் எந்த ஆதாரங்களாலும் உறுதி செய்யப்படாவிட்டாலும் மக்களின் சந்தேகங்களையும் நம்பிக்கைகளையும் வளர்த்துக் கொண்டிருந்தன.

இந்தச் சந்தேகங்களும் யூகங்களும் 1988களின் இறுதியிலும், 89களின் துவக்கத்திலும் ஒரு புதிய திருப்பத்தைச் சந்தித்தது. உத்திரப் பிரதேச

மாநிலத்திலுள்ள ஃபாஸியாபாத் என்ற சிறிய நகரில் வாழும் ஒரு பாபாஜி என்ற துறவிதான் சுபாஷ் சந்திர போஸ் என்று எழுந்த செய்திதான் அது. அதிகம் தன்னை வெளிக்காட்டிக் கொள்ளாமல், இரவில் மட்டும் நடமாடும் அந்தத் துறவியின் உருவ அமைப்பு, நடை போன்றவை சுபாஷைத்தான் நினைவூட்டின.

இரவில் மட்டும் நடமாடும் இவர் யாருடனும் பேசுவதில்லை. ஒரு பழைய கோயிலில் திரைக்குப்பின் இருக்கும் இவர் எல்லோரையும் சந்திப்பதில்லை. சந்திக்க அனுமதிக்கப்பட்டவர்களுடனும் ஒரு திரைக்குப்பின் அமர்ந்து கொண்டுதான் பேசுகிறார். அவர் பெயர் எவருக்கும் தெரியவில்லையாதலால், அவரும் சொல்லாததால் அவரைப் பெயரில்லாத பாபா (Gumnami Baba) என அழைக்கிறார்கள்.

உள்ளூர் பத்திரிகைகள் எழுதிக்கொண்டிருந்த இந்த விஷயம் திடும்மென ஒருநாள் அகில இந்திய செய்தியாயிற்று. அதற்குக் காரணம் கல்கத்தாவில் வசித்து வந்த சுபாஷ் சந்திர போஸின் சகோதரர் சுரேஷ் சந்திர போஸின் மகள் லலிதா, இந்தச் செய்தி உண்மையா என்பதையறிய ஃபாஸியாபாத் நகருக்கு வந்ததுதான். சுபாஷ் சந்திர போஸை லலிதா சிறுவயதிலிருந்தே அறிவார். ஒரே வீட்டில் வசித்தவர்கள்.

லலிதா ஃபாஸியாபாத் வந்து பாபாஜியைப் பார்த்தபோது யாருடனும் அதிகம் பேசாத பாபாஜி இவரை மட்டும் அருகிலிருக்க, பார்க்க அனுமதித்தார். ஆனால் இவரது நேரடி கேள்விகளுக்கு பதில் சொல்லவில்லை.

கிட்டத்தட்ட ஒரு வாரம் அவரைக் கவனித்த லலிதா 'அவர் நடக்கும் முறை, உயரம், வங்காள வார்த்தைகளை உச்சரிக்கும்முறை எல்லாவற்றையும் பார்க்கும்போது அவர் எங்களது பெரியப்பாவாக இருக்க வாய்ப்பிருக்கிறது. கையெழுத்துக் கூட கிட்டத்தட்ட அவருடையதுதான். ஆனால் முகம் மாறியிருப்பதால் எனக்குச் சந்தேகம் எழுகிறது. இன்னும் சில நாள் நான் இங்கு அவருடன் தங்க அனுமதிக்கப்பட்டால், அவருடன் தொடர்ந்து பேசினால் என்னால் உறுதியாகச் சொல்லமுடியும்' என்று பத்திரிகையாளர் சந்திப்பில் அறிவித்தார்.

லலிதாவுடைய மருமகன் அமித் போஸ் அப்போது அமெரிக்காவில் இருந்தார். அவருக்கு எழுதிய கடிதத்திலும் இதைச் சொல்லி யிருக்கிறார் லலிதா. பின்னாளில் இந்தக் கடிதம் பற்றி அமித் போஸ் '40 வருடங்கள் கழித்து அத்தை அவரைச் சந்தித்திருக்கிறார். நீண்ட தாடியுடன் ஒரு துறவியின் நிலைக்கு மாறியிருக்கும் அவரது முகம்

அத்தைக்குச் சந்தேகத்தை எழுப்பியதில் ஆச்சரியமில்லை' என்று ஒரு கட்டுரையில் எழுதியிருக்கிறார்.

இவர் மட்டுமில்லாமல் வேறு சில போஸ் குடும்பத்தினரும், பின்னாளில் சுபாஷ் வாழ்க்கையின் மர்ம முடிச்சுகளை அவிழ்க்கப் பல விஷயங்களை ஆராய்ந்துகொண்டிருந்த பவித்திரா மோகன் ராய், சுனில் கிருஷ்ண குப்தா, சமர் குஹா போன்றவர்களும்கூட இந்த பாபா சுபாஷாக இருக்கக்கூடும் என நம்பியிருக்கின்றனர் என்பது இந்த பாபாவின் மரணத்துக்குப் பின்னர் எடுத்த சில கோர்ட் நடவடிக்கைகள் மூலம் புலனாகிறது.

யார் இந்தப் பெயரில்லாத பாபா?

அந்தக் காலக் கட்டத்திலேயே கல்கத்தாவிலிருந்து வரும் பத்திரிகைகள், தினசரிகளின் வார இறுதி இணைப்புகளில் இது குறித்து ஆராய்ந்து தொடர் கட்டுரைகள் வெளியிட்டிருப்பது, இந்தச் செய்தி ஏற்படுத்தியிருக்கும் தாக்கத்தையும், அன்றே பத்திரிகைகள் புலனாய்வு கட்டுரைகள் வெளியிடுவதில் ஆர்வம் கொண்டிருப்பதையும் சொல்கிறது. இந்தச் செய்திக் கட்டுரைகள் சொல்லும் விஷயம் இதுதான்.

1956ல் நேபாளத்திலிருந்து லக்னோவிற்கு வந்த இந்த பாபாவுடன் வந்தவர் சமஸ்கிருத பண்டிட் மஹாதேவ் பிரசாத். அவர் 1970ல் மரணமடையும்வரை பாபாவுடன் இருந்திருக்கிறார். அவருடைய தேவைகளை மிகக் கவனமாகக் கவனித்திருக்கிறார். பாபா யாருடனும் பேசுவதில்லை. ஒரு திரையின் பின்னே அமர்ந்த நிலையில் எப்போதும் தியானம் செய்துகொண்டிருக்கும் அவரிடம் எதாவது கேட்கப்பட்டால் அல்லது பேச வேண்டிய அவசியம் ஏற்பட்டால் ஒரு ஸ்லேட்டில் எழுதிக் காட்டிவிட்டு அழித்துவிடுவார். ஏதேனும் பேப்பரில் எழுத நேர்ந்தால் அந்தப் பேப்பரை திருப்பி வாங்கிக் கொள்வார். இரவு நேரங்களில்தான் வெளியே செல்வார். அப்போது முகம் முழுவதும் இறுக்கமாக மூடப்பட்ட நிலையில்தான் செல்வார். அதனால் அவரை இரவில் நடக்கும் பிசாசு என்றுகூட சிலர் சொல்கிறார்கள். மிக மிக அரிதாகப் பேசும் இவர் ஒருமுறை, 'எனக்கு இந்த உலகில் அடையாளம் கிடையாது. என் பெயர் மனிதர்களின் பட்டியலிருந்து நீக்கப்பட்டுவிட்டது!' என்று சொல்லியிருக்கிறார்.

இந்த பாபா லக்னோவிலிருந்தாலும் அங்குள்ள பலரே இவரைப் பத்திரிகைகள் சந்தேகம் எழுப்பும்வரை சந்திக்க முயற்சிக்கவில்லை. இவருடன் இருந்த மஹாதேவ் மிஸ்ராவைத் தவிர 1955லிருந்து 1985வரை பல முறை சந்தித்திருப்பவர் சுரேந்திர சிங் சௌத்திரி என்பவர். இவர் ஈட்டுவா என்ற பகுதியின் சிற்றரசராக இருந்தவர்.

பாபாவைப் பற்றி அனைத்தும் அறிந்திருக்கும் இவர்தான் அவருக்குத் தேவையான பண உதவிகள் செய்திருக்கவேண்டும். ஆனால் பத்திரிகையாளர்கள் கேட்டபோது இவர் சொன்ன பதில் 'எனக்கு எந்த பாபாவையும் தெரியாது!'

ஆனால் சில லக்னோ வாசிகள் இவரை பாபாவுடன் பொது இடங்களில் பார்த்திருக்கிறார்கள். ஒரு சமயம் பாபாஜிக்கு அவருடைய மூக்குக் கண்ணாடியை மாற்ற நேர்ந்திருக்கிறது. அமீனா பஜார் என்பது லக்னோவில் உள்ள மிக முக்கிய மார்க்கெட். ஒருநாள் அங்குள்ள மூக்குக் கண்ணாடிகள் விற்பனை செய்யும் கடைக்குச் சுரேந்திர சிங் பாபாவை அழைத்துச் சென்றார். தன் தலைப்பாகையைக் கழட்டி விட்டுத் தேர்ந்தெடுத்த வட்ட வடிவ கம்பி பிரேம் கண்ணாடியை அணிந்து முன்னே இருக்கும் முகம் பார்க்கும் கண்ணாடியில் பாபா பார்த்துக்கொண்டிருந்தபோது, அந்தக் கடையிலிருந்த மற்றொரு வாடிக்கையாளர், அதில் தெரிந்த அந்த வழுக்கைத் தலை, வட்டக் கண்ணாடி, மழுங்க ஷேவ் செய்யப்பட்ட முகம் ஆகியவற்றைப் பார்த்துத் திடுக்கிட்டு 'நேதாஜி' எனக் கத்தினார். உடனே அங்கிருந்த இரண்டு இளைஞர்கள் அவர் காலில் விழுந்து வணங்கினர். பதறிப் போன பாபாஜியும், சுரேந்திர சிங்கும் உடனே அங்கிருந்து வேகமாக வெளியேறினர். சில ஆண்டுகளுக்குப் பின்னர் பவித்திரா மோகன் ராய் பாபாஜியை சந்திக்கும்போது இந்த நிகழ்ச்சியை பாபாவே சொல்லி, 'அதனால்தான், நான் இப்போது தாடி மீசை எல்லாம் வளர்க்கிறேன்' என்று அவரிடம் சொன்னதாக மோகன் ராய் பதிவு செய்திருக்கிறார்.

பாபாஜி லக்னோவிலும் அடிக்கடி தன் இருப்பிடத்தை மாற்றிக் கொண்டே இருந்திருக்கிறார். சில காலத்துக்குப் பின்னர் நைமிசாரண்யத்தில் ஒரு பாழடைந்த கோயிலைத் தேர்ந்தெடுத்து அதில் தங்கியிருந்தார். அங்கு அவரை நேரில் பார்க்க சந்திக்க முயன்று இயலாமல் சிலர் திரைமறைவில் பேசியிருக்கிறார்கள். அவர்களில் ஒருவர் நைமிசாரண்யம் அருகில் இருக்கும் பாஸ்தி என்ற சிறிய நகரில் வசித்து வந்த வழக்கறிஞர் துர்கா பிரஸாத் பாண்டே. இவருடைய நண்பர் ஒருவர் இறக்கும் தறுவாயில் சொன்ன ஒரு விஷயத்தினால் தூக்கமில்லாமல் தவித்துக்கொண்டிருந்தார் அவர். தைரியத்தை வரவழைத்துக்கொண்டு, ஒருநாள் பாபாவிடம் ஒரு கடிதத்தைக் கொடுத்தார். அதில், 'என் வயதான நண்பர் ஜுவாலா மிஸ்ரா இறக்கும் தறுவாயில் என்னிடம் நீங்கள் யார் என்பதைச் சொல்லி அதை ரகசியமாக வைத்திருக்கச் சொல்லியிருக்கிறார். நான் அந்த ரகசியத்தை யாரிடமும் சொல்லப் போவதில்லை. ஆனால் நான் உறுதி செய்வதற்காகக் கேட்கிறேன். நீங்கள் ஒரு முன்னாள் ஐ.சி.எஸ். அதிகாரி. உங்கள் பிறந்த நாள் ஜனவரி 23 என்பதை மட்டும் உறுதி செய்யுங்கள்' என்று எழுதப்பட்டிருந்தது.

அந்தக் கடிதத்தைப் படித்து திருப்பிக்கொடுத்த பாபாஜி சிலேட்டில் 'நான் ஓர் உண்மையான தேசபக்தன், சந்நியாசி. உனக்குத் தெரியுமல்லவா? கடவுளின் ஆணைப்படி சந்நியாசி ஆகும் முன் அந்த பிறப்பு ஒழிய அவன் மனிதனாக மரிக்கிறான். உன்னுடைய கேள்விகளுக்கான விடைகள் நீயே உன் உள் மனத்திடம் பொறுமையாக, அமைதியாகக் கேட்கும்போது கிடைக்கும். உன் மனதிலேயே தேடிக் கண்டுபிடி.' என்று சிலேட்டில் எழுதிக் காட்டியிருக்கிறார். 'இதைப் பார்த்து நீயே உன் நோட்டில் காப்பி செய்துகொள்!' என்றும் சொன்னார் என்பதை ஒரு பத்திரிகைப் பேட்டியில் அவர் பதிவு செய்திருக்கிறார்.

1962ல் அட்டுல் சென் என்ற பேராசிரியர், முன்னாள் சுதந்திரப் போராட்ட வீரர். காந்தி, நேரு சுபாஷ் போன்றவர்களுக்கு பரிச்சயமானவர். நைமிசாரண்யம் அருகே அவர் பயணம் செய்துகொண்டிருந்தபோது மயங்கி விழுந்துவிட்டார். அவருக்குச் சிகிச்சை அளிக்கக் கொண்டுவந்த இடம், பாபாஜி வசித்துவந்த பழைய கோயில். அங்கிருந்த சில நாட்களில் பாபாஜியுடன் பேசிய அவர் கல்கத்தா சென்றவுடன் தன் நண்பர் ஆர்.சி. மஜூம்தாரிடம் 'நான் சுபாஷ் சந்திர போஸுடன் பேசினேன்' என்று சொல்லி நடந்த விபரங்கள் சொல்லியிருக்கிறார்.

ஆர்.சி. மஜூம்தார் ஒரு சரித்திர ஆராய்ச்சியாளர். நூலாசிரியர். அவர் கோஸ்லா கமிஷன் விசாரணையில் இந்த நண்பரின் சந்திப்பைப் பதிவு செய்திருக்கிறார். அவர் தனது நண்பரின் வார்த்தைகளை நம்பியதற்கு முக்கியக் காரணம், பாபாஜி, சென்னிடம் பேசியபோது சொன்ன தகவல்கள் உண்மையாகவே நேதாஜி அரசியல் வாழ்வில் நடந்தவை. அதுவும் அதெல்லாம் வெகு சிலர் மட்டுமே அறிந்தது என்பதுதான் அதில் முக்கிய விஷயம். ஆனால் கமிஷன் தனது இறுதி அறிக்கையில் இதுபற்றி எதுவும் சொல்லாததால், மஜூம்தாரின் வார்த்தைகளை நீதிபதி ஏற்கவில்லை எனப் புரிந்துகொள்ளவேண்டியிருக்கிறது.

1962ல் பேராசிரியர் சென் அன்றைய பிரதமர் நேருவிற்கு எழுதிய ஒரு கடிதமும், அதற்கு அவர் அளித்திருக்கும் பதிலும் இப்போது காணக்கிடைத்திருக்கிறது.

28 ஆகஸ்ட் 1962 தேதியிட்ட, 'அன்புள்ள ஜவஹர்லால் ஜி' எனத் துவங்கும் இந்தக் கடிதத்தில், 'நேதாஜி சுபாஷ் சந்திர போஸ் இறந்து போகவில்லை என்று பரவலாக நம்பப்படுகிறது. என்னுடையது வெறும் நம்பிக்கையில்லை. உண்மையாக அறிந்த விஷயம். அவர் துறவற வாழ்க்கையை மேற்கொண்டு இந்தியாவில் எங்கோ இருக்கிறார். காரணமாகத்தான் அந்த இடத்தை இந்தக் கடிதத்தில்

தெளிவாகக் குறிப்பிடவில்லை. சில மாதங்களுக்கு முன் நான் அவரிடம் பேசியவற்றிலிருந்து புரிந்துகொண்ட விஷயம், அவர் இன்னமும் இரண்டாம் உலகப் போர்க் கைதிகளின் பட்டியலில் முதல் இடத்தில் இருப்பதாகவும், எங்காவது அவர் உயிருடன் காணப் பட்டால், அவர் கைது செய்யப்பட்டு ஒப்படைக்கப்படவேண்டும் என்று இந்திய அரசு ஒரு ரகசிய உடன்படிக்கை செய்து கொண்டிருப்பதாகவும் அறிகிறேன். இந்தச் செய்தி தவறானது என்று நீங்கள் உறுதி செய்வதை விரும்புகிறேன். அப்படியில்லாமல் உண்மையாக இருந்தால் உங்கள் அரசு இந்த மிகப்பெரிய தேசபக்தன் மீது எந்த நாட்டாலும் எடுக்கப்படும் எந்த நடவடிக்கையும் தடுக்கும் என்று உறுதியளிக்க வேண்டுகிறேன். அதன் பின்னர் அவரை நான் பகிரங்கமாக பொது வாழ்க்கைக்குத் திரும்பச்செய்ய வேண்டுவேன்' என்று குறிப்பிட்டிருக்கிறார்.

இந்தக் கடிதத்திற்கு ஆகஸ்ட் 31ம் தேதி நேரு பதிலளித்திருக்கிறார். அதில், 'சுபாஷ் சந்திர போஸ் குறித்து எந்தவிதமான ரகசிய உடன் படிக்கை எதுவும் இருப்பதாக எனக்குத் தெரியவில்லை. அப்படி எதுவும் இருந்தாலும் நிச்சயமாக அது இந்திய அரசை எந்த வகையிலும் கட்டுப்படுத்தாது. அப்படியே எந்த ஒரு நாடாவது அவரை ஒப்படைக்கும்படிக் கேட்டாலும் அது ஏற்கப்படாது' என்று அவருடைய கையெழுத்தில் கடிதம் அனுப்பியிருக்கிறார்.

இப்போது வெளியாகியிருக்கும் இந்தக் கடிதமும் பதிலும் சில கேள்விகளை முன் வைக்கின்றன. தொடர்ந்து சுபாஷ் விமான விபத்தில் இறந்தது பற்றிச் சொல்லிவந்த நேரு, இந்தக் கடிதத்தில் அதுபற்றிப் பேசவில்லை. மற்ற விஷயத்தைப்பற்றிப் பேசும் முன் இதைச் சொல்லாதது, 'நேதாஜி மரணம் அடைந்திருக்கிறார் என்பதை, தான் முழுமையாக நம்புவதாகப்' பாராளுமன்றத்தில் அறிவித்திருந்தாலும், நேருவிற்கே சந்தேகம் எழுந்திருக்குமோ? என்ற ஐயம் எழுகிறது. சுபாஷின் வீடும் குடும்பத்தினரும் 1962ம் ஆண்டுவரை ரகசியமாகக் கண்காணிக்கப்பட்டு வந்ததாக இப்போது வெளியாகியிருக்கும் செய்தி இந்தச் சந்தேகத்திற்கு வலு சேர்க்கிறது. மேலும் இத்தனை தெளிவாக நேரு அளித்திருக்கும் பதிலைப் பெற்ற சென் அதன் பிறகு என்ன செய்தார்? அவர் பாபாஜியை சந்தித்தாரா? இதுபற்றிப் பேசினாரா? - தெரியவில்லை. அல்லது அவர் பேசி பாபாஜி மறுத்திருப்பாரா? நேதாஜி மர்மங்களில் இன்றும் தெளிவாகாத ஒரு கட்டம் இது.

பேராசிரியர் சென்னின் கடிதமும், அதற்கு நேருவின் பதில் வெளியானதும், சுபாஷின் குடும்பத்தினரிடமும், அவர்களது நண்பர் களிடமும் ஒரு சலசலப்பை ஏற்படுத்தியது. மிகப்பெரிய குடும்பமான

சுபாஷின் உறவினர்களில், அவரின் மரணத்தையோ, அல்லது உயிருடன் இருப்பதையோ எல்லோரும் ஒருமனதாக ஏற்கவில்லை. மாறுபட்ட கருத்துகளுடன் இருந்த அந்தக் குடும்பத்தினரிடம் இந்தக் கடிதம் விவாதங்களை எழுப்பியது. சுபாஷின் விமான விபத்தை நம்பாதவர்களில் ஒருவர் பவித்ரா மோஹன் ராய் என்ற உறவினர். இவர் பிரிட்டிஷ் ஆட்சிக்கு எதிராக இயங்கிய அனுஷிலான் சமிதி என்ற ரகசிய புரட்சிப் படையைச் சேர்ந்தவர். இவர் பேராசிரியர் சென் அவர்களைச் சந்தித்து அவர் கடிதம் குறித்தும், சந்திப்பு குறித்தும் நீண்ட நேரம் விவாதித்து உறுதி செய்துகொண்ட பின்னர் பாபாஜியை சந்திக்க விரும்பினார். நீண்ட நாட்கள் முயற்சிக்குப் பின்னர் பாபாஜி அவரைச் சந்திக்க சம்மதித்தார். 1962 டிசம்பரில் பவித்ரா மோஹன் ராய், பாபாஜியை சந்தித்தார்.

இந்தச் சந்திப்பு மிக உணர்ச்சிகரமானது என்று சொன்ன அவர் 'பாபாஜி, தான் நேதாஜி என்றும் அவர் இப்போது தவ வாழ்வில் உயர்ந்த நிலையில் இருப்பதாகவும்' அறிவித்தார். அவர்களிடையே நடந்த உரையாடலை வெளியிடவும் அவர் இருக்கும் இடத்தைத் தெரிவிக்கவும் தனக்கு அனுமதி இல்லை என்றும் ஆனால் அவர் சுபாஷ் சந்திர போஸ்தான் என்றும் தெரிவித்தார். பத்திரிகைகளில் வெளியான இந்தச் செய்தியைத் தொடர்ந்து விவாதங்களும், சந்தேகங்களும் அதிகமாகின. பவித்ரா மோஹன் ராய், பாபாஜியுடன் தங்கி உதவிகள் செய்ய விரும்பினார். ஆனால் அதை ஏற்காத பாபாஜி அவசியப்பட்டபோது அழைத்தால் வந்தால் போதும் என்று சொல்லிவிட்டார்.

இந்தக் காலகட்டத்தில் பாபாஜி இருந்த கோயில் அருகிலுள்ள ராம் பவன் என்ற பழைய கட்டிடத்திலும் பாபாஜி வசித்திருக்கிறார். ராய் அவரை இந்த வீட்டில்தான் சந்தித்திருக்கிறார். அவர் அறை நிறையப் புத்தகங்கள். ஷேக்ஸ்பியரின் புத்தகங்கள், சார்லஸ் டிக்கன்ஸ், பி.ஜி. வுட் அவுஸ் போன்ற பல இலக்கியங்களும், அந்தக் காலக் கட்டத்தில் வெளிவந்த 'பயனியர்' செய்தி தாள்கள், ஆங்கில புத்தகங்கள் இருந்தன. அவற்றில் பலவற்றில், பக்கங்களிலும் மார்ஜினிலும் குறிப்புகளும் விமர்சனங்களும் இருந்தன. அதில் ஒரு புத்தகம் பிரிகேடியர் தால்வி எழுதிய 'ஹிமாலயன் பிளன்டர்'. இது இந்திய சீனா போருக்குப் பின் வெளியாகி சர்ச்சைக்குள்ளான புத்தகம். இதன் சில பக்கங்களில் மிகக் கோபமாக 'முட்டாள்தனம்' 'சுத்தப் பொய்' போன்ற கையால் எழுதப்பட்ட குறிப்புகள் இருந்தாக ராய் எழுதியிருக்கிறார். இந்தச் செய்திகள், பாபாஜி சாமியாராக வாழ்ந்தாலும் இந்திய அரசியலில், செய்திகளை அறிந்துகொள்வதில் ஆர்வமாக இருந்திருக்கிறார் என்பது தெரிகிறது.

பாபாஜியை அடிக்கடி சந்திக்கும் வாய்ப்பைப் பெற்ற ராய், மெல்ல மெல்ல பாபாஜியின் நம்பிக்கைக்கு உரியவராக உயர்ந்தார். ஒருநாள் அவரிடம் பாபாஜி அடுத்த மாதம் மறுமுறை கல்கத்தாவிலிருந்து வரும் போது சில பொருள்களை கொண்டுவரச் சொல்கிறார். அவை, மிகச் சக்தி வாய்ந்த பைனாகுலர், நல்ல சக்தி வாய்ந்த டிரான்ஸிஸ்டர், மிகத் துல்லியமாக நேரம் காட்டும் கோர்னோமீட்டர் (கடிகாரம்), சிகரெட்கள், ஒரு இங்கிலீஷ் டிக்ஷனரி. இவற்றில் சில பொருள்கள் தன்னைச் சந்திக்கப் போகும் ஒரு சைபீரியரான ரஷ்ய அதிகாரிக்கு என்றும் சொல்லியிருந்தார். ஆனால் இவற்றையெல்லாம் வாங்க ராயிடம் போதிய பணம் இல்லை. என்ன செய்வதென்று தவித்த அவருக்கு நினைவுக்கு வந்தவர் சகோதரி லீலா ராய். இவர் புரட்சிக்காரர்கள் எல்லோருக்கும் சகோதரி. வசதி மிக்கவர். ஸ்ரீசங்கா என்ற அமைப்பைத் தோற்றுவித்தவர். அவர் சுபாஷை 1920லிருந்தே அறிந்தவர். 1963 ஜனவரியில் ராய் அவரிடம் உதவி கேட்க சந்தித்த போது, தனக்குத் தெரிந்த ரகசியமான சுபாஷின் வாழ்க்கையையும், தான் அவரைச் சந்தித்துக் கொண்டிருப்பதையும் தெரிவித்துவிட்டார் பவித்ரா மோஹன் ராய்.

ஆச்சரியமடைந்த லீலா ராய் உடனடியாக தன் ஸ்ரீசங்கா அமைப்பைச் சேர்ந்தவர்களையும் உறவினர்களையும் அழைத்து ஒரு ரகசிய கூட்டத்தை நடத்தினார். அதில், எல்லோரும் ஒரு குழுவாகச் சென்று பாபாஜியைச் சந்திப்பது என்றும் அவர் சுபாஷ்தான் என்று உறுதி செய்யப்பட்டபின் உலகுக்கு அறிவிக்க வேண்டும் என்றும் முடிவு செய்யப்பட்டது.

ஆனால் பாபாஜி இந்தக் குழுவைச் சந்திக்க விரும்பவில்லை. லீலா ராயின் குடும்பத்தினரால் இப்போது வெளியிடப்பட்டிருக்கும் லீலா ராயின் டைரியில் இந்த விஷயங்கள் தெளிவாக எழுதப்பட்டிருக்கிறது. 'பாபாஜி எங்களைச் சந்திக்க விரும்பவில்லை என்று எங்களுக்குத் தகவல் சொல்லப்பட்டது. இதனால் நாங்கள் மிகவும் ஏமாற்ற மடைந்தோம். மறுநாள் காலை கல்கத்தா திரும்பிவிடலாம் என்று முடிவு செய்துவிட்டோம். ஆனால் மறுநாள் விடியற்காலைப் பொழுதில், இந்த பாபாஜி நம்மை நிச்சயம் சந்திப்பார். அவரைச் சந்திக்காமல் இந்த இடத்தை விட்டுப் போகக் கூடாது என்று என் உள்மனது சொல்லிற்று. காத்திருக்க முடிவு செய்தோம்' என்று சொல்கிறது அந்த டைரியின் பக்கங்கள்.

லீலா ராய் எதிர்பார்த்தபடியே பாபாஜி அவரை மட்டும் தன்னைச் சந்திக்க அழைப்பு விடுத்தார். ராயுடன் வந்தவர்கள் எல்லோரும் சுபாஷ் இளைஞராக இருந்தபோது வளர்ந்து கொண்டிருந்த குட்டிப் பையன்கள். லீலா ராய் அவரைச் சந்தித்தவுடனேயே அவர்தான் சுபாஷ்

என்பதை உணர்ந்து, உணர்ச்சி வசப்பட்டு அழுதுவிட்டேன் என எழுதுகிறார். பல விஷயங்கள் பேசினோம். நடுங்கும் கரங்களினால் வங்காள மொழியில் 'நான் இங்கிருப்பதை யாரிடமும் சொல்ல வேண்டாம். அது இந்தியாவைக் கஷ்டங்களுக்குள்ளாக்கும்' என்று தாளில் எழுதிக்காட்டி 'இதை நீ காப்பி செய்துகொள்' எனச் சொல்லி அதைத் திரும்ப எடுத்துக்கொண்டார் எனக் குறிப்பிட்டிருக்கிறார். தன் கையெழுத்து வெளியே செல்லக்கூடாது என்று பாபாஜி கவனமாக இருந்திருக்கிறார்.

பாபாஜிதான் சுபாஷ் என்று நம்பிய லீலா ராய் அதை முதலில் தன் வளர்ப்பு மகனிடம் சொல்கிறார். பின்னர் பாபாஜியின் உடல் நிலையைப் பார்த்து மருந்துகள் அளித்து கவனித்துக்கொள்ள தனக்கு நன்கு தெரிந்த ஓர் ஆயுர்வேத டாக்டரை அனுப்புகிறார். யாரிடமும் சொல்லவேண்டாம் என்று சொல்லப்பட்ட செய்தி மெல்லப் பலருக்கும் பரவுகிறது. சுபாஷுடன் நெருக்கமாக இருந்த சில முன்னாள் ஐ.என்.ஏ. படைத் தலைவர்கள் லீலா ராயின் செய்தியை நம்பவில்லை. சுபாஷ் திரும்பியிருந்தால் அவர் முதலில் எங்களைத் தான் தொடர்புகொண்டிருப்பார். இப்படி குடும்பத்தினரை மட்டும் சந்தித்திருக்க மாட்டார் எனப் பத்திரிகைகளுக்கு பேட்டிகள் கொடுத்தனர்.

ஆனால் லீலா ராய் அவர் சுபாஷ்தான் என்பதை உறுதியாக நம்பியிருக்கிறார் என்பது அவர் திலீப் ராய் என்பவருக்கு கைப்பட எழுதிய ஒரு கடிதத்திலிருந்து தெரிகிறது. இந்த திலீப் ராய் சுபாஷுடன் லண்டனில் ஐ.சி.எஸ். படித்தவர். நல்ல நண்பர். காலப்போக்கில் ஐ.சி.எஸ். பதவிகளுக்குப் பின் ஆன்மிகத்தில் நாட்டம் கொண்டு துறவியாகி விட்டவர். பிரிவினைக்குப் பின்னர் கிழக்கு பாகிஸ்தானில் வாழ்ந்துகொண்டிருந்தார். பாபாஜியை சந்தித்தபோது லீலா ராயிடம் இவரைப்பற்றி விசாரித்திருக்கிறார். அதனால் திலீப் ராய்க்குப் அவர் பாரிச வாயுவினால் தாக்கப்பட்டிருந்தபோதும், 'உன் நண்பன் உன்னைப்பற்றி, உங்கள் நட்பைப்பற்றிச் சொன்னார். நீ விரும்பியபடி அவருடைய இன்றைய வாழ்க்கை இருப்பதையும் சொன்னார். அவர் இந்தியாவில் உயிரோடு இருக்கிறார். நீங்கள் என்னை நம்புவதானால் இதையும் நம்ப வேண்டும். ஆனால் யாருக்கும் தெரிய வேண்டாம்.' என பாபாஜியை சந்தித்ததைப் பற்றிக் கடிதம் எழுதி மிகுந்த கஷ்டப்பட்டு அந்தக் கடிதத்தை மிக ரகசியமாக எப்படியாவது கிழக்கு பாகிஸ்தான் சென்று சேர்ப்பிக்கும்படிச் சொல்லும் குறிப்புடன் சைலேந்திர ராய் என்பவரிடம் தந்திருக்கிறார்.

அவரது மரணத்துக்குப் பின் இப்போது வெளிவந்திருக்கும் இந்தக் கடிதம் திலீப் ராயிடம் கொடுக்கப்பட்டதின் நகலா, அல்லது கடிதத்தை

அவரிடம் சேர்க்கப்படவே இல்லையா? என்று தெரியவில்லை. ஆனால் இந்தக் கடிதம் உறுதி செய்யும் ஒரு விஷயம், பாபாஜி குறிப்பிட்ட திலீப் ராய் லண்டனில் சுபாஷ் நண்பர்களுடன் எடுத்துக் கொண்ட புகைப்படத்தில் காணப்படுகிறார். பின்னாளில் துறவியாகி ஹரித்துவாரில் வாழ்ந்திருக்கிறார்.

ரகசிய நண்பர்களின் சந்திப்பு, விரும்புபவர்களைக்கூட சந்திக்க மறுத்து, ரகசியம் காக்க விரும்பும் அவரது இயல்பு, சந்தித்தவர்கள் எழுதிய கடிதங்கள், தொடர்ந்துவந்த பத்திரிகைச் செய்திகள், எல்லாம் இந்தப் பெயரில்லாத பாபாஜிதான் சுபாஷ் என்ற சந்தேகத்தை வலுவாக்கிக் கொண்டிருந்த நேரத்தில்தான் நிகழ்ந்தது அவரது மரணம்.

1985 செப்டெம்பர் 16ம் தேதியன்று பாபாஜி மரணம் அடைந்தார். அன்றிரவே அவர் உடல் தகனம் செய்யப்பட்டது. இறுதி ஊர்வலத்தில் 13 பேர் மட்டுமே பங்கேற்றதாக, அதில் பங்கு கொண்ட அவருடைய பக்தர்களில் ஒருவர் பின்னாளில் தெரிவித்திருக்கிறார். பாபாஜியை அறிந்த, சந்தித்த பலருக்கும் தகவல் தரப்படாமல் மிக அவசரமாக அந்த தகனம் நடந்தது என்றும் சொல்லியிருக்கிறார். மரணம் நடந்த இடம் உத்திரப்பிரதேச மாநிலம். அந்தப் பகுதியில் இறந்தவர்களை இரவில் தகனம் செய்வது வழக்கமில்லை. சூரியன் இருக்கும்போது தான் செய்வது வழக்கம். ஆனால் வங்காளத்தில் இரவு நேரங்களில் கூட தகனம் செய்யும் வழக்கமிருக்கிறது. இறந்த பாபாஜி வங்காளி யானதால் இப்படிச் செய்யப்பட்டிருக்கிறது. சரயூ நதிக்கரையில் அவர் தகனம் செய்யப்பட்ட இடத்தில் இன்று ஒரு நினைவு மண்டபம் இருக்கிறது. அதில் எந்த உருவமோ, படமோ இல்லை. பெயரில்லாத பகவான் ஜி தகனம் செய்யப்பட்ட இடமென்று மட்டும் குறிப்பிடப் பட்டிருக்கிறது.

பாபாஜியின் மரணத்துக்குப் பின்னர் அவர் வாழ்ந்த ராம் பவனில் உள்ள பொருள்கள் ஒரு போலீஸ்காரரால் பட்டியலிடப்பட்டு, அறை பூட்டப்பட்டு, சாவி போலீஸில் ஒப்படைக்கப்பட்டது.

பாபாஜியின் மரணச்செய்தியை, 'இறந்தவர்தான் நேதாஜி என்றும் அதை மறைப்பதற்காகவே அவசர தகனம் என்றும்' பெரிய அளவில் செய்தியாக வெளியிட்டது 'நார்த் இந்தியன் பத்திரிக்கா' என்ற ஆங்கில தினசரி. இந்தப் பத்திரிகையின் நிருபர்கள் தொடர்ந்து பல செய்தி களைச் சேகரித்துத் தர, ஒரு பெரிய புலனாய்வு கட்டுரை வெளியானது. உத்திரப்பிரதேச மாநிலத்தில் அதிர்வுகளை ஏற்படுத்திய இந்தக் கட்டுரை மத்திய அரசியலிலும் எதிரொலித்தது. ஜனதா கட்சியும் பி.ஜே.பி.யும் செய்யும் சதி என்றது அப்போது உபியிலிருந்த காங்கிரஸ் அரசு.

பாபாஜி வாழ்ந்து வந்த கட்டடத்துக்குச் செலுத்தவேண்டிய பாக்கிக்காக அந்தக் கட்டடத்திலிருக்கும் பொருள்களை ஏலம் விட திட்டமிட்டுக்கொண்டிருக்கிறார்கள் என்ற செய்தியைக் கேட்டு அதிர்ந்தனர் இந்த விஷயத்தை கவனித்துக்கொண்டிருந்த சமூக ஆர்வலர்கள். உடனே மாஜிஸ்திரேட்டுக்கு (மாவட்ட கலெக்டர்) கடிதம் எழுதினார்கள். மத்திய அரசின் அயல் விவகார அமைச்சருக்கும், மாநில முதலமைச்சருக்கும் நகல்கள் அனுப்பப் பட்டிருந்த அந்தக் கடிதத்தில் 'இறந்த பாபாஜி, சுபாஷ் சந்திர போஸ்தான் என்பதை அவர் இல்லத்திலிருக்கும் ஆவணங்களின் மூலம் நிரூபித்து கட்டுரை வெளியிட்டிருக்கிறது உத்தரப் பிரதேசத்தி லிருந்து வரும் ஒரு தினசரி. அது ஒரு போலீஸ்காரர் மேலெழுந்த வாரியாகத் தயாரித்த ஆவணப்பட்டியல் என குறிப்பிடப் பட்டிருக்கிறது. இவை மிக முக்கியமான ஆவணங்கள். எனவே மாஜிஸ்திரேட் அவர்கள் சரியான விசாரணைக்கு உத்தரவிட்டு அது நடக்கும்வரை இந்த ஆவணங்கள் இருக்குமிடத்தைச் சீல் வைத்துப் பாதுகாக்க ஏற்பாடு செய்யவேண்டும். அந்த இடத்திற்குக் காவல் போடவேண்டும்.' என்று எழுதியிருந்தார்கள்.

ஆனால், மாஜிஸ்திரேட் எந்த நடவடிக்கையும் எடுக்கவில்லை. அந்த வாரம் கூடிய சட்டமன்றக் கூட்டத்தில் எதிர்க்கட்சிகள் இந்தப் பிரச்னையை எழுப்பியபோது, உள்துறை அமைச்சர் 'இறந்தவர் சுபாஷ் இல்லை என்று அரசுக்குத் தெரியும். நாங்கள் போலீஸ் விசாரணை செய்திருக்கிறோம். அதன் அடிப்படையில் அவர் சுபாஷ் இல்லை என்று முடிவு செய்யப்பட்டிருக்கிறது.' என்று குண்டு போட்டார்.

'அப்படியானால் விசாரணை அறிக்கையை வெளியிடுங்கள்' என்று கேட்ட எதிர்க்கட்சிகளுக்கு அமைச்சர் எந்தப் பதிலும் சொல்ல வில்லை. 'அவர் சுபாஷ் இல்லை என்றால் யார் அந்த பாபா? என்பதைச் சொல்லுங்கள்!' என எதிர்க்கட்சிகள் குரல் எழுப்பின.

இதற்கிடையில் 1986ல் டெல்லியிலிருந்து வந்த லலிதா போஸ் (சுபாஷின் அண்ணன் மகள்) பாபாஜியின் அறையில் கைப்பற்றப்பட்ட பொருள்களைப் பார்த்து ஆச்சரியப்பட்டு உறைந்து போனார். மிகப்பெரிய பட்டியலான அதில் மிக முக்கியமானவை அவர்கள் குடும்ப போட்டோக்கள். பட்டுத் துணியில் சுற்றிவைக்கப்பட்டிருந்த தாத்தா, பாட்டியின் படங்கள் (சுபாஷின் பெற்றோர்). ஐ.என்.ஏ. பற்றிய கடிதங்கள். அவரது தந்தை விசாரணை கமிஷனுக்கு அழைக்கப்பட்ட சம்மன். அவர் எழுத்து மூலம் சமர்ப்பித்த பதில்கள். அவை பல இடங்களில் கையெழுத்தினால் திருத்தப்பட்டிருந்தது. திருத்திய காப்பி கமிஷனுக்கு சமர்ப்பிக்கப்பட்டிருக்கலாம். இது பாபாஜியால் படிக்கப்பட்டிருக்கலாம். அதாவது சுபாஷ் இறந்ததாக

முடிவு செய்யப்பட்ட விசாரணையின்போது அவர் இந்தியாவில் இருந்திருக்கிறார். அது தன் தந்தைக்குத் தெரியும், ஆனால் குடும்பத்தாருடன் பகிர்ந்து கொள்ளவில்லை என்ற எண்ணம் அவருள் எழுந்தது. ஹிந்துஸ்தான் டைம்ஸ் நிருபரைச் சந்தித்தபோது, 'பாபாஜி எனது சித்தப்பாதான் என நான் நம்புகிறேன்!' என்றார்.

மாநில அரசும், உள்ளூர் கோர்ட்டும் இந்த விஷயத்தைச் சரியாக கையாளாது என்பதை உணர்ந்த சமூக ஆர்வலர்கள், உடனடியாக லக்னோ உயர் நீதிமன்றத்தில் அவசர மனுச் செய்தனர். அதில் மாஜிஸ்திரேட்டின் மெத்தனம், மாநில அரசின் அலட்சியத்தைத் தவிர, புதிதாக ஒரு விஷயத்தைச் சேர்த்தார்கள். இந்த ஆவணங்கள் மூலம் இறந்தவர் சுபாஷ் என்பது உறுதியானால் அது அவர் குடும்பத்திற்குச் சேரவேண்டிய உடமை. அதனால் அது பாதுகாக்கப்பட வேண்டும் என லலிதா போஸின் பெயரையும் வழக்கில் சேர்த்தார்கள்.

நீதிமன்றம் 6 வாரங்களுக்குள் பதில் அளிக்கும்படி அரசாங்கத்துக்கு உத்தரவிட்டு, உடனடியாக பாபாவின் அறையிலிருக்கும் அத்தனைப் பொருள்களையும் முறையாக பட்டியலிடும் பணியை ஒரு மாஜிஸ்திரேட்டின் முன்னிலையில் நடத்தவும் உத்தரவிட்டது.

நேதாஜி மர்மங்களில் மிக முக்கியமான இந்த வழக்கும் தீர்ப்பும் தேசிய அளவில் கவனம் பெறவில்லை. அப்போது நிகழ்ந்த அயோத்தியாவின் ராமர் கோயில் திறப்பு - பாப்ரி மஜித் இடிப்பு என்ற அதிரடி விவகாரம் தேசிய அளவில் தலைப்புச் செய்தியாக இடம் பெற்றிருந்ததால், நேதாஜி வழக்கு பற்றிய இந்தத் தீர்ப்பு கவனம் பெறாமலே போய்விட்டது.

நீதிமன்றத்தின் இரண்டாவது உத்தரவான பாபாவின் அறையில் இருந்த பொருள்களை அட்டவணைப்படுத்துவதை மாநில அரசு செயல்படுத்தியது. 1986 மார்ச் மாதம் துவங்கி, ஓர் அட்வகேட் கமிஷனர் முன்னிலையில் ஒரு மாதம் முழுவதும் நடந்த இந்தப் பணியில் 2673 பொருள்கள் பட்டியலிடப்பட்டன. ஒரு சிறு துணுக்குப் பேப்பரைக்கூட விடாமல் பட்டியலிட்ட பட்டியலில் பல முக்கிய ஆவணங்களும் பல அவசியமில்லாதவகைகளும் இருந்தது. இதில் சேகரிக்கப்பட்ட பாபாவின் கையெழுத்து, உதிர்ந்த பற்கள் போன்ற பலவிஷயங்கள் பின்னாளில் விசாரணைகளுக்கு உதவியது.

ஆனால் நீதிமன்றத்தின் முதல் உத்தரவான 'யார் இந்த பாபா?' என்பதைக் கண்டுபிடிக்கும் விஷயத்தில் மாநில அரசு கடைப்பிடித்த தாமதம் ஓர் அகில இந்திய சாதனை! அந்த உத்தரவின்படி 6 வாரங்களில் பதில் அளிக்கவில்லை. அவகாசம் கேட்டுக் கேட்டு இழுத்தடித்து 26 ஆண்டுகள் - ஆம் 26 ஆண்டுகள்! கழித்துத்தான் பதில் அளித்தது. 2013

ஜனவரி 30 அன்று வழக்கில் அலஹாபாத் நீதிமன்றத்தின் லக்னோ கிளை இறுதித் தீர்ப்பளித்தது. மனுதாரர் லலிதா போஸ் அதற்கு முன்னதாகவே இறந்துவிட்டார். 'மாநில அரசு ஒரு முன்னாள் நீதிபதியின் தலைமையில் வல்லுநர் குழு அமைத்து, இந்த பாபா யார் என்பதை அறிய வேண்டும். அதை 3 மாதங்களுக்குள்ளாகச் செய்ய வேண்டும். கைப்பற்றிய பொருள்களை ஒரு காட்சியகம் அமைத்து அதில் பாதுகாக்கவேண்டும்!' என்பது தீர்ப்பு. இன்றுவரை மாநில அரசு அந்த கமிட்டியை அமைக்கவோ காட்சியகத்தை அமைப்பதற்கான ஏற்பாடுகளோ எதையும் செய்யவில்லை.

நீதிமன்ற ஆணைகளை அரசாங்கங்கள் அலட்சியப்படுத்தும்போக்கு இன்று மட்டுமில்லை, அப்போதும் அப்படித்தான் இருந்திருக்கிறது.

சுபாஷ் விஷயத்தில் மர்ம முடிச்சுகளை அவிழ்க்க நீதிமன்றங்கள் அணுகப்பட்டபோதெல்லாம் அது தாமதத்திலோ அல்லது புது பிரச்னையாகவோதான் முடிந்திருக்கிறது!

இதில் மட்டுமில்லை. மற்றொரு வழக்கு, எதிர்பாராத இன்னொரு திருப்பத்தை ஏற்படுத்தியது. இந்த வழக்கு சுபாஷின் மரணம் குறித்தது அல்ல. அவருக்கு இந்திய அரசு அறிவித்த மிக உயரிய விருதினால் எழுந்த பிரச்னை. கௌரவம் கேள்விகளை எழுப்புமா? சுபாஷ் விஷயத்தில் எழுப்பப்பட்டது!

12

விருது எழுப்பிய விபரீதக் கேள்விகள்

சுபாஷ் மரணம் குறித்து எழுந்த தொடர் சர்ச்சைகள் மத்தியில் ஆட்சிக்கு வந்த அரசாங்கங்களுக்குத் தீராத தலைவலியாகத் தொடர்ந்துகொண்டிருந்தது. ஒவ்வொரு முறையும் பிரச்னை தற்காலிகமாகச் சமாளிக்கப்பட்டாலும், மீண்டும் மீண்டும் மரணத்தில் மர்மம் என்ற கேள்வி எழுந்துகொண்டே இருந்தது. இதற்கு என்னதான் தீர்வு?

1990களின் தொடக்கத்தில் பி.வி. நரசிம்மராவ் பிரதமராக இருந்த போது அவருக்குச் சொல்லப்பட்ட ஆலோசனைகளில் ஒன்று, 'ஏதாவது ஒரு விஷயத்தின் மூலம் சுபாஷின் குடும்பத்திலிருக்கும் முக்கியமானவர்களை அரசாங்கத்தின் தரப்பில் சொல்லப்பட்டுவரும் முடிவை நேரடியாகவோ அல்லது மறைமுகமாகவோ ஏற்க வைத்து விட்டால் மக்களும் ஏற்றுக்கொண்டுவிடுவார்கள்!' என்பது.

இதன் விளைவாக 1992 ஜனவரி 22 அன்று இந்திய அரசு ஓர் ஆச்சரியமான அறிவிப்பை வெளியிட்டது. அத்தனை நாட்களும் மறந்தே போயிருந்த சுபாஷ் சந்திர போஸுக்கு, இந்திய அரசின் மிக உயரிய சிவில் விருதான பாரத ரத்னா வழங்கப்படும் என்ற அந்த அறிவிப்பு தலைப்புச் செய்தியாகியிருந்தது.

ராஷ்டிரபதி மாளிகையில் ஒரு வண்ணமிகு கவர்ச்சியான விழாவில் இந்த விருதை சுபாஷின் குடும்பத்தினருக்கு வழங்குவதின் மூலம் ஒரே

கல்லில் இரண்டு மாங்காய் என்று அரசு கணக்கு போட்டிருந்தது. ஒன்று காங்கிரஸ் கட்சி சுபாஷுக்கு உரிய கௌரவம் கொடுக்க வில்லை என்ற குற்றச்சாட்டை பொய்யாக்கலாம். மற்றொன்று இந்த நிகழ்ச்சியில் சுபாஷின் குடும்பத்தினர் பங்கேற்பதின் மூலம் அவர்கள் அரசின் நிலைப்பாடான, 'சுபாஷ் சந்திர போஸ் விமான விபத்தில் மரணம்' என்ற விஷயத்தை ஏற்றுக்கொண்டதாகிவிடும். சுபாஷ் உயிரிழந்ததாகக் கருதப்படும் தைவான் விமான விபத்தில் உடன் இருந்தவர் கர்னல் ஹபிபுர் ரஹ்மான். விபத்தில் உயிர் தப்பிய இவர்தான் சுபாஷின் உடல் எரியூட்டப்பட்டபின் சேகரிக்கப்பட்ட அஸ்தியைப் பெற்றுக்கொண்டு டோக்கியோ கொண்டுசென்றவர். அந்த அஸ்தி கலசம் டோக்கியோவிலுள்ள ரெங்கோஜி புத்தர் ஆலயத்தில் பாதுகாக்கப்பட்டு வருகிறது. இந்த அஸ்தி கலசத்தில் தன்னிடம் தரப்பட்ட சுபாஷின் தங்கப் பல்லையும் போட்டிருப்பதாக ஹபிபூர் சொல்லியிருந்தார். 1978ல் ஹபீப் இறந்த பின்னர் தன் தந்தை இதைத் தன்னிடம் சொல்லியிருப்பதாக அவரது மகன் நயிமூரும் பதிவு செய்திருக்கிறார். இந்த அஸ்தி கலசத்தை சகல மரியாதைகளுடனும் இந்தியாவுக்குக் கொண்டுவந்து ஒரு நினைவாலயம் எழுப்பிவிட்டால் இந்தப் பிரச்னை ஒரேடியாக முடிந்துபோகும், மேலும் தொடராது என்பது அரசு போட்டிருந்த கணக்கு.

ஆனால் எல்லா நேரங்களிலும் அரசின் கணக்குகள் சரியாக இருப்பதில்லையே. இந்த விஷயத்தில் இந்தத் தவறான கணக்கு பிரச்னையை தீர்ப்பதற்குப் பதில் மிகத் தீவிரமான நிலைக்கு எடுத்துச் சென்றுவிட்டது. முதல் எதிர்ப்பு எழுந்தது, சுபாஷின் குடும்பத்தினரிட மிருந்துதான். விழாவுக்கு அழைக்கப்பட்ட சுபாஷின் மகள் அனிதா, 'இந்த உயரிய விருதை முதன் முதலில் பெற்றிருக்க வேண்டியவர் என் தந்தை. இவ்வளவு தாமதமாக அளிப்பதையும் அதை நான் பெறுவதும் அவருக்குக் கௌரவம் இல்லை.' என்று அறிவித்தார்.

'இது கௌரவம் இல்லை. செய்த தவறுகளை மறைக்க காங்கிரஸால் செய்யப்படும் கண்துடைப்பு. இந்தச் செயல் மூலம் லட்சக்கணக்கான சுபாஷ் சந்திர போஸின் தொண்டர்களின் மனக்காயங்களை மீண்டும் கீறுகிறார்கள்' எனச் சீறி எழுந்தனர் வங்காளத்தில் சுபாஷின் மரணம் குறித்து கேள்விகளை எழுப்பிக்கொண்டிருந்தவர்கள். அவர்களில் ஒருவரான பிஜான் கோஷ் என்ற வழக்கறிஞர், கல்கத்தா உயர்நீதி மன்றத்தில் ரிட் மனு தாக்கல் செய்தார். அதில், 'விருதுக்கான அரசின் அறிவிப்பில் 'அவரின் மறைவிற்குப்பின்' (Posthumously) என்ற வாசகங்கள் இருக்கிறது. அவரது மரணம் சந்தேகத்திற்கு இடமில்லாத படி உறுதி செய்யப்படாத நிலையில், தொடர்ந்து சந்தேகங்கள் எழுப்பப்பட்டுக் கொண்டிருக்கும் சூழலில் இப்படிப்பட்ட

வாசகங்களுடன் விருது வழங்குவது தவறு. விருதை ரத்து செய்ய வேண்டும். சுபாஷ் போஸின் நிலை குறித்து அரசு தெளிவாக்க வேண்டும். அவர் உயிருடன் இருந்தால் அவரை இந்தியாவிற்குக் கொண்டுவரவேண்டும். இறந்திருந்தால் அது எப்போது எங்கு நிகழ்ந்தது என்பதையும் அவர் உடல் என்னவாயிற்று என்பதையும் அறிவிக்க வேண்டும்' என்று மனுவில் கேட்கப்பட்டிருந்தது.

வழக்கின் முக்கியத்துவம் கருதி கல்கத்தா உயர் நீதிமன்றம் அதை உச்ச நீதிமன்றத்துக்கு அனுப்பியது. 1993 லிருந்து நிலுவையிலிருந்த வழக்கில் கோஷுக்காக பாலிநாரிமன் வாதாடினார். இந்த நிலையில் தங்களது முயற்சி இப்படி பூமராங் போலத் திரும்ப தாக்கும் என்று சற்றும் எதிர்பார்க்காத அரசு விருது வழங்கும் யோசனையைக் கைவிட்டது. அதை உச்ச நீதிமன்றத்திலும் தெரிவித்தது. நான்கு ஆண்டுகளுக்குப் பின்னர் 1997ல் அரசின் விருது குறித்து எடுத்த முடிவினால், வழக்கை முடித்துவைப்பதாக உச்ச நீதிமன்றம் அறிவித்தது.

ஆனால், பிஜான் கோஷ் தனது மற்றகோரிக்கைகள் ஏற்கப்படவில்லை என மீண்டும் மனுசெய்தார். ஆனால் உச்சநீதிமன்றம் ஏற்கவில்லை.

இந்த வழக்கின் மேல்முறையீட்டை உச்சநீதிமன்றம் அனுமதிக்கவில்லையே தவிர, சுபாஷின் சர்ச்சை தொடர அவரின் ஆதரவாளர்களுக்கு அவ்வப்போது எதாவது ஒரு விஷயம் கிடைத்துக் கொண்டேதான் இருந்தது.

டில்லியில் ஆட்சி மாறி காட்சிகள் மாறியிருந்தது. 1997ல் ஐக்கிய முன்னணியின் ஆட்சியில் இந்திய சுதந்திரத்தின் பொன்விழா கொண்டாட்டங்கள் தொடங்கியிருந்தன. அதில் ஓர் அங்கமாக சுபாஷ் சந்திர போஸின் முழு உருவச் சிலை பாராளுமன்றத்தில் அன்றைய பிரதமர் தேவகௌடா முன்னிலையில் திறக்கப்பட்டது. இந்த நிகழ்வைப் பற்றி 'விழாவில் சுபாஷ் சந்திர போஸுக்கு பல அரசியல் வாதிகளால் வழங்கப்பட்ட புகழ்மாலைகள், இப்போது ஒரு வழியாக அவர் அதிகாரப்பூர்வமாக அரசால் சுதந்திரப் போராட்ட வீரர் என அங்கீகரிக்கப்பட்டுவிட்டார்.' என்று நியூயார்க் டைம்ஸ் எழுதியிருந்தது.

அன்றைய அரசு காங்கிரஸ் கட்சியின் தயவில் பதவியில் தொடர்ந்தாலும், சுபாஷ் விஷயத்தில் சில முடிவுகளை எடுத்தது. அதில் ஒன்று, சுபாஷின் தீரச்செயல்களால் இளமையில் அவரின் விசிறியாகியிருந்த அன்றைய பாதுகாப்புத்துறை அமைச்சராகியிருந்த முலாயம் சிங் யாதவ், ஜப்பான் ரெங்கோஜி கோயிலில் இருக்கும் சுபாஷின் அஸ்தி கலசத்தை இந்தியாவிற்குக் கொண்டுவரும் முயற்சியில் இறங்கினார். அறிவிப்பு வெளியானதுமே ஆரம்பித்தது

அடுத்த பிரச்னை. அஸ்ஸிம் குமார் கங்கூலி என்பவர் 'போஸ் தைவான் விமான விபத்தில்தான் இறந்தார் என்பது தீர்மானமாக நிரூபணமாகாத நிலையில் இந்திய அரசு அந்த அஸ்தி கலசத்தை ஏற்றுக்கொள்ளக் கூடாது' என்று ஒரு ரிட்மனு தாக்கல் செய்தார்.

அதை விசாரித்த தலைமை நீதிபதி உள்ளிட்ட இரு நீதிபதிகள் குழு 1998 ஏப்ரல் 7ம் தேதி தங்கள் தீர்ப்பை வழங்கினர். 'சுபாஷின் அஸ்தி கலசத்தை ஏற்றுக்கொள்ளும் முன்னர் அரசு அது குறித்து அத்தனை விபரங்களையும் சாட்சியங்களையும் பெற்று உறுதி செய்த கொண்டபின்னரே கொண்டு வரவேண்டும்' எனத் தீர்ப்பளித்தனர்.

இம்மாதிரி வழக்குகளில் மெதுவாகவே செயல்படும் மத்திய உள்துறை வழக்கத்துக்கு மாறாக வெகுவேகமாகச் செயல்பட்டது. என்ன செயல் தெரியுமா? பிரதமர் அலுவலகத்துக்குத் தீர்ப்பின் விபரங்களைத் தெரிவித்து ஆவன செய்யும்படிக் கேட்டுக்கொண்டது. நீதிமன்றத்துக்கு விஷயத்தை நாங்கள் ஆராய்ந்து கொண்டிருக்கிறோம் எனப் பதிலும் எழுதிவிட்டது.

இந்த அரசாங்க நடைமுறைகள், விஷயத்தை ஆறப்போட்டு மறக்கடிச் செய்யும் யுக்தி என்று கருதிய ருத்தர் யோதி பட்டாச்சாரியா என்ற வழக்கறிஞர், சுனில் கிருஷ்ண குப்தா என்பவர் சார்பில் ஏன் இது உறுதி செய்யப்பட வேண்டும் என்ற காரணங்களை விளக்கி விபரமான நீண்ட மனு ஒன்றை நீதிமன்றத்தில் தாக்கல்செய்தார். அதை ஏற்ற நீதிபதிகள் அரசுக்கு அதிர்ச்சியையும், மற்றவர்களுக்கு ஆச்சரியத்தையும் தரும் ஒரு தீர்ப்பை வழங்கினார்கள்.

'அரசின் அதிகாரப்பூர்வமான அறிக்கை வெளியான போதிலும், விசாரணை கமிஷன்களின் அறிக்கைகள் சமர்ப்பிக்கப்பட்டிருந்த போதிலும் நேதாஜியின் மரணம் குறித்து சந்தேகங்கள் நீடிக்கின்றன. அதனால் இந்த விஷயத்தில் மேலும் விசாரணைகள் அவசியமாகிறது என்று சொன்னதோடு நிற்காமல், அரசு இதற்காக இந்த விஷயத்தை முக்கியமானதாகக் கருதி இந்தச் சர்ச்சையை முடிவுக்குக் கொண்டு வர ஒரு விசாரணை கமிஷனை அமைக்க வேண்டும்.' என்று அந்தத் தீர்ப்பில் சொல்லப்பட்டிருந்தது.

அதாவது, 50 ஆண்டுகளுக்கு முன் நேதாஜி காணாமல் போன மர்மத்தைக் கண்டு பிடிக்க, ஏற்கெனவே போடப்பட்ட கமிஷன்கள் விபத்தில் மரணம் என்று உறுதி செய்த விஷயத்தை ஆராய மீண்டும் ஒரு விசாரணை கமிஷன்!

1998ல் மீண்டும் ஆட்சியில் ஒரு காட்சி மாற்றம். பி.ஜே.பி. அரசின் வாஜ்பாய் பிரதமராகப் பொறுப்பேற்ற புதிது. இந்த விஷயத்தில் கவனம் செலுத்த சற்றுக் காலம் பிடித்தது. ஆனால் வங்காள

சட்டமன்றத்தில் புதிய விசாரணை கமிஷன் கோரி, ஃபார்வர்ட் பிளாக் முன்மொழிந்த தீர்மானம் ஒரு மனதாக நிறைவேறியதும், சரித்திர ஆய்வாளர்களும், இந்தப் பிரச்னையை மீண்டும் கையிலெடுத்ததும் காரணமாக புதிய அரசுக்கு அழுத்தம் அதிகமாயிற்று. மேலும் கொள்கையளவில் காங்கிரஸ் ஆட்சியிலிருந்தபோது விசாரணை கமிஷன் கோரியவர்களில் வாஜ்பாய் முக்கியமானவர். அதனால் இப்போது நீதிமன்றத் தீர்ப்புக்கு மேல்முறையீடு செய்தாலோ அல்லது அந்தக் கோரிக்கை நிராகரிக்கப்பட்டாலோ, தாமதப்படுத்தப் பட்டாலோ பி.ஜே.பி. அரசு கடும் விமர்சனத்துக்குள்ளாகும் அரசியல் அழுத்தமும் சேர்ந்திருந்தது,

அதன் விளைவாக அன்றைய உள்துறை அமைச்சர் எல்.கே. அத்வானி, பிரதமரின் செயலர் மிஸ்ரா, அட்டார்னி ஜெனரல் சோலி சோபர்ஜி கொண்ட கமிட்டி நீதிமன்றத்தின் உத்தரவுப்படி ஒரு கமிஷனை அமைக்க முடிவுசெய்தது. உச்சநீதிமன்றத் தலைமை நீதிபதியின் யோசனைப்படி 66 வயது மனோஜ் குமார் முகர்ஜி என்கிற முன்னாள் உச்சநீதிமன்ற நீதிபதியின் தலைமையில் ஒரு கமிஷன் அமைக்கப்பட்டிருப்பதாக 1999 ஏப்ரல் 14 அன்று அரசு அறிவித்தது.

அறிவிப்பு நேதாஜி ஆதரவாளர்களால் பெரிதும் வரவேற்கப் பட்டாலும் வங்காளத்திலேயே வேறொரு சாரார் இதை எதிர்த்ததுதான் ஆச்சரியம். வங்காளத்தின் முன்னணி நாளிதழ்களான டெலிகிராப், ஸ்டேட்ஸ்மேன் போன்ற நாளிதழ்கள் கண்டித்துத் தலையங்கங்கள் எழுதின.

'ஏற்கெனவே வெளியாகித் தூசி படிந்துகிடக்கும் கமிஷன்களின் அறிக்கைகளை வல்லுநர்களின் பார்வைக்கு அனுப்பினால் எளிதில் முடிந்து போகும் விஷயத்துக்கு மீண்டும் ஒரு கமிஷன் என்பது பணம் விரயம் மட்டுமில்லை. உண்மையை மறைக்க உதவும் ஒரு வழி!' என்று சாடியிருந்தது டெலிகிராப் நாளிதழ்.

'மிக சுவாரஸ்யமான காலம் கமிஷன் உறுப்பினர்களுக்குக் காத்திருக்கிறது. எந்தப் புது சாட்சியங்களும் இல்லாத நிலையில், முடிந்துபோன ஒரு விஷயத்தை நிரூபிக்க ஜப்பான், சிங்கப்பூர், கிழக்கு ஆசியா, ரஷ்யா ஆகிய நாடுகளுக்குப் பயணம் போகலாம். ஏன் ஜெர்மனிக்குக்கூட போய் சுபாஷ் எப்படி சப்மெரீனில் தப்பித்தார் என்பதைக்கூட மீண்டும் செய்து பார்க்கலாம்!' எனக் கிண்டல் செய்து எழுதியது ஸ்டேட்ஸ்மென் நாளிதழ்.

முகர்ஜி கமிஷன் ஆராயவேண்டிய முக்கிய விஷயங்களாகத் தீர்மானித்தவை 5 விஷயங்கள். அவை:

1. சுபாஷ் சந்திர போஸ் உயிருடன் இருக்கிறாரா இல்லையா?
2. அவர் இறந்துவிட்டார் என்பது நிச்சயமானால் எப்படி இறந்தார்?
3. ஜப்பானிய கோயிலில் இருப்பதாகச் சொல்லப்படும் அஸ்தி போஸுடையதுதானா?
4. வேறு ஏதேனும் முறையில் போஸுக்கு மரணம் நிகழ்ந்திருக்க வாய்ப்பு இருக்கிறதா? ஆம் என்றால் எப்படி?
5. அவர் இறக்கவில்லை, உயிரோடு இருக்கிறார் என்றால் எங்கே இருக்கிறார்?

முகர்ஜி கமிஷன் பணியைத் தொடங்கியதுமே சந்தித்த முதல் அதிர்ச்சி பிரதமர் அலுவலகத்திலிருந்து வந்த கடிதம். 'கமிஷனின் பார்வைக்கு மிக ரகசியம்' எனத் தலைப்பிடப்பட்டிருந்த ஃபைல்களுடன் வந்த அந்தக் கடிதம் 'இவை மிக ரகசிய ஆவணங்கள், அதனால் இது கமிஷனின் தனிப்பார்வைக்கு மட்டுமே. இவை வெளியிடப்படக் கூடாது' என்று சொல்லியது. அதாவது இந்த விஷயங்கள் கமிஷனின் அறிக்கையில் வெளியிடக்கூடாது. யார் ஆட்சியில் மாறி அமர்ந்தாலும் அதிகாரிகளின் பணிசெய்யும் பாங்கு மாறாது என்கிற பிரிட்டிஷ் ஐ.சி.எஸ். சித்தாந்தம், சுதந்திர இந்தியாவிலும் தொடர்ந்துகொண்டிருந்து என்பதற்கு இது ஒரு சிறந்த உதாரணம்.

நீதிபதி முகர்ஜியின் விசாரணை கமிஷன் தனது அறிக்கையை 7 ஆண்டுகளுக்குப் பின்னர் சமர்ப்பித்தது. மிக விரிவான அந்த அறிக்கையை இன்று பார்க்கும்போது மிகவும் கவனத்துடனும் உண்மையான அக்கரையுடனும் கமிஷன் இயங்கியிருப்பது தெரிகிறது ஒவ்வொன்றும் 300 பக்கங்களுக்கும் மேல் மூன்று பாகங்களாக தொகுக்கப்பட்டிருக்கும் இதில் மிகத் தெளிவாக விஷயங்கள், சாட்சியங்கள் பதிவு செய்யப்பட்டிருக்கின்றன. முந்தைய கமிஷன்களுக்கு சாட்சியம் கொடுத்த பலர் இதற்கு சாட்சியம் கொடுக்கும் நிலையில் இல்லை. ஆனாலும் அவர்கள் தெரிவித்திருந்த விஷயங்களை ஊர்ஜிதம் செய்து கொள்ள பலரை அணுகியிருக்கிறது. பொதுவாக இம்மாதிரி கமிஷன்கள் 'தங்களுக்கு தெரிந்ததைச் சொல்லும்படி' அறிவிக்கும். அதையேற்று தகவல் தருபவர்கள் தரும் விபரங்களைப் பதிவு செய்யும். கேள்விகளை எழுப்பும். முகர்ஜி கமிஷன் இன்னும் சற்று மேலே போய் இதுபற்றி யாராவது செய்தி சொல்லியிருந்தால் அவர்களையும் அழைத்து விபரங்களைப் பதிவு செய்தது. இதனால் சுபாஷின் மரணம் குறித்துச் சொல்லப்பட்ட அத்தனை செய்திகளையும் கேட்டு ஆராய்ந்து தன் முடிவைப் பதிவு செய்திருக்கிறது. பலரின் கருத்துகளையும் கேட்டு ஒவ்வொன்றையும் அலசி தன் முடிவையும் பதிவு செய்திருக்கும் ஒரே ஆவணம்.

சுபாஷ் உயிருடன் இல்லை என்பதைப் பலர் நம்பினர். ஆனால், அவர் இறந்தது எப்படி என்பதில்தான் பல விதமான மாறுபட்ட தகவல்கள். முகர்ஜி கமிஷன் முதலில் இதை விசாரித்துத் தெளிவாக்க விரும்பியது.

1) உஷா ரஞ்சன் பட்டாச்சாரியா என்பவர், 'பிரிட்டிஷ் படைகள் சுபாஷை பர்மா எல்லையில் கைது செய்து டெல்லிக்குக் கொண்டுவந்து அங்கு ரெட் போர்ட்டில் வைத்து ஆகஸ்ட் 15 1945ல் ஒரு சுடும் குழுவால் சுட்டுக் கொல்லப்பட்டார். அவரது உடல் எரிக்கப்பட்டு சாம்பல் செங்கோட்டையின் வளாகத்திலேயே புதைக்கப்பட்டிருக்கிறது' என்று குற்றம் சாட்டினார். இந்த விஷயத்தை ஆராய்ந்த கமிஷன் எந்தவித ஆதாரமும் இல்லாமல் புனையப்பட்ட கற்பனை கதை இது என்று முடிவு செய்து குற்றச்சாட்டை ஏற்க மறுத்தது.

2) 'நேபாள், பூட்டான் எல்லைப் பகுதியில் கூச் பிஹார் என்ற பகுதியில் வாழ்ந்த ஒரு சாமியார்தான் சுபாஷ் என்றும் அவர் தோற்றுவித்த ஷோல் மாரி என்ற ஆசிரமத்தில் முன்னாள் ஐ.என்.ஏ. ராணுவத்தினர் அதே கட்டுக்கோப்புடன் அவரின் தலைமையில் வாழ்ந்தனர்' என்றும் மேஜர் சத்யா குப்தா என்பவர் ஒரு பத்திரிகையாளர் கூட்டத்தில் பேசியிருந்தார். 1973ல் அந்தச் சாமியார் டேராடூனில் வசித்துவந்தபோது காலமானார். சத்யா குப்தாவுடன் சேர்த்து 11 பேரை கமிஷன் விசாரணை செய்தது. அதில் பலர் சுபாஷ்தான் சாமியாராக வாழ்ந்து இறந்தார் என்றனர். ஆனால் எவரும் எந்த ஆதாரத்தையும் அளிக்காததால் கமிஷன் சாட்சியங்களை ஏற்க மறுத்து அவர் சுபாஷ் என்பதற்கு எந்த ஆதாரமும் இல்லை என்று ஒதுக்கிவிட்டது.

3) சுதந்திரப் போராட்ட காலத்தில் பண்டோலா என்ற மத்திய பிரதேச கிராமத்தில் ஒரு விமானம் நொறுங்கி விழுந்தது. அதிலிருந்து 3 பேர் உயிர் தப்பினர். அவர்கள், ஹபிபுர் ரஹ்மான், ஹிட்லர் மற்றும் ஒரு சன்யாசி. அந்த சன்யாசிதான் போஸ். அவர் தன்னுடைய பெயரை ஜோதியர் தேவ் என மாற்றி வாழ்ந்துகொண்டிருந்தார். அடிக்கடி ரகசியமாகக் கிராமத்தி லிருந்து வெளியேறிவிடுவார். பல உயர் அதிகாரிகள் அவருடன் தொடர்பில் இருந்தனர் என்று கமிஷனிடம் தகவல் தெரிவித்தவர் மத்தியப் பிரதேச ஷியோபுல்கலன் மாவட்டத்தைச் சேர்ந்த நந்தா என்கிற கிராமத்தைச் சேர்ந்த பிரசாத் குப்தா என்ற விவசாயி. ஜோதியர் தேவ் இறந்தவுடன் அவர் சம்பந்தப்பட்ட அத்தனை ஆவணங்களையும் மத்தியப் பிரதேச அரசு கைப்பற்றி அழித்து விட்டது என்றும் அவர் சொன்னார். இந்த விபரத்தை ஒட்டி மூன்று பேர் சாட்சியமளித்தனர். ஆனால் எவரும் எந்த ஆதாரத்தையும்

முன் வைக்க வில்லை. மத்தியப் பிரதேச அரசு ஜோதியர் தேவ் என்ற பெயரில் ஒரு சாமியார் வாழ்ந்தது உண்மை. ஆனால், அவருக்கும் சுபாஷுக்கும் எந்தச் சம்பந்தமும் இல்லை எனத் தெரிவித்ததால் கமிஷன் அதை ஏற்றது.

4) ரஷ்யாவிலிருந்து ஸ்டாலினின் மரணத்துக்குப் பின் 1953ல் வெளியேறி இந்தியாவிற்கு வந்து ஃபைசாபாத்தில் ஒரு கோயிலிலும் பழைய வீட்டிலும் பெயரில்லாத பாபா (Gumnami Baba) என்ற பெயரில் வாழ்ந்தவர்தான் சுபாஷ் சந்திர போஸ் என்று பரவலாக சொல்லப்பட்டுவந்தது. அவர் மரணத்துக்குப் பிறகு அரசால் கைப்பற்றப்பட்ட பொருள்கள் பல சுபாஷினுடையது என அவரது குடும்பத்தினரும், நண்பர்களும் நம்புகிறார்கள். பத்திரிகைகளும் நிறைய எழுதியிருந்தன என அவரைச் சந்தித்தவர்கள், சந்திக்க முயற்சித்தவர்கள் சாட்சியமளித்தனர். கைப்பற்றப்பட்ட கையெழுத்துப் பிரதிகள் நிபுணர்களின் பரிசோதனைக்கு அனுப்பப்பட்டு அவர்களுடைய கருத்து கேட்கப்பட்டது. அதேபோல் அவருடைய அறையில் கைப்பற்றப்பட்ட பற்களும் டி.என்.ஏ. சோதனைக்கு அனுப்பப் பட்டன. நிபுணர்கள் இது சுபாஷினுடையது இல்லை என்று அளித்த சாட்சியங்களினாலும், உறுதி செய்ய வேறு சாட்சியங்கள் இல்லாதாலும் கமிஷன் சுபாஷ் தான் பாபாவாக இருந்தவர் என்பதை ஏற்க மறுத்துவிட்டது.

5) சுபாஷ் விமான விபத்தில் ஆகஸ்ட் 23 1945ல் இறந்து போனார் என ஜப்பானிய அரசாங்க சார்பில் வெளியான செய்தியை இந்திய அரசு ஏற்றுக்கொண்டது. ஆனால் இந்த விபத்து விஷயத்தை நம்பாமல் மக்களுக்கு எழுந்த சந்தேகங்களினால்தான் முந்தைய கமிஷன்கள் அமைக்கப்பட்டிருந்தன. அவர்களின் அறிக்கையில் இந்த விபத்தில்தான் சுபாஷ் இறந்துவிட்டார் என்பதை உறுதிப் படுத்தியிருந்தார்கள் .

இந்த விஷயத்தை தீவிரமாக ஆராய முற்பட்ட முகர்ஜி கமிஷன் செய்த முதல் காரியம், நிகழ்ந்தாக முந்திய கமிஷன்களிலும் அரசாங்க அறிக்கையிலும் சொல்லப்பட்ட விஷயங்களை மாதம், தேதி, நேரம் வாரியாகத் தொகுத்து பட்டியலிட்டது. இன்று நமக்கு நடந்தது என்ன என்பதை ஒட்டுமொத்தமாகச் சொல்லும் ஒரே ஆவணம் இதுதான். இந்தப் பட்டியல் முந்தைய சாட்சிகளின் வாக்குமூலங்களின் அடிப்படையில் தயாரிக்கப்பட்டது. அந்த விசாரணையில் சாட்சிய மளித்த சிலர் மீண்டும் இதற்குச் சாட்சியம் அளித்தனர். சிலர் புதிய சாட்சியங்களும் அளித்தனர். அவர்களில் முக்கியமானவர்கள் பிரணாப் முகர்ஜி, நட்வர் சிங்.

இந்த விஷயத்தில் சம்பந்தப்பட்டவர்கள் எவராயிருந்தாலும் அவர் களாகவே வரவில்லை என்றாலும் அவர்கள் அழைக்கப்பட்டு சாட்சியங்களைப் பதிவு செய்திருக்கிறார் நீதியரசர் முகர்ஜி. உதாரண மாக சுபாஷின் இந்திய தேசிய ராணுவத்தின் மகளிர் பிரிவின் தலைமைப் பொறுப்பிலிருந்தவர் கர்னலாக பணியாற்றியவர் லட்சுமி. இவர் ஒரு மருத்துவர். இவர் சுபாஷ் தைவான் விமான விபத்தில்தான் இறந்தார் என்றும், ஜப்பானிய ரெங்கோஜி கோயிலில் இருப்பது அவருடைய அஸ்திதான் என்றும் ஆனந்தபஜார் பத்திரிகா என்ற நாளிதழில் ஒரு கட்டுரை எழுதியிருந்தார். இவர் முந்தைய இரண்டு கமிஷன்களுக்கும் எந்தச் சாட்சியமும் அளிக்கவில்லை. முகர்ஜி கமிஷனுக்கு சாட்சியம் தர சம்மதித்திருந்தார். ஆனால் ஏதோ காரணத்தினால் தவறிப் போயிருந்தது. கமிஷன் அவரை மறுமுறை அழைத்தபோது அவர் 80 வயதான அவர் தன் உடல் நிலையைக் காரணம் காட்டி தவிர்த்தார். ஆனால் நீதிபதி முகர்ஜி, 'நாங்கள் உங்கள் இடத்திற்கு வந்து விசாரிக்கிறோம்' எனச்சொல்லி அவர் வாழ்ந்த கான்பூர் சென்று அங்குள்ள விருந்தினர் விடுதியில் விசாரணையைத் துவக்கினார்.

சொல்வது உண்மை என்று உறுதியளித்த பின்னர் கர்னல் லஷ்மி அளித்த சாட்சியத்தில், 'போஸ் தப்பிப்பதற்கான வாய்ப்பே இல்லை. அவர் விபத்தில்தான் இறந்தார் என்று தனக்குத் தெரியும்' என்று சொன்னார். பின்னர் இவரை குறுக்கு விசாரணை செய்தவர் சரித்திர ஆராய்ச்சியாளர் வி.பி சைனி. எட்டு ஆண்டுகளுக்குமுன் இவருக்கு லஷ்மி அளித்த பேட்டியின் டேப்பை ஓடவிட்டார். அதில் லஷ்மி, 'சுபாஷ் மஞ்சூரியாவிற்குத் தப்பிவிட்டார். இப்படி இறந்ததாகச் சொல்வதின் பின்னே இந்திய - பிரிட்டிஷ் சதி இருக்கிறது' என்று சொல்கிறார். நீதிபதி முகர்ஜி ஆச்சரியத்துடன், 'என்ன இது?' எனக் கேட்கிறார். லஷ்மி வருத்தம் தெரிவித்து, 'டேப்பில் இருக்கும் என் கருத்துதான் சரி' என்கிறார். இப்படி ஒவ்வொருவர் சொன்ன சாட்சியங்களும் குறுக்கு விசாரணை, நீதிபதி கேட்கும் விளக்கங்கள் எனப் பதிவாகியிருக்கிறது.

முந்தைய கமிஷன்களைப் போலவே இந்த கமிஷன்களும் பிரச்னை களைச் சந்தித்திருக்கிறது. அது பற்றிய குறிப்புகளையும் நீதிபதி தேதிவாரியாக பதிவு செய்திருக்கிறார். கமிஷன் தன் பணியைத் துவக்கியது வாஜ்பாய் பிரதமராக இருந்தபோது. முடித்தது மன்மோகன் சிங் பிரதமராக வந்தபின்னர். துவக்க நாட்களில் அரசாங்கத்திடமிருந்து கிடைத்த ஆதரவு அரசாங்கம் மாறிய பின்னர் கிடைக்கவில்லை என முகர்ஜி எழுதியிருக்கிறார். காரணம் எவரும் எளிதில் யூகிக்கக்கூடியதுதான். ஆட்சி மாற்றத்தால் மட்டுமில்லை

வாஜ்பாய் அரசு காலத்திலும் கமிஷன் பிரச்னைகளை சந்தித்துத்தான் இருக்கிறது.

கோஸ்லா கமிஷன் விபத்து நடந்ததாகச் சொல்லப்படும் தைவானுக்குச் செல்ல அனுமதி கேட்டபோது அன்றைய இந்திரா காந்தியின் ஆட்சியில் மறுக்கப்பட்டது. அதைப் போராடி பெற்றவர்கள் வாஜ்பாய் தலைமையில் போராடிய எம்பிக்கள். ஆனால் இன்று வாஜ்பாயின் அரசும் முகர்ஜி கமிஷனுக்கும் அதே காரணத்தைச் சொல்லி அனுமதி மறுத்தது என்ற குறிப்பைப் பார்க்கும்போது, கமிஷன் சந்தித்திருக்கும் இடையூறுகளை நம்மால் யூகிக்கமுடிகிறது. முகர்ஜி, எந்த அரசியல்வாதிகளின் உதவியும் இல்லாமல் அரசுடன் போராடி அனுமதிகளைப் பெற்று பல நாடுகளுக்குப் பயணங்களைச் செய்கிறார். சம்பந்தப்பட்ட அதிகாரிகளின் வாக்குமூலங்களைப் பதிவு செய்கிறார். 7 ஆண்டுகள் இப்படி விசாரணை செய்தபின் தன் விரிவான அறிக்கையை அரசுக்குச் சமர்ப்பிக்கிறார். அறிக்கையின் முக்கியமான சாராம்சங்கள் இவை:

1) விமான விபத்தில்தான் போஸ் இறந்துவிட்டார் என்று யாராலும் திட்டவட்டமாகச் சொல்ல முடியவில்லை.
2) அப்படிச் சொல்பவர்களால் எந்தவிதமான ஆதாரங்களையும் காண்பிக்க முடியவில்லை.
3) யாரோ சொன்னது, அவர்கள் நம்புவது, முந்தைய கமிஷன்களின் அறிக்கை இவற்றைத்தான் ஆதாரமாகச் சொல்கிறார்கள்.
4) தகுந்த ஆதாரங்கள் இல்லாத இவர்களுடைய சாட்சியங்களை என்னால் ஏற்க முடியவில்லை.

விமான விபத்து விஷயத்தில்தான் இறந்துவிட்டார் என்பதற்கான ஒரே ஆதாரம் ஹபிபுர் ரஹ்மானின் சாட்சியம். ஆனால் அது பல இடங்களில் ஜப்பானிய அரசு அளித்த உண்மையான நிலையிலிருந்து வேறுபடுகிறது. (இணைப்பில் சாட்சிய விபரங்களும் உண்மை நிலையும்) என்று பல பக்கங்களில் விவரித்துவிட்டு இறுதிப்பகுதியில் முகர்ஜி கமிஷனின் அறிக்கை, அவர் விசாரணைக்கு எடுத்துக்கொண்ட 5 விஷயங்களின் முடிவுகளைப் பதிவு செய்திருக்கிறார்.

1. சுபாஷ் சந்திர போஸ் உயிருடன் இருக்கிறாரா இல்லையா?
நேதாஜி சுபாஷ் சந்திர போஸ் இறந்துவிட்டார்.

2. அவர் இறந்துவிட்டார் என்பது நிச்சயமானால் எப்படி இறந்தார்?
பலர் நம்புவதுபோல விமான விபத்தில் இறக்கவில்லை.

3. **ஜப்பானிய கோயிலில் இருப்பதாகச் சொல்லப்படும் அஸ்தி போஸுடையதுதானா?**

   ஜப்பானிய கோயிலில் வைக்கப்பட்டிருக்கும் அஸ்தி போஸுனுடையது அல்ல.

4. **வேறு ஏதேனும் முறையில் போஸுக்கு மரணம் நிகழ்ந்திருக்க வாய்ப்பு இருக்கிறதா? ஆம் என்றால் எப்படி?**

   இதற்கான வலுவான ஆதாரங்கள் இல்லாதால்,திட்டவட்டமாகத் தெரிவிக்க இயலவில்லை.

5. **அவர் இறக்கவில்லை உயிரோடு இருக்கிறார் என்றால் எங்கே இருக்கிறார்?**

   முதல் கேள்வியின் பதில் இதை அனாவசியமாக்குகிறது.

நேதாஜி சுபாஷ் உயிருடன் இருக்க வாய்ப்பில்லை. இறந்துவிட்டார் என்பதை 3 கமிஷன்களும் சொல்லிவிட்டன. முகர்ஜி கமிஷன் விமான விபத்து விஷயத்தில் மட்டும் மாற்றுக் கருத்து சொல்கிறது.

2005 நவம்பர் 8 அரசுக்கு சமர்ப்பிக்கப்பட்ட அறிக்கை மே17 2006ல் நாடாளுமன்றத்தில் தாக்கல் செய்யப்பட்டது. 7 ஆண்டு உழைப்பு, பயணங்கள், பலநூறு ஆவணங்களின் பரிசீலனை, சாட்சியங்களின், குறுக்குவிசாரணைகளின் பதிவு, வல்லுநர்களின் ஆலோசனை என எல்லாம் கொண்ட அந்த அறிக்கையை ஆராய்ந்த பின்னர் அரசு நாடாளுமன்றத்தில் சொன்ன பதில்.

'அரசாங்கம் இந்த அறிக்கையை ஏற்கவில்லை.'

'முந்தைய கமிஷன்களின் அறிக்கையில் தெளிவில்லை, உண்மை நிலையை அறிய உங்கள் உத்தரவின்படி ஒரு புதிய கமிஷனை நியமித்திருக்கிறது' என்று அரசு சார்பில், கல்கத்தா நீதி மன்றத்தில் பிரமாணப் பத்திரம் சமர்ப்பித்த இந்திய அரசு, இப்போது ஒரு பல்டி அடித்ததுதான் இந்த விஷயத்தின் சூப்பர் கிளைமாக்ஸ். பாராளுமன்றத்தில் அன்றைய உள்துறை அமைச்சர் சிவராஜ் பாட்டில் அளித்த பதில், 'முந்தைய காங்கிரஸ் அரசு அமைத்த கமிஷன்கள் சொன்னவற்றை ஏற்கிறது!' என்றார்.

பாராளுமன்றத்தில் பெரும் அமளி. 'அரசாங்கம் முகர்ஜி கமிஷனுக்கு உதவிகளைச் சரியாகச் செய்யவில்லை. தாங்கள் விரும்பும் முடிவைச் சொல்லாததால் அதை ஏற்க மறுக்கிறது' என்றார் ஓர் உறுப்பினர்.

அதற்கு உள்துறை அமைச்சர் சிவ்ராஜ் பாட்டில் மாநிலங்கள் அவையில் அளித்த பதில் இது.

'ஆறு வருட காலம் வழங்கப்பட்டது. அவசியமானால் இன்னும்கூட கால அவகாசம் வழங்கப்பட்டிருக்கும். அவர் எந்தத் தேசத்திற்கு பயணம் செய்ய விரும்பினாலும் அனுமதிக்கப்பட்டது. அவரும் பல நாடுகளுக்குப் பயணம் செய்தார். என்ன உதவிகள் செய்யமுடியுமோ அனைத்தும் வழங்கப்பட்டது. அனைத்துக்கும் பின்னர் மிக முக்கிய மான கேள்வியான, 'சுபாஷ் வேறு ஏதாவது வகையில், வேறு எங்காவது இறந்தாரா? அப்படியானால் எப்போது? எப்படி?' என்ற கேள்விக்கு, 'தகுந்த ஆதாரம் இல்லாமல் இதற்கு சரியான விடை கொடுக்கமுடியாது' என்கிறார். இந்த முடிவை நாங்கள் ஏற்க வேண்டும் என்று நீங்கள் எதிர்பார்க்கிறீர்கள். எங்கள் மீது குற்றம் காண்கிறீர்கள். இந்த முடிவுக்குக் காரணம் அரசியல் இல்லை என்றால் வேறு என்ன?'

பத்திரிகைகள் இந்த பதிலை கடுமையாக விமர்சித்தன. இந்த அரசும் ஏதோ விஷயத்தை மூடி மறைக்கிறது. சுபாஷ் உயிரோடுதான் இருக்கிறார். மர்மங்கள் விலகவில்லை என்று அவருடைய பக்தர்கள் மறுபடியும் கேள்விகளை ஆரம்பித்துவிட்டார்கள்.

நீதிபதி முகர்ஜி சொல்வதுபோல விமான விபத்தில் இறக்கவில்லை தப்பிவிட்டார் என்பது சரிதானா?

அப்படியானால் எங்கே ரஷ்யாவிற்கா? சுபாஷ் என்னவானார்? என்று ஆராய்ச்சியாளர்கள் மீண்டும் தங்கள் கேள்விகளைத் தொடர ஆரம்பித்தனர்.

13

இரும்புத்திரைக்குப்பின் மர்ம ஆவணங்கள்

விமான விபத்து நாடகத்தை நடத்தி தப்பித்த சுபாஷ் சந்திர போஸ், ரஷ்யாவில் வாழ்ந்தாரா? என்பது நேதாஜி வாழ்க்கை மர்ம முடிச்சுகளில் முக்கியமான ஒன்று.

உலகப்போரில் ஜப்பானியர்கள் தோல்வியை ஒப்புக்கொண்டு சரணடைய முடிவு செய்தபோது அவர்களிடம் தன்னை ரஷ்யாவிற்கு அனுப்ப உதவி செய்யும்படி கேட்ட சுபாஷுக்கு, முதலில் தங்கள் இயலாமையைத் தெரிவித்த ஜப்பான் அரசு, இறுதி நேரத்தில் அவர்கள் வசம் இருந்த மஞ்சூரியப் பகுதிக்கு சுபாஷை அனுப்பிவைக்கவும், அந்த விஷயங்களைச்செய்ய சுபாஷுக்கு நன்கு அறிந்த ஓர் உயர் அதிகாரியை உடன் அனுப்புவதாகவும் தீர்மானிக்கப்பட்டது. இந்த விஷயத்தை நீதிபதி கோஸ்லா கமிஷன் முன் சாட்சியமளித்த இஸ்ஸோடா என்ற ஜப்பானிய ராணுவ அதிகாரி பதிவு செய்திருக்கிறார்.

சாட்சியமளித்த இஸ்ஸோடாவைக் குறுக்குவிசாரணை செய்த பால்ராஜ் திர்ஹாவின் கேள்வியும் அதற்கு இஸ்ஸோடா அளித்த பதிலும்:

'நேதாஜியை உடனடியாக ஒரு பாதுகாப்பான இடத்திற்கு அனுப்பி விட வேண்டும் என்று அந்த நேரத்தில் நீங்கள் அவசரம் காட்டினீர்களா?'

'ஆம்! நான் அவருக்கு அந்த யோசனையை அழுத்தமாகச் சொன்னேன்'

'நேதாஜி பாங்காக்கிலிருந்து ரஷ்யா செல்லும் திட்டம் அதிமுக்கிய ரகசியமாக வைக்கப்பட்டிருந்ததா?'

'ஆம், அது மிக ரகசியமானதாக இருந்தது.'

'இந்த ரகசியக் கூட்டம் நடந்தபோது இருந்த ஜப்பானிய ஜெனரல்களைத் தவிர இன்னும் கூட இருந்த இரண்டு இந்தியர்களுக்கும் தெரியும். அவர்கள் ஹபிபுர் ரஹ்மான் மற்றும் சுபாஷின் அந்தரங்கச் செயலாளர் மேஜர் பாஸ்கர மேனன். ஆனால் இந்த இருவரும் கடைசிவரை இந்த விஷயத்தை எவரிடமும் சொல்லவே இல்லை. திட்டமிட்டபடி விமான விபத்தையேதான் சொல்லிக் கொண்டிருந்தார்கள்.

'இதனால்தான் முகர்ஜி கமிஷனில் நீதிபதி முகர்ஜி சுபாஷ் விமான விபத்தில் இறக்கவில்லை என்பதை உறுதி செய்தாலும், தப்பி ரஷ்யாவிற்குச் சென்றிருப்பார் என்பதைச் சொல்லவில்லை. இம்மாதிரி ரகசியமாகத் திட்டமிட்டு அதைச் செவ்வனே நிறைவேற்றி யிருக்கும் ஒரு விஷயத்தில் அந்தக் குழுவிலிருந்த ஒன்று அல்லது இரண்டுபேர் ரகசியத்தைச் சொன்னால் மட்டுமே உறுதியாகச் சொல்ல முடியும். சந்தர்ப்ப சாட்சியங்களால், அல்லது தனிநபர்களின் செயல்களினால் நிரூபிக்கமுடியாது' எனக் குறிப்பிட்டிருக்கிறார்.

ஆனால் பின்னாளில் வெளியான தகவல்கள், செய்திகளின் அடிப்படையில் பார்க்கும்போது சுபாஷ் ரஷ்யா சென்றிருக்கிறார் என்பதை நம்புவதற்கு வாய்ப்புகள் இருக்கிறது.

கோஸ்லா கமிஷனில் சாட்சியம் அளித்த மேஜர் பாஸ்கர மேனன் 30 ஆண்டுகள் கழித்து தள்ளாத வயதிலும் முகர்ஜி கமிஷனுக்கு சென்னையில் சாட்சியம் அளித்தார்.

'சுபாஷ் 1945 ஏப்ரல் மாதத்திலிருந்தே ஜெனரல் இஸ்ஸோடாவுடன் இதுபற்றி தனியறையில் மஞ்சூரியா வழியாக ரஷ்யா செல்வதுபற்றி விவாதித்துக் கொண்டிருந்தார். பாங்காக் கூட்டத்திற்குப் பின் சுபாஷ் அமைதியில்லாமல் இருந்தார். அன்றிரவு முழுவதும் உறங்கவில்லை. என்னையும் உறங்கவிடாமல் கடிதங்கள் டிக்டேட் செய்து கொண்டிருந்தார். ஒரு கடிதத்தில், ஒரு நீண்ட விமானப் பயணத்துக்கு முன் இந்தக் கடிதத்தை நான் எழுதுகிறேன். அதில் ஒரு விபத்தைக்கூட நான் சந்திக்க நேரலாம்' என்று சொன்னதை நினைவுபடுத்திச் சொன்னார். ஆனால் நான் சொன்னதை நீதிபதி கோஸ்லா முக்கியமான விஷயமாகக் கருதவில்லை.

இதைப்போல கர்னல் பிரிதம் சிங் என்ற அதிகாரியும் 3 கமிஷன்களிலும் சாட்சியம் அளித்தவர். ஜப்பானியர்களின் உதவியுடன் ரஷ்யா செல்லும் திட்டத்தை மறைப்பதற்காக நிகழ்த்தப்பட்ட நாடகம்தான் அந்த விமான விபத்து என்று முதலில் சொன்னவர் இவர்தான்.

'நமது ரஷ்யத் தொடர்புகள் உறுதி செய்யப்பட்டுவிட்டன. நாம் அந்த திட்டப்படி மேல் நகர்வுகளைச் செய்யப் போகிறோம். உலக நாடுகளின் நிலையைப் பொறுத்து நாம் நீண்ட நாள், பத்து வருடங் களுக்கு மேல்கூட இந்தியாவைவிட்டு வெளியே இருக்கவேண்டி யிருக்கலாம். தயாராகுங்கள்' என்று சுபாஷ் என்னிடம் சொன்னார். திட்டபடி அவரைத்தொடர்ந்து ரஷ்யா செல்லவேண்டியவர்களில் நானும் ஒருவன்' என்று தன் சாட்சியத்தில் பதிவு செய்திருக்கிறார்.

ஆக இவற்றின் அடிப்படையில் சுபாஷ் ரஷ்யா சென்றிருக்கலாம் என்பதை ஏற்றால் அது குறித்து ஏன் ரஷ்ய அரசு வாய்திறக்கவில்லை. அவர்களிடம் அது குறித்து ஆவணங்கள் இல்லை என அதிகாரப்பூர்வ மாக அறிவித்திருக்கிறார்களே என்ற கேள்வி எழுகிறது.

'அவர்களிடம் ஆவணங்கள் இருக்கின்றன! ஆனால் மறைக்கிறார்கள் அல்லது இந்திய அரசின் வேண்டுகோளினால் தர மறுக்கிறார்கள்!' என்கிறார் மிஷின் நேதாஜி என்ற இயக்கத்தின் தலைவரும், கடந்த பல ஆண்டுகளாக நேதாஜி மர்மங்கள் பற்றி ஆராய்ந்துகொண்டிருக்கும் பத்திரிகையாளருமான அனுஜ் தார்.

கல்கத்தாவின் ஜாதவப்பூர் பல்கலைக்கழகத்தின் பேராசிரியர்களில் ஒருவர் திருமதி பியூரபி ராய். இவர் மறைந்த கம்யூனிஸ்ட் தலைவர் கல்யாண் சங்கர் ராயின் மனைவி. கல்யாண் சங்கரின் தந்தை சுபாஷை நன்கு அறிந்தவர். திருமதி பியூரபி ராய்க்கு ரஷ்யமொழி தெரியும். அவர் சொன்ன ஒரு செய்தி, ரஷ்யர்களிடம் போஸ் பற்றிய தகவல்கள் இருக்கின்றன என்பது. இதை உறுதி செய்ய தனது ரஷ்ய பத்திரிகையாளர் நண்பரின் உதவியுடன் ஃபார்வர்ட் பிளாக் தலைவர்களான சிட்டா பாசு மற்றும் ஜெயந்தி ராய் இருவரையும் மாஸ்கோவில் அலெக்ஸாண்டர் கொலிஸ்நிக்கோ என்பவருடன் ஒரு சந்திப்பை ஏற்பாடு செய்தார். இந்த கொலிஸ்கோ ஒரு முன்னாள் ரஷ்ய ராணுவ அதிகாரி. ராணுவப் பணிக்குப் பின்னர் ஆசிரியப் பணிக்குத் திரும்பி ரஷ்யன் அகாடமியில் பேராசிரியராக இருப்பவர்.

அந்தச் சந்திப்பில் அவர் ஃபார்வர்ட் பிளாக் தலைவர்களிடம் ரஷ்ய பொலிட் பீரோ உறுப்பினர்கள் போஸை ரஷ்யாவில் தங்க அனுமதித்தது குறித்து விவாதித்தார்கள். அந்தக் கூட்டத்தின் எழுத்து வடிவ பதிவுகள் ரகசிய ஆவணங்களாக ராணுவத்திடமிருப்பது தனக்குத்தெரியும் என்றும் இந்திய அரசு அதிகாரப்பூர்வமாக அதைக்

கேட்கலாம் என்றும் சொன்னார். கல்கத்தாவில் இந்தச் செய்தி வெளியானவுடன் சுபாஷ் விவகாரம் மீண்டும் முதல் பக்கச் செய்தியாகிவிட்டது. இதற்கு வலுசேர்ப்பதுபோல அலெக்ஸாண்டர் கொலிஸ்நிக்கோ, 'பேட்ரியாட்' என்ற ரஷ்ய பத்திரிகையில் 'சந்திர போஸின் விதியும், மரணமும்' என்று ஒரு கட்டுரையும் எழுதினார். அதில் போஸ் காணாமல் போனது, இந்திய -சோவியத் உறவில் ஒரு மர்மமான புள்ளி எனக் குறிப்பிட்டிருந்தார்.

இந்த விஷயத்தை முன்னெடுத்து இந்திய அரசை வலியுறுத்திப் போராடிக்கொண்டிருந்த சிட்டா போஸ் ஒரு ரயில் விபத்தில் மரணமடைந்துவிட்டார். திருமதி தனக்கு இந்திய அரசு ஓர் அனுமதிக் கடிதம் கொடுத்தால் நான் ரஷ்ய ஆவணக் காப்பகங்களில் தேடி ஆராய்ந்து விபரங்கள் சேகரிப்பேன் என்று அறிவித்தார். ஆனால் அப்படியொரு கடிதம் அவருக்கு வழங்கப்படவேயில்லை.

ஆனாலும் அவர் முயற்சியை அவ்வளவு எளிதாகக் கைவிடவில்லை. தொடர்ந்து அரசுக்கும், நேரடியாக ரஷ்ய அரசுக்கும் கடிதங்கள் அனுப்பிக்கொண்டேயிருந்தார்.

ரஷ்ய ஆவணக் காப்பகங்கள் 3 வகைப்பட்டவை. ஸ்டாலின் காலத்தவை. ஸ்டாலின் காலத்திற்குப் பின்பட்டவை. இதில் இரண்டு வகை ஒன்று அரசு சம்பந்தப்பட்டது. மற்றொன்று கட்சியின் பொலிட் பீரோ, மத்திய கமிட்டி சம்பந்தப்பட்டது. இதில் முதலாவது மாஸ்கோவிலிருக்கும் கே.ஜி.பி. ஆவணக்காப்பகம். இதனுள் சென்று ஆராய வெளிநாட்டு ஆராய்ச்சியாளர்கள் மட்டுமில்லை, உள்நாட்டு ஆராய்ச்சியாளர்களுக்கும் அனுமதியில்லை. இதுவரை அதிகாரிகள் அல்லாமல் அனுமதிக்கப்பட்ட ஒரே நபர் லெனின். ஸ்டாலின் வாழ்க்கை வரலாறு எழுதிய வால்கோகோனோவ் (Volkogonov) மட்டுமே. முகர்ஜி கமிஷன் உறுப்பினர்கள் விசாரணைக்காக ரஷ்யா சென்றபோது பார்த்தது இதன் கட்டிடத்தை மட்டுமே. உள்ளே அனுமதிக்கப்படவில்லை. அந்த ஆவணக் காப்பகத்திற்குத்தான் சென்று ஆராய விரும்புகிறார் திருமதி பியூரபி ராய்.

தனிப்பட்ட நபரின் வேண்டுகோள் ஏற்கப்படாது என்பதால் கல்கத்தாவிலிருக்கும் ஏசியாடிக் சொசைட்டியின் உதவியை நாடினார். அவர்களும் இவர் கோரிக்கையை ஏற்று அரசாங்கத்துக்கு, ரஷ்யா சென்று, ரஷ்யாவிலிருக்கும் சொஸைட்டியுடன் இணைந்து ஆவணக் காப்பகங்களில் ஆராய அனுமதி பெற்றுத் தந்து உதவும்படி கேட்டு பிரதமருக்கு கடிதம் எழுதினார்கள்.

அந்தக் கடிதத்துடன் அரசு அதிகாரிகள் பிரதமருக்கு சமர்ப்பித்த குறிப்பு இது.

'நமது அரசிடம் சுபாஷ் ரஷ்யா சென்றதற்கான எந்த ஆதாரமும் இல்லை. ரஷ்ய அரசும் திட்டவட்டமாக 1945ல் சுபாஷ் ரஷ்யா வந்ததற்கான சான்றுகள் இல்லை எனத் தெரிவித்திருக்கிறது. இந்த நிலையில் அவர்களிடம் அவர்களுடைய ரகசிய ஆவணக் காப்பகத்தில் ஆராய அனுமதி கேட்பது, நாம் அவர்களுடைய அதிகாரப்பூர்வமான அறிவிப்பை நம்பவில்லை எனக் கருத இடம் கொடுக்கும். அது இரு நாடுகளுக்கிடையான நட்பைப் பாதிக்கும்' என்ற பதிலை அனுப்பியது.

இந்தக் குறிப்பிலிருந்து ஏசியாடிக் சொஸைட்டி பிரதமரிடமிருந்து என்ன பதிலைப்பெற்றிருக்கும் என்று யூகிப்பது எளிது.

முகர்ஜி கமிஷனில் சாட்சியம் அளித்தவர்களில் ஒருவர் அர்ந்தேண்டு சர்க்கார் (Ardhendu Sarkar). இவர் இங்கிலாந்தில் பொறியியல் மேற்படிப்பு முடித்துவிட்டு இந்திய பொதுத்துறை ஒன்றில் தலைமை இஞ்சினியராக பணியாற்றி வந்த வங்காளி. அர்ந்தேண்டு சர்க்கார் 1960களின் துவக்கத்தில் சோவியத் ரஷ்யாவிற்கு அயல் பணிக்காகச் சென்றிருந்தபோது கோர்லோவாக் என்ற தொழிற்சாலையில் பணியாற்றியபோது ஸொரவின் என்ற மூத்த அதிகாரி, இவருடன் மிக நட்புடன் பழகியவர்களில் ஒருவர். ஒருநாள் அவர் பேசும்போது, தான் ரஷ்யன் இல்லை என்றும், தான் ஒரு யூதர் என்றும் போர்க்கைதியாகப் பிடிக்கப்பட்டு தண்டனைக்காலம் முடிந்த பின் ரஷ்யனாக்கப்பட்டு புதிய பெயர் கொடுக்கப்பட்டேன், என்றும் சொன்னார்.

பின்னாளில் ஒருமுறை பேசும்போது அவர் இருந்த முகாமில் பெர்லின் பகுதியில் டிரான்ஸ் சைபீரிய ரயில் பாதையின் முடிவில் 'போஸ்' என்ற இந்தியரைச் சந்தித்திருக்கிறேன். அவருக்கு கார் கொடுத்திருந்தார்கள். இரண்டு பாதுகாவலர்களும் அவருடன் இருந்தார்கள். அந்த சின்னச் சந்திப்பில், தான் இந்தியர் என்றும் விரைவில் இந்தியா செல்லப் போவதாகவும் சொன்னார் என்ற இந்தத் தகவலை கமிஷனில் பதிவு செய்திருக்கும், இவர் சொன்ன மற்றொரு விஷயம்தான் நம்மைச் சிந்திக்க வைக்கிறது. இதை யாரிடமும் சொல்லிவிடாதே என்றும், இது நமது இருவருடைய பாதுகாப்புக்காவும் என்று நண்பர் சொல்லியிருந்த போதிலும் நாட்டுப்பற்று மிக்க - சர்க்கார் மறுநாள் காலை செய்த முதல் வேலை இந்திய தூதரகத்துக்குச் சென்றது. அங்கு முதல் நிலை செயலாளரைச் சந்தித்து மனதில் கனமாக இருந்த விஷயத்தைச் சொல்லிவிட்டார்.

விஷயத்தைக் கேட்டதும் எந்த ஆச்சரியமும் காட்டாத அந்த அதிகாரி 'இந்த நாட்டிற்கு எதற்கு வந்திருக்கிறீர்கள். உங்கள் வேலையை மட்டும் செய்யுங்கள். அரசியலில் மூக்கை நுழைக்காதீர்கள்' என்று

கண்டித்தார். மிரண்டுபோன சர்க்காரிடம் இதுபற்றி எவரிடமும் வாயைத் திறக்காதீர்கள்' என்றும் எச்சரித்திருக்கிறார். பதவிக் காலம் முடிந்து அவரது பிள்ளைகள் வாழ்க்கையில் செட்டில் ஆன பின்னர் பல ஆண்டுகளுக்குப் பின் முகர்ஜி கமிஷனில் இதைச் சொல்லி யிருக்கிறார் சர்க்கார். ஆனால் நீதிபதி இந்தச் சாட்சியத்தை முக்கிய மானதாகக் கருதவில்லை.

சர்க்காருக்கு மட்டுமில்லை இந்த விஷயம் இந்திய தூதரக உயர்மட்ட அதிகாரிகளுக்கும் தெரிந்திருக்கிறது என்பது பின்னாளில் வெளியான சில விஷயங்கள் மூலம் புரிகிறது.

ரஷ்யாவிற்கான முதல் இந்திய தூதுவர் விஜயலட்சுமி பண்டிட். இவர் இந்தியா திரும்பியவுடன் ஓர் அறிக்கை விடுத்தார். விரைவில் தான் ஒரு செய்தி சொல்லப்போவதாகவும், அது அறிவிக்கப்பட்டவுடன் சட்டென்று பாயும் மின்வெளிச்சம்போல இந்தத் தேசம் 1947 ஆகஸ்ட் 15ல் அடைந்ததைவிடச் சந்தோஷத்தை அடையும் என்றும் சொல்லி யிருந்தார். அந்தப் பத்திரிகையாளர் சந்திப்பு நடந்தது, ஆனால் அதில் எதுவும் சொல்லப்படவில்லை.

சொல்லவிருந்த செய்தி அவர் சுபாஷை ரஷ்யாவில் சந்தித்தது. பத்திரிகையாளர் சந்திப்பின்போது அருகிலிருந்த நேரு எச்சரித்ததால் சொல்லவில்லை என்பது அன்றைய தினசரிகளில் வெளியான செய்தி. இதைப்போலவே விஜயலட்சுமி பண்டிட்டைத் தொடர்ந்து அந்தப் பதவிக்கு வந்த டாக்டர் ராதாகிருஷ்ணனுக்கும், சுபாஷ் ரஷ்யாவி லிருக்கும் செய்தி தெரியும் என்றும் அதை அவர் வெளியிடாமல் இருப்பதற்காகத்தான் ஓய்வு பெற்ற நிலையில் இருந்த அவர் நேருவால் உதவி ஜனாதிபதியாக்கப்பட்டார் என்றும் அந்தக் கால கட்டத்தில் பேசப்பட்டிருக்கிறது. 'நாட்டு விடுதலைக்காக எதுவும் செய்யாமல் வெள்ளைக்காரனிடம் பட்டம் வாங்கியவரா இந்தத் தேசத்தின் உதவி ஜனாதிபதி? இங்கு இருக்கும் தியாகிகளெல்லாம் செத்துவிட்டார்களா?' என்று மௌலானா அபுல் கலாம் ஆசாத் போன்றவர்கள் வெகுண்டு எழுந்திருக்கிறார்கள்.

'சுபாஷ், சோவியத் ரஷ்யாவில் போர்க்கைதியாக இருக்கிறார்' என்று சில ஐரோப்பிய பத்திரிகைகளில் கட்டுரைகளும், அதை மறுத்து ரஷ்யாவின் அரசு சார்ந்த பத்திரிகைகளில் கட்டுரைகளும் வந்திருக்கிறது. ரஷ்யா பத்திரிகையான பிராவ்தாவில் ஒரு விஷயம் மறுக்கப்பட்டால் அது நடந்திருக்கிறது என்று அர்த்தம் என்பது அப்போதைய பாப்புலர் ஜோக்.

இவையெல்லாம் சுபாஷ் சந்திர போஸ் 1945க்குப் பின்னர் ரஷ்யாவிலிருந்தார் என்பதை யூகிக்க உதவும் தகவல்களாக

இருந்தாலும் இன்றுவரை இதை உறுதி செய்ய எந்த ஆவணமும் சாட்சியங்களும் சிக்கவில்லை.

ரஷ்யாவின் இரும்புத்திரை உடைந்து கண்ணாடித் திரையாகி நீண்ட நாட்களாகிவிட்டது என்று நம்பப்படுகிறது. ஆனாலும் சுபாஷ் விஷயத்தில் இன்றுவரை ரஷ்ய அரசு எந்த ஆவணத்தையும் வெளியிடவில்லை. மஞ்சூரியா வழியாக சைபீரியாவை அடைந்தபின் அவர் சரணடைந்த போர்க்கைதியாக இருந்தாரா? அல்லது அவர் விரும்பிய படி ரஷ்ய தலைமையுடன் தொடர்பு கொண்டபின் கௌரவமாக நடத்தப்பட்டாரா? ஸ்டாலின் மறைவுக்குப்பின் இந்தியா திரும்பி அடையாளங்களை மறைத்து ஓர் ஆன்மிக யோகியாக வாழ்ந்து மறைந்தாரா? இந்தக் கேள்விகளுக்குப் பதில் கே.ஜி.பி.யின் சிவப்பு கட்டடத்தினுள்ளே இருக்கும் எண்ணற்ற ஆவணங்களில் ஏதோ ஒன்றில்தான் இருக்கிறது.

70 ஆண்டுகளுக்குப் பின் இன்று நேதாஜியின் ரகசிய ஆவணங்கள் இந்தியாவில் வெளிச்சத்திற்கு வந்திருப்பதைப்போல என்றாவது ஒருநாள் கே.ஜி.பி.யின் ஆவணக் காப்பகத்தின் இரும்புத்திரைக்குப் பின் பாதுகாப்பிலிருக்கும் அந்த ஆவணங்களும் வெளியாகும்.

கேள்விகளுக்கான பதிலைப் பெற அதுவரை நாம் காத்திருக்கத்தான் வேண்டும்.

14

சுபாஷ் போர்க்கைதியா?

நாட்டின் விடுதலைக்காக அண்ணலின் வழியை ஏற்காமல் தனியாக ஒரு பாதையைத் தேர்ந்தெடுத்து அதில் நம்ப முடியாத சாதனைகளைச் செய்த சுபாஷ், விமான விபத்தில் மரணமடையாமல் உதவிகேட்கவோ அல்லது சரணடையவோ ரஷ்யா போனது உண்மையென்று வைத்துக் கொண்டால்... இங்கே ஒரு முக்கியமான கேள்வி எழுகிறது! 'நாட்டின் விடுதலைக்குப் பின்னர் சுபாஷ் ஏன் இந்தியா திரும்பவில்லை?'

இதற்கு விடையாகச் சொல்லப்பட்ட விஷயங்களில் ஒன்று, 'அவர் பிரிட்டிஷ் அரசால், உலகப்போரில் தோற்ற படைகளின் ராணுவக் கைதியாக அறிவிக்கப்பட்டவர். இப்படி அறிவிக்கப்பட்டவர்களுக்கு எந்த நாடும் அடைக்கலம் கொடுக்கக்கூடாது. அவர்களை அந்த நாட்டின் ராணுவத்திடம் ஒப்படைக்க வேண்டும்' என்று ஐக்கிய நாடுகளின் ஒப்பந்தம் ஒன்று உலகப் போருக்குப் பின்னர் உருவாக்கப் பட்டது. இந்தியா அந்த ஒப்பந்தத்தில் கையெழுத்திட்டிருக்கிறது. அதனால் சுபாஷ் இந்தியா திரும்பினால் அவரை பிரிட்டிஷாரிடம் கொடுக்கவேண்டிய நிர்பந்தம் இந்தியாவிற்கு இருக்கிறது. அதை காட்டி நேருவின் அரசு அவரைக் கைது செய்து பிரிட்டிஷ் அரசிடம் ஒப்படைத்துவிடும் என்பது பரவலாகப் பேசப்பட்டது.

ஆனால் நேரு இதை மறுத்து, 'இந்தியா அப்படி எந்த ஒப்பந்தத்தையும் செய்துகொள்ளவில்லை. சுபாஷ் உயிருடன் இருந்து இந்தியாவிற்குத் திரும்பினால் அவர் சகல மரியாதைகளுடனும் மிகுந்த

கௌரவத்துடனும் வரவேற்கப்படுவார் என்று இரண்டு முறை அறிவித்திருந்தார். ஆனாலும் அன்றைய பத்திரிகைகளில் இதுபற்றி அவ்வப்போது கட்டுரைகள் வந்துகொண்டுதான் இருந்தன. அதற்குக் காரணம் போர்க் கைதிகளின் பட்டியலில் அவர் பெயர் இருக்கிறதா? இல்லையா? என்பதை அரசால் உறுதியாகச் சொல்ல முடியவில்லை.

இந்தச் சந்தேக பூதம் எழுந்ததற்குக் காரணம் ஒரு தமிழர். சுபாஷ் காணாமல் போன மர்மத்தை ஆராய அமைக்கப்பட்ட முதல் கமிஷன் ஷா நவாஸ் கமிட்டி. அதற்கு சாட்சியமளிக்க வந்தவர்களில் ஒருவர் முத்துராமலிங்கத் தேவர். இவர் தமிழ்நாட்டில் மட்டுமில்லை அகில இந்திய அளவில் அறியப்பட்ட ஃபார்வர்ட் பிளாக் கட்சியின் தலைவர்களில் ஒருவர். இவர் எழுப்பிய கேள்வி, 'சுபாஷ் சந்திர போஸின் பெயர் இன்னமும் போர்க் கைதிகளின் பட்டியலில் இருக்கிறதா? அப்படி இல்லையென்றால் எப்போது அது அகற்றப் பட்டது?'

இந்த விசாரணை மூடப்பட்ட அறையில் நடந்த விசாரணை. கமிட்டியின் தலைவர் ஷா நவாஸ், தேவரிடம், 'சற்று வெளியே இருங்கள்' என்று சொல்லிவிட்டு அந்த அறையிலிருந்த அயல்நாடுகள் விவகாரத் துறை அதிகாரியிடம் கலந்து ஆலோசிக்கிறார். ஒரு மணி நேரத்துக்குப் பின்னர் தேவர் அறைக்குள் அழைக்கப்பட்டு 'இந்திய அரசிடம் இது குறித்த எந்தத் தகவலும் இல்லை' என்ற பதிலைத் தெரிவிக்கிறார்.

பொறுமையுடன் காத்திருந்த தேவரை இந்தப் பதில் எரிச்சலடையச் செய்தது. 'சுபாஷ்போல ஒரு முக்கியத் தலைவர் சம்பந்தப் பட்டிருக்கும் இந்த விஷயத்தின் தகவல் ஏன் இந்திய அரசிடம் இல்லை?' எனக் கேட்டார்.

'அவை பிரிட்டிஷ் அமெரிக்க நாடுகளில் இருக்கலாம்!'

இந்தப் பதிலைச்சொன்ன கமிட்டியின் தலைவரிடம் தேவர் கோபத்துடன் 'அப்படியானால் போர்க் கைதிகள் குறித்து நேச நாடுகள் செய்த அறிவிப்பு இந்தியர்களைக் கட்டுப்படுத்தாது என இந்த அரசு திட்டவட்டமாக அறிவிக்குமா?' எனக்கேட்கிறார்.

'அந்த விபரங்களுக்குள் நான் ஏன் போக வேண்டும்?' என்ற ஷா நவாஸ்க்கு தேவர் சொன்ன பதில்...

'அப்படியானால் நேதாஜியின் பெயரை போர்க்கைதிகளின் பட்டியலி லிருந்து நீக்கவோ அல்லது முன்னதாக வேறு ஏதேனும் ஒப்பந்தம் செய்திருந்தால் அதிலிருந்து அவருக்குப் பாதுகாப்பு அளிக்கவோ

முன்வராத அரசின் இந்த கமிஷனுக்கு நான் ஏன் ஒத்துழைப்புத் தர வேண்டும்?' என்று சொல்லி வெளியேறுகிறார்.

அன்று முத்துராமலிங்கத் தேவர் எழுப்பிய இந்தக் கேள்வி நீண்ட நாட்கள் மக்கள் மனதில் எழுந்துகொண்டிருந்தது. அது தொடர்ந்து வந்த விசாரணை கமிஷன்களிலும் எதிரொலித்தது. வங்காளிகளால் மனதளவில்கூட ஏற்றுக்கொள்ள முடியாத இந்த விஷயத்திற்காக 1997ல் அன்றைய ஐக்கிய நாடுகளின் சபை செயலாளர் கோஃபி அன்னனுக்கு பலரின் கையெழுத்துடன் வேண்டுகோள் வைக்கப் பட்டது. அன்றைக்கு அவருக்கு உதவியாளராக இருந்த சசிதரூர் அவர் சார்பில் அனுப்பிய பதிலில், 'ஏற்கெனவே இதுபோல் செய்யப் பட்டிருக்கும் குறிப்புகளில் மாற்றங்கள் செய்ய செயலாளர் ஜெனரலுக்கு அதிகாரங்கள் இல்லை'. இந்தப் பதில் சமாதானப் படுத்துவதற்குப் பதிலாகச் சந்தேகத்தைத்தான் வளர்த்தது. அப்படி யானால் ஏதோ ஒரு பட்டியலில் அவர் பெயர் இருக்கிறது என்ற யூகம் செய்தியாகப் பரவியது.

முகர்ஜி கமிஷன் அமைப்பதற்கு முன்னரே இந்த விஷயத்தில் தீவிரமாகப் போராடியவர்கள் இரண்டுபேர். பிஜான் கோஷ் என்ற வழக்கறிஞரும், ஷ்யாம் சுந்தர் மஹோபாத்திரா என்ற முன்னாள் நாடாளுமன்ற உறுப்பினரும். இவர்கள் தொடர்ந்து பிரிட்டிஷ் அமெரிக்க அரசுகளுக்கும் ஐக்கிய நாடுகள் சபைக்கும் கடிதங்கள் எழுதிக்கொண்டேயிருந்தார்கள். ஒரு கட்டத்தில் ஐக்கிய நாடுகள் சபை, 'இம்மாதிரி பட்டியல்களை நிர்வகிப்பதில்லை. ஐக்கிய நாடுகளின் போர்க்குற்றங்களை விசாரிக்கும் கமிஷனிடம் இது போன்ற பட்டியல் இருக்கலாம். அவர்களிடம் கேட்கலாம்' என ஆலோசனை தெரிவித்தது. இது போதாதா நண்பர்களுக்கு? அடுத்த கட்ட கடித யுத்தத்தை அந்த அமைப்புடன் துவங்கிவிட்டார்கள்.

ஐக்கிய நாடுகளின் போர்க்குற்றங்களை விசாரிக்கும் கமிஷன், 'இது உங்கள் அரசின் மூலமாக வரவேண்டும்' என்று சொல்ல மறுபடியும் டெல்லியுடன் போராட்டம். இறுதியாக 2002ல் இந்தியாவின் ஐக்கிய நாடுகள் சபைக்கான உதவி நிரந்தரப் பிரதிநிதி, 'தான் அந்த அலுவலகத்திலிருக்கும் போர்க்குற்றவாளிகளின் பட்டியலைப் பார்வையிட்டதாகவும் அதில் சுபாஷ் சந்திர போஸின் பெயர் இல்லை' என்றும் அரசுக்குக் கடிதம் எழுதினார். இதுதான் சுபாஷின் பெயர் அந்த போர்க் கைதிகளின் பட்டியலில் இல்லை என்று சொல்லும் ஆவணம். தேவர் 1957ல் எழுப்பிய கேள்விக்கு 2002ல் அதிகாரபூர்வமான பதில் கிடைத்தது. சுபாஷ் மர்மத்தின் விஷயங்களை ஆராயும்போது ஒவ்வொரு கட்டத்திலும் அரசின் மெத்தனமும் தாமதமும்

விஷயத்தைச் சிக்கலாக்கியிருக்கிறது. சந்தேகங்களை வளர்த்திருக்கிறது என்பதை உணரமுடிகிறது.

இப்போது வெளியாகியிருக்கும் ரகசிய ஆவணங்களில் 1997ல் இந்திய அரசுக்குக் கிடைத்த இந்தப் போர்க் கைதிகளின் பட்டியலும் வெளியாகியிருக்கிறது. 27 பகுதிகளாக இருக்கும் இதில் பெயர் மட்டுமில்லை. மிகத் தெளிவாக கைதிகள் பிடிபட்ட நாள், நேரம், அவர்களுடைய பதவி எல்லாமும் குறிப்பிடப்பட்டிருக்கிறது. ஐ.என்.ஏ.வின் முன்னணித் தலைவர்களாகவும் ஐ.என்.ஏ. அமைத்த சுதந்திர இந்தியாவின் அமைச்சர்களாகவும் அறியப்பட்ட மோகன் சிங், முகம்மது கியானி, அழகப்பன் போன்ற பெயர்கள் இருக்கின்றன. ஆனால் சுபாஷின் பெயர் இல்லை. இதுபற்றி இந்திய ராணுவத்தின் ஒரு முன்னாள் மூத்த அதிகாரியிடம் பேசியபோது அறிந்து கொண்ட தகவல் - உலகப்போரில் கைது செய்யப்பட்ட பிரிட்டிஷ் ராணுவத்திலிருந்த இந்தியர்கள் பின்னாளில் ஐ.என்.ஏ.வில் சேர்க்கப்பட்டார்கள். அவர்களுக்கு அதே ரேங்க், சம்பளம் வழங்கப்பட்டது. அவர்கள் கைது செய்யப்பட்டபோது தயாரிக்கப்பட்ட பட்டியல் இது.

'சுபாஷ் ராணுவ அதிகாரியில்லை. அவர் யூனிஃபார்ம் அணிந்து தலைமை தாங்கினாலும் அவர் முறையாகப் பயிற்சி பெற்ற ராணுவ அதிகாரி இல்லை. அதேபோல் அவரது ராணுவத்தில் வழங்கப்பட்ட ராணுவ கமிஷன்களையும் (அதிகாரிகளுக்குப் பதவிகள்) பிரிட்டிஷ் அரசு அங்கீகரிக்கவில்லை. இது சர்வ தேச ராணுவ நடைமுறைதான்' என்றார்.

அதிகாரப்பூர்வமாக ஒரு ராணுவத் தலைவராக ஏற்றுக்கொள்ளப் படாத, ஒரு சிவிலியன் ஆன சுபாஷின் பெயர் போர்க்கைதிகளின் பட்டியலில் இடம்பெற எந்த வாய்ப்புமில்லை என்பதுதான் உண்மை நிலை. இந்தச் சின்ன விஷயத்தை போராட்டக்காரர்களுக்கு இந்திய அரசு விளக்கி பிரச்னையை முடிக்காமல் பல ஆண்டுகள் வளர்த்ததற்கான காரணம்தான் புரியவில்லை.

'சுபாஷ் இந்தியா திரும்பி அடையாளமில்லாமல் ஆன்மிக வாழ்க்கையை மேற்கொண்டாரா?' என்ற கேள்விக்கு, 'இருக்கலாம்' என்ற பதிலுக்கு அதிகம் வாய்ப்பிருக்கிறது. சற்று உற்று நோக்கினால் சுபாஷின் வாழ்க்கையில் வெற்றிகளைவிடச் சந்தித்த தோல்விகளே அதிகம். மிகப்பெரிய கனவுகளுடன் ஐ.சி.எஸ். பட்டத்தையும் பதவியையும் உதறிவிட்டு வந்தவருக்கு, காங்கிரஸ் கட்சியில் தொடர்ந்த அங்கீகாரம் இல்லை. அன்னிய சக்திகளின் உதவியுடன் ஒரு ராணுவத்தைத் துவக்கி பிரிட்டிஷாருடன் நடத்திய முதல் போர் படுதோல்வியில் முடிந்தது. தொடர்ந்து எடுத்த முயற்சிகளின் வெற்றி

எதுவும் வெளியாகவில்லை. ஒருவேளை போர்க் கைதியாக வாழ்ந்து இறுதியில் ஆன்மிகத்தை நாடியிருக்கலாம். அவருக்கு ஆன்மிகத்தின் மீது 20 வயதிலேயே நாட்டம் என்பது குடும்பத்தாருக்குத் தெரிந்த விஷயம். கல்லூரி காலத்தில் உண்மையையும் குருவையும் தேடி காணாமல் போனவர் அவர். 'அந்த உலகத்திலும் நிலவும் பாகுபாடு களைக் கண்டு வெறுத்துத் திரும்பினேன்!' என அவரது வாழ்க்கை வரலாற்றைச் சொல்லும் புத்தகத்தில் எழுதியிருக்கிறார். எனவே தன் இறுதிக்காலத்தில் தான் நேசித்த தேசத்தில் வாழ்ந்து மறைய நினைத்து எல்லாவற்றையும் தவிர்த்த துறவு நிலையை மேற்கொண்டிருக்கலாம்.

எப்படியோ எந்நாளிலும் மறக்கமுடியாத இந்திய தலைவர்களில் ஒருவராகத் தனது போராட்டங்களினால் மட்டுமில்லாமல், காணாமல் போன செய்கையினாலும் அதனால் எழுந்த மர்மக் கேள்விகளாலும் நிலைத்துவிட்டார் சுபாஷ்.

15

உண்மைகள் நீண்ட நாட்கள் உறங்குவதில்லை

உலகின் எந்த நாடானாலும், மன்னராட்சி, மக்களாட்சி, புரட்சிகளுக்குப் பின் பூத்த கம்யூனிஸ்ட் ஆட்சி என்று எந்த ஆட்சிமுறை ஆனாலும், 'அரசின் ரகசியங்கள்' என்று ஒரு விஷயம் கண்டிப்பாக இருக்கும். ஒரு சீரான, ஆட்சி நிர்வாகத்துக்கு நடைமுறையில் இது அவசியம் என்பதையும், அது ஆட்சியிலிருப்போர் மாறினாலும்கூட கவனமாகப் பாதுகாக்கப்படவேண்டும் என்பதையும் எல்லோரும் ஏற்றிருக்கிறார்கள். இதனால்தான், 'ரகசியங்களைக் காப்பேன்', என அமைச்சர்கள் பதவி ஏற்கும்போது பிரமாணம் எடுத்துக் கொள்கிறார்கள். சில ஜனநாயக நாடுகளில் அப்படி காக்கப்பட்ட ரகசியங்கள் ஒரு குறிபிட்ட காலக்கெடுவுக்கு பின்னர் ரகசியமில்லாத ஆவணங்களாக அறிவிக்கப்பட்டு எவரும் பார்க்கலாம் என்று பொதுவுடைமையாக்கப்படும். ஆனால் அந்த முடிவையும் ஆளும் பொறுப்பிலிருக்கும் அரசு எடுத்து அறிவிக்கவேண்டுமே தவிர, காலக்கெடு முடிந்ததனாலேயே அந்த ஆவணங்கள் தன்னியல்பாகவே பொது ஆவணமாகாது. இந்திய அரசிடம் இந்த வகையில் 70,000 ஆவணங்கள் இருப்பதாக ஒரு குறிப்பு சொல்கிறது.

சுபாஷ் சந்திர போஸ் விஷயத்தில் அவர் இந்தியாவிலிருந்து வெளியேறி வெளிநாட்டிலிருந்து ராணுவப் படைகளின் மூலம் இந்திய விடுதலைக்கு முயற்சித்த நாளிலிருந்து அவருடைய நடவடிக்கைகள் கண்காணிக்கப்பட்டு ஆவணங்கள்

ஆக்கப்பட்டிருக்கிறது. அன்றைய பிரிட்டிஷ் அரசு இவர் போன்ற பலரின் நடவடிக்கைகளை ரகசிய ஆவணங்களாக்கி இருந்தது. விடுதலைக்குப்பின் சுதந்திர இந்திய அரசு அவற்றைத் தொடர்ந்து பாதுகாத்து வந்தது. சுபாஷின் விஷயத்தில் ஜப்பானால் அறிவிக்கப் பட்ட விமான விபத்து மரணத்தைத் தொடர்ந்து எழுந்த சர்ச்சைகளினால் இந்த ரகசிய ஆவண முறை தொடர்ந்தது.

அவரது மரணத்தில் சந்தேகங்கள் சர்ச்சைகளாகி, சதித் திட்டங் களிருப்பதாகவும் மர்மங்களிருப்பதாகவும் எழுந்த கேள்விகளினால் இந்த ஆவணங்கள் முக்கியத்துவம் பெற்றன. இந்த ஆவணங்கள் வெளியிடப்படவேண்டும் என கேள்விகள் ஓங்கி ஒலித்தபோ தெல்லாம் 3 விஷயங்கள் பதிலாகச் சொல்லப்பட்டன.

அவை பின்வருமாறு:

1) இந்த ஆவணங்கள் வெளியானால் அதிலிருக்கும் செய்திகள் மூலம் உள்நாட்டில் சட்டம், ஒழுங்கு பிரச்னை ஏற்படும். குறிப்பாக வங்காளத்தில் பெரும் பிரச்னை எழும்.

2) இந்தப் பிரச்னையில் உலக நாடுகள் சம்பந்தப்பட்டிருக்கின்றன. ஆவணங்கள் வெளியானால் அந்த நாடுகளுடன் இருக்கும் நமது நல்லுறவு கெடும். தொடர்ந்து எழும் பிரச்னைகளால் உலக அரங்கில் நமது நாட்டின் மதிப்பு குறையும்.

3) ஆவணங்கள் வெளியானால் நேதாஜி உள்பட சில இந்தியத் தலைவர்களின் கண்ணியம் மக்களால் குறைவாக மதிப்பிடப்பட நேரிடும்.

இந்தக் காரணங்களை வெவ்வேறு வார்த்தைகளில் 60 ஆண்டுகளுக்கும் மேலாக, அனேகமாகப் பதவியிலிருந்த எல்லாப் பிரதமர்களும் ஒரு கட்டத்தில் சொல்லியிருக்கிறார்கள்.

இப்படி பாதுகாக்கப்பட்ட இந்த ஆவணங்கள், இன்று எவரும் பார்க்கலாம் என்ற நிலையில் வெளியாயிருக்கின்றன. புது தில்லி தேசிய ஆவணக் காப்பகத்தில் பார்வையிடக் கிடைக்கும் இவை படிப்படியாக அந்த ஆவணக் காப்பகத்தின் இணைய தளத்திலும் பதிவேற்றம் செய்யப்பட்டுக் கொண்டிருக்கிறது.

எப்படி நிகழ்ந்தது இந்த மாறுதல்? ஏன் நிகழ்ந்தது?

பி.ஜே.பி, திரிணாமுல் காங்கிரஸ் கட்சிகள் இந்தச் சாதனை எங்களுடையது எனப் பெருமிதப்பட்டாலும், உண்மையில் இதை இவர்களைச் செய்யவேண்டிய கட்டாயத்துக்குத் தள்ளியவர்கள்,

நீண்ட நெடுங்காலமாக இந்த விஷயத்தில் போராடிக்கொண்டிருக்கும் கல்கத்தாவிலிருக்கும் 'மிஷின் நேதாஜி' என்ற சமூக காவலர்கள் அமைப்பும் உலகின் பல பகுதிகளில் வசிக்கும் அதன் ஆதரவாளர்களும், மிகப்பெரிய சுபாஷ் குடும்பத்தின் சில உறுப்பினர்களும்தான். தொடர்ந்து கடிதங்கள் எழுதிப் போராடிக் கொண்டிருந்த இவர்களுக்குக் கிடைத்த வலுவான ஆயுதம் 2005ல் இயற்றப்பட்ட தகவல் அறியும் உரிமைச் சட்டம். இதன் மூலமும் இவர்களால் எளிதாகத் தகவல்களைப்பெற முடியவில்லை. 'அரசின் நலன், பாதுகாப்பு கருதி' என்ற காரணம் சொல்லப்பட்டு பலமுறை இவர்களது கோரிக்கைகள் நிராகரிக்கப்பட்டிருக்கின்றன. ஆனால் விதிகளின்படி மேல்முறையீடு செய்து, உச்சபட்ச மட்டம்வரை எடுத்துச்சென்று வாதாடி பல தகவல்களைப் பெற்ற இவர்களில் ஒருவரான அனுஜ் தார் என்பவர் கட்டுரைகளும் புத்தகங்களும் எழுதினார். இது மக்கள் கவனத்தைப்பெற்றன. இவர்தான், 'இந்த ஆவணங்கள் ரகசிய ஆவணங்கள் என்ற நிலையிலிருந்து பொது ஆவணமாக மாற்ற அறிவிக்கப்பட வேண்டும்' என்ற முதல் குரலை எழுப்பியவர்.

2012ம் ஆண்டு கல்கத்தாவில் சுபாஷின் சகோதரர் சரத் போஸின் மகள் சித்ரா கோஷ் ஒரு கூட்டத்தைக் கூட்டுகிறார். இந்தியாவின் பல பகுதிகளிலிருந்தும் சில வெளிநாடுகளிலிருந்தும் வந்த போஸ் குடும்பத்தினர், போஸ் ஆதரவாளர்கள், மிஷின் நேதாஜி உறுப்பினர்கள் பங்கு கொண்ட அந்தக் கூட்டத்தில், அரசிடமிருக்கும் ரகசிய ஆவணங்களை வெளியிட வேண்டும் என்ற கோரிக்கை எழுப்பத் தீர்மானிக்கப்படுகிறது. அப்போதைய காங்கிரஸ் பிரதமர் மன்மோகன் சிங் இதற்குச் செவி சாய்க்க மாட்டார் என்பதால் ஒரு வலிமையான குரல் மூலம் கோரிக்கையை எழுப்ப முடிவு செய்யப்படுகிறது. கூட்டத்தில் பலர் தெரிவித்த பெயர் அன்றைய குஜராத் பிரதமர் மோடி என்பதுதான் ஆச்சரியம். ஆனால் நீண்ட நெடுங்காலமாக இடதுசாரி சிந்தனையில் ஊறியிருந்த போஸ் குடும்பத்தினர் அந்த மதவாத கட்சித் தலைவரை அணுகுவதை விரும்பவில்லை. இறுதியில் வங்காள முதல்வர் மம்தா பானர்ஜியை அணுகுவது என்றும், அவரை போஸ் குடும்பத்தினர் சார்பாக பிரதமர் மன்மோகன் சிங்கிடம் பேசும்படி வேண்டுவது என்றும் தீர்மானிக்கப்படுகிறது.

இந்த முயற்சிகளில் இருக்கும்போதுதான் 'மிஷின் நேதாஜி'யின் வேண்டுகோளான வங்காள அரசின் வசம், முதலமைச்சரின் ரகசிய அறையில் இருக்கும் 70 ரகசிய ஆவணங்களை வெளியிட வேண்டும் என்ற கோரிக்கை நிராகரிக்கப்படுகிறது. ஆனால் குழுவினர் மனம்

தளரவில்லை. திட்டமிட்டபடி பல நகரங்களில் சிறிய கூட்டங்கள் பத்திரிகைகளில் கட்டுரைகள், டி.வி. சானல்களில் விவாதங்கள் எனப் பல முனைகளில் மக்களின் கவனத்தையும் ஆதரவையும் திரட்டுகிறார்கள்.

அப்போதுதான் மெல்லப் பரவிக்கொண்டிருந்த பேஸ்புக், வலைத்தளம் போன்ற சமூக ஊடகங்களில் பிரதான இடத்தைப் பிடித்தது இந்தக் கோரிக்கை. மக்கள் கவனம் இந்த விஷயத்தில் திரும்புவதை அரசியல் கட்சிகளும் கவனித்தன.. கல்கத்தா பி.ஜே.பி. தலைவர் தன் ஆதரவைத் தெரிவித்தோடு மட்டுமில்லாமல் கட்சித் தலைவர் ராஜ்நாத்துக்கும் கடிதம் எழுதினார்.

இதை ஒரு நல்ல முன்னேற்றமாகக் கருதிய போஸ் குடும்பத்தினர் முதலில் சொல்லப்பட்ட யோசனையான குஜராத் முதல்வர் மோடியின் உதவியை நாட ஒப்புக்கொள்கின்றனர். ஒரு குழு சென்று அவரைச் சந்திக்கிறது. மிகக் கவனமாகக் கோரிக்கைகளைக் கேட்ட மோடி உதவி செய்வதாக வாக்களிக்கிறார். வங்காளத்தில் காலூன்றக் காத்திருந்த அந்தக் கட்சி இதையும் பயன்படுத்திக்கொள்கிறது. 2014 ஜனவரி 23 சுபாஷ் பிறந்த கட்டாக் நகரில் அவர் சிலைக்கு மாலையணிவித்த பி.ஜே.பி. அகில இந்திய தலைவர் ராஜ்நாத் சிங், ‘வரும் பொதுத்தேர்தலில் பி.ஜே.பி. ஆட்சிக்கு வந்தால் நேதாஜி மர்மங்களைத் தீர்க்க அனைத்தையும் செய்யும்’ என்று அறிவிக்கிறார். அதே நாளில் அவரது டிவிட்டர் செய்தியிலும் இதைச் சொல்கிறார்.

சுபாஷின்மீது பி.ஜே.பி.க்கு எழுந்த இந்த திடீர் பாசம் பல புருவங்களை உயரச்செய்கிறது. மறுநாள் அப்போது மீடியாவின் நாயகனாக இருந்த பாபா ராம் தேவ் ஆவணங்கள் வெளியாவதை ஆதரித்து அறிக்கை கொடுக்கிறார். இப்படி 2013-14 ஆண்டு முழுவதும் ரகசிய ஆவணங்கள் பற்றிய விபரமும் அதை வெளியிட எழுந்த கோரிக்கைகளும் நாடு முழுவதும் அறிந்த செய்தியாகிறது.

நாடாளுமன்றத் தேர்தலில் தேசம் புதிய திருப்பங்களைச் சந்திக்கிறது. மோடி பிரதமராகிறார். பதவியேற்ற முதல் நாளே தங்கள் வாழ்த்து களைச் சொன்ன மிஷின் நேதாஜி, தங்கள் கோரிக்கைகளையும் நினைவூட்டுகிறது.

ஆனால் அதிர்ச்சியான ஆச்சரியங்கள் அவர்களுக்குக் காத்திருந்தன. ‘உங்கள் கடிதம் உள்துறையின் கவனத்துக்கு அனுப்பப்பட்டிருக்கிறது’ என்று மிகச் சாதாரணமான ஒரு கடிதம், காங்கிரஸ் ஆட்சியில் நடப்பதைப்போலவே 6 மாதங்களுக்கு பின் வருகிறது. தொடர்ந்து உள்துறையிலிருந்து எந்தத் தகவலும் இல்லை. சுக்தேவ் சேகர் ரேய் என்ற உறுப்பினர் நாடாளுமன்றத்தில் உள்துறை அமைச்சருக்கு கோரிக்கையின் நிலை குறித்துக் கேள்வி எழுப்புகிறார். அதற்கு ஒரு

வாரத்திற்குப் பின் துணை நிலையில் இருக்கும் அமைச்சர் 'அரசுக்கு போஸ் சம்பந்தப்பட்ட ரகசிய ஆவணங்களை வெளியிடும் எண்ணம் எதுவுமில்லை' என்று, கடந்த 60 ஆண்டுகளாக காங்கிரஸும், மற்ற ஆட்சியாளரும் சொல்லி வந்த அதே பதிலைக் கூறினார். அதுமட்டு மில்லாமல் எத்தனை ரகசிய ஆவணங்கள் என்ற கேள்விக்கும் தவறான எண்ணிக்கையை அறிவிக்கிறார்.

ஏன் பி.ஜே.பி. அரசு தேர்தலுக்கு முன் சொன்னபடி இந்த ஆவணங் களை வெளியிடுவதில் ஆர்வம் காட்டவில்லை? ஓராண்டுக்கும்மேல் இந்த விஷயம் பேசப்படவே இல்லை?

நேரு நாடாளுமன்றத்தில் அறிவித்தபடி, சுபாஷ் விமான விபத்தில் இறக்காமல் ரஷ்யா சென்ற விபரங்கள் அந்த ஆவணங்களில் இருந்திருந்தால், அது பி.ஜே.பி.க்கு மிகப்பெரிய அனுகூலமாகவும், காங்கிரஸுக்கு மிகப்பெரிய இழுக்காகவும் இருந்திருக்கும் என்ற நிலையில் ஏன் அதைப் பி.ஜே.பி. செய்யத் தவறியது? அப்படி எந்தத் தகவலும் இல்லாவிட்டாலும்கூட சொன்னதைச் செய்துவிட்டோம் என்ற அளவில், இருக்கும் ஆவணங்களை வெளியிட்டு 'மக்களிடம் காங்கிரஸ் மூடிமறைத்த விஷயங்களை நாங்கள் செய்து விட்டோம்' என்று மார் தட்டியிருக்கலாமே? அதை ஏன் செய்யவில்லை? விஷயத்தைக் கையாண்டதில் தாமதம் மட்டுமில்லை, அரசுக்கு அப்படி எண்ணமில்லை என்று ஏன் அறிவித்தது? சுபாஷ் விஷயத்தில் தொடரும் மர்மங்களில் இதுவும் மேலும் சேர்ந்த ஒரு கேள்வியானது.

காரணம் என்னவாக இருக்கும் என அலசியதில் இவைகள் காரணமாக இருக்கலாம் எண்ணத் தோன்றுகிறது.

1) பாரதிய ஜனதா கட்சி எதிர்பார்த்தபடி அந்த ஆவணங்களில் நேருவின் பெயரை களங்கப்படுத்தும் அளவுக்கோ அல்லது சுபாஷ் ரஷ்யா சென்றதற்கான எந்தத் தகவலோ இல்லை. எந்தக் கட்டத்திலும் சுபாஷின் மரணத்தில் நேரு நேரடியாகச் சம்பந்தப் பட்டதற்கான ஆவணங்கள் இல்லை. உண்மையிலே அப்படி எதுவுமில்லாமல் இருந்திருக்கலாம் அல்லது அனைத்து ஆவணங்களும் ஆராயப்பட்டு ஆபத்தானவை எனக் கருதப் பட்டவை காங்கிரஸ் ஆட்சிக் காலத்திலேயே சுத்தப்படுத்தப் பட்டிருக்கலாம் அல்லது நீக்கப்பட்டிருக்கலாம்.

2) பி.ஜே.பி. அரசுக்கு அனுகூலமில்லாத விஷயங்களான அன்றைய உள்துறை அமைச்சர் வல்லபாய் படேலின் கட்டளைகள், குறிப்புகள் வெளியானால் அது அவரை இன்று போற்றும் கட்சிக்கு பலன் அளிக்காத விஷயமாக இருக்கும். (இன்னும்

பிரதமர் அலுவலகத்திலிருந்து 21 ஆவணங்கள் வெளியிடப்பட வில்லை.)

3) சுபாஷ் விஷயத்தில் முன்னாள் அமைச்சரும் இந்நாள் குடியரசு தலைவருமான பிரணாப் முகர்ஜி, ஜப்பான் செல்லும் வழியில் 'தற்செயலாக' ஜெர்மனி சென்று சுபாஷின் மனைவியையும் மகளையும் சந்தித்து விமான விபத்தை அவர்கள் ஏற்பதாகவும், ஜப்பானிலுள்ள அஸ்தி சுபாஷுடையதுதான் என்பதை ஏற்றுக் கொள்வதாகவும் அதை ஒரு பிரமாணப் பத்திரத்தில் முகர்ஜி கமிஷனுக்கு தருவார் என்றும் அறிவித்திருந்தார். ஆனால், திருமதி போஸ் திட்டவட்டமாக, 'அது பொய். நான் ஏற்க மறுத்ததுதான் உண்மை!' என்று சொன்ன செய்தி இப்போது வெளியாகி யிருக்கும் ஆவணங்களில் இருக்கிறது. நாட்டின் குடியரசு தலைவர் பொய் சொல்லியிருக்கிறார் என்ற செய்தி வெளியாவது இந்த அரசின் கௌரவத்தைக் குறைக்கும் செயலாகும் எனக் கருதியிருக்கலாம்.

4) பல முன்னாள் மூத்த ஐ.ஏ.எஸ். அதிகாரிகளின் பெயர்களுடனும் கையெழுத்துகளுடனும் குறிப்புகள் இருக்கின்றன. மிக ரகசியம் என்று வகைப்படுத்தப்பட்ட கோப்புகள் வெளியானால், அரசாங்கத்துக்காக அவர்கள் செய்த பணிகளுக்கு கட்சி சாயம் பூசப்பட்டு விமர்சிக்கப்படும். இது ஐ.ஏ.எஸ். வர்க்கத்துக்கு எதிரான நிலையாகி, இந்த அரசின் ரகசியமான விஷயங்களுக்கு அவர்களிடமிருந்து ஆதரவு கிடைக்காது போகலாம் என அதிகார வர்க்கம் ஆட்சியாளர்களுக்கு உணர்த்தியிருக்கலாம்.

காரணங்கள் எதுவாக இருந்தாலும் பி.ஜே.பி. அரசின் செயலால் வங்காள மக்கள் மிகுந்த ஏமாற்றத்துள்ளாகி இருந்தனர். 'மிஷின் நேதாஜி' உறுப்பினர்களும் போஸ் ஆதரவாளர்களும் இந்த ஆவணங்கள் விஷயத்தில் பி.ஜே.பி. அரசும் முந்தைய அரசின் நிலைப்பாட்டைத்தான் எடுக்கப்போகிறது என்பதையும் தங்கள் கோரிக்கையை தேர்தலுக்குப் பயன்படுத்திக்கொண்டுவிட்டார்கள் என்பதையும் உணர்கிறார்கள். ஆனால் மனம் தளராமல் போராட்டத்தை மீண்டும் கையில் எடுக்கிறார்கள்.

ஜனவரி 23, 2015 அன்று உத்தரப் பிரதேச ராய்பரேலி தொகுதியில் அகிலேஷ் யாதவ் முன்னிலையில் இந்த விஷயத்தை முன்னிலைப் படுத்தி ஒரு மெகா பேரணி நடந்தது. பல லட்சம் மக்கள் பங்கு கொண்ட அந்தப் பேரணி வங்காளத்தில் இல்லை உத்திரப் பிரதேசத்தில் அதுவும் சோனியாவின் தொகுதியில் நடந்தது. டைம்ஸ் ஆஃப் இந்தியா 'சுபாஷ் ஆவணப் போராட்டக்காரர்கள் தங்கள் களத்தை

வங்காளத்திலிருந்து உ.பி.க்கு மாற்றியிருக்கிறார்கள்' எனத் தலைப்பு செய்தியாக வெளியிட்டது.

நடந்ததைப் பார்த்த பாஜக உஷாரானது. எந்த அரசியல் பின்புலமும் இல்லாத போஸ் ஆதரவாளர்களை அரசியல் கட்சிகள் வளைக்க ஆரம்பித்தவுடன் காட்சிகள் மாறின. மம்தா பானர்ஜி, 'நேதாஜி ஆவணங்களில் ஏன் மத்திய அரசு இப்படி மெத்தனம் காட்டுகிறது?' என்று உணர்ச்சிவசப்பட்டுப் பேசினார். தங்கள் அரசின் வசம் இருக்கும் ஆவணங்களை மத்திய அரசின் அனுமதியில்லாமலேயே வெளியிடப்போவதாக அறிவித்து ஆச்சரியப்படுத்தினார். அதிர்ச்சியூட்டினார்.

இதன் பிறகு காலத்தின் கட்டாயத்தால் தொடர்ந்து மத்திய அரசு செய்த வற்றைத்தான் முந்தைய அத்தியாயங்களில் பார்த்தோம்.

நீண்டகால மறுப்புகளுக்குப் பின்னர் இந்த ரகசிய ஆவணங்கள் வெளியிடப்பட்டிருப்பதன் மூலம் நமக்குச் சொல்லப்பட்டிருக்கும் செய்தி என்ன?

அரசியல் கட்சிகளுக்கு அப்பாற்பட்டு மக்கள் சக்தியும் மகத்தானது. ரகசியங்கள் எவ்வளவு நாட்கள் உறங்கினாலும் ஒருநாள் விழித்துக் கொண்டே ஆகவேண்டும். நாட்டின்மீதும் சமூகத்தின்மீதும் அக்கரை கொண்டவர்கள், அதை நீண்டநாள் தூங்கவிடமாட்டார்கள்!

ஜெய்ஹிந்த்

பிற்சேர்க்கை 1

வெளியாகியிருக்கும் ரகசிய ஆவணங்களில் முக்கியமானவை - ஒரு பார்வை

சுபாஷ் சந்திர போஸின் 119வது பிறந்த நாள் முதல் தொடர்ந்து சில மாதங்களுக்கு வெளியான ஆவணங்கள் மொத்தம் 100. இதில் வங்காள அரசு வெளியிட்ட ஆவணங்களும் அடக்கம். இன்னும் 31 ஆவணங்கள் பிரதமரின் அலுவலகக் காப்பகத்தில் இருப்பதாகச் சொல்லப் படுகிறது. அவற்றை வெளியிடுவது குறித்து இன்னும் முடிவெடுக்கப் படவில்லை. வெளியான இந்த ஆவணங்களில் உள்ள சில முக்கிய கடிதங்கள்/ குறிப்புகள் கீழே.

சுபாஷ் போஸின் அஸ்தி குறித்து:

1976 ஜூலை 16 தேதியிட்ட வெளியுறவுத் துறை இணைச் செயலாளர் திரு. என்.என். ஜா கையெழுத்திட்ட கடிதம் அன்றைய பிரதமருக்கு எழுதியிருப்பது - சுபாஷின் அஸ்தி கலையம் வைக்கப்பட்டிருக்கும் ரென்கோஜி கோவிலின் நிர்வாகிகள், இந்திய விடுதலைக்காகப் போராடிய ஒரு தேசியத் தலைவனுக்குரிய மரியாதையை இந்திய அரசாங்கம் கொடுக்கத் தவறிவிட்டதாக எண்ணுகிறார்கள். அந்த வயதான தலைமைப் பூசாரி (வயது 90) தன் காலத்துக்குப் பின் வரும் தன் பூசாரிகள் அந்தக் கலசத்தின்மீது என்னளவு அனுதாபம் காட்டமாட்டார்கள் என்று சொல்கிறார்.

1977 நவம்பர் 11 தேதியிட்ட ஒரு குறிப்பு இணைச்செயலர் ஆர்.எல். மிஸ்ரா கையெழுத்திட்டது.

அந்தக் கோவில் பூசாரியின் மகன் அஸ்தி கலசத்தைப் பாதுகாக்க அதிக பணம் கேட்டிருந்தால், அதை நமது தூதர் வெளியுவு அமைச்சகத்துக்குப் பரிந்துரை செய்திருப்பது போலவே கொடுத்து

விடலாம். அந்த அதிக பணம் இந்தச் சர்ச்சை வெளிவராமல் மூடிவைக்க உதவுவதால், அது கொடுக்கத் தகுந்தது.

19 ஆகஸ்ட் 1976 தேதியிட்ட எஸ்.சி வைஷ் இயக்குநரின் (நுண்ணறிவுப் பிரிவு) குறிப்பு.

நான் ரகசிய போலீஸ் பீரோவின் மதிப்பீடுகளை ஏற்கிறேன். நேதாஜியின் குடும்பத்தினர் அவரது மரணத்தை ஏற்கவில்லை. இந்த நிலையில் அந்த அஸ்தி கலசத்தை இந்தியா கொண்டுவருவதில் அவர்களுக்கு எந்த சந்தோஷமும் இல்லை. ஃபார்வர்ட் பிளாக் பிரச்னையை எழுப்பினால் மக்களும் திருப்தி அடையப் போவதில்லை. அதனால், ஜப்பானிய அரசாங்கத்திடம் அந்தக் கலசத்தை அவர்கள் பாதுகாப்பில் தொடர்ந்து வைத்திருக்கக் கேட்டுக் கொள்ளும்படி வெளியுறவு அமைச்சகத்தை வேண்டலாம்.

நவம்பர் 20 1977 தேதியிட்ட திரு. டி.சி.ஏ. சீனிவாசவரதன் என்ற அதிகாரி எழுதியிருக்கும் குறிப்பு.

ஜப்பானில் அஸ்தி கலசம் இருக்கும்வரை, இந்திய அரசாங்கம், ஷா நாவஸ்கான், கோஸ்லா கமிட்டிகளின் முடிவுகளை - சுபாஷ் விமான விபத்தில்தான் இறந்தார் - முழுவதுமாக ஏற்கவில்லை என்ற தவறான எண்ணம் மக்களுக்கு ஏற்படும் வாய்ப்பு அதிகம்.

விவாதங்களுக்குப் பின் கேபினட்டின் ஒருமித்த கருத்து இப்போதைக்கு அஸ்தி கலசம் டோக்கியோவிலேயே இருக்கட்டும் என்பதுதான்.

(சுபாஷ் விமான விபத்தில் தான் இறந்தாரா? என்ற சந்தேகத்தை எழுப்பும் இரண்டு கடிதங்களும் ரகசிய ஆவணமாக பாதுகாக்கப் பட்டது இப்போது வெளியாகியிருக்கிறது.)

ஆக 7 1995 தேதியிட்ட அம்மைய நாத் போஸ் அன்றைய பிரதமர் நரசிம்ம ராவுக்கு எழுதிய கடிதத்திலிருந்து ஒரு பகுதி மட்டும் :

கர்னல் ஹபீபர் ரஹ்மான் (சுபாஷுடன் விமானத்தில் இருந்தவர்- விபத்தில் உயிர் தப்பியவர்) சைகோன் சிறையிலிருந்து விடுதலையாகி வந்த அவர் டில்லியில் அண்ணல் காந்தியைச் சந்தித்தார். அவர் காந்தியுடன் பேசும்போது அந்த அறையில் நான் இருந்தேன். 18 ஆகஸ்ட் 1945ல் நடந்த விமான விபத்தை அவர் விவரித்தார். அவர் போன பின்னர் வெளியில் காத்திருந்த பத்திரிகையாளர் ஒருவருக்குத் தந்த பேட்டியில் ஹபிப் அவரது தலைவர் இட்ட கட்டளையைச் செயலாக்குகிறார், சுபாஷ் விமான விபத்தில் இறந்திருப்பார் என்பதை நான் நம்பவில்லை என்று சொன்னார்.

அதே போல் 1947 ஆகஸ்ட் 22 ஜப்பானிய செய்தி நிறுவனம் சுபாஷின் மரணத்தை அறிவித்தபோது எங்கள் குடும்பத்துக்கு எந்த இறுதிச் சடங்கு சம்பிரதாயங்களையும் செய்யவேண்டாம் என்று தந்தி அனுப்பியிருந்தார்.

போஸின் குடும்பத்தினர் டோக்கியோ கோவிலில் இருப்பது நிச்சயமாக சுபாஷின் அஸ்தி இல்லை என்றே நம்புகின்றனர். அதை அவர்களை வாங்கிக்கொள்ள நிர்பந்தப்படுத்துவது இந்திய மக்களை ஏமாற்றுவதற்குச் சமம்.

பிப் 14 1996 சமர் குஹா எம்.பி நித்திஷ் குமாருக்கு எழுதிய கடிதத்தின் ஒரு பகுதி :

......1992ல் எக்கோ பிளான்ட்டரி என்ற ரஷ்யப் பத்திரிகையில் ரஷ்ய பேராசியர் ஒருவர் எழுதிய கட்டுரையில் சுபாஷ் சைபீரிய பகுதியில் ஓம்ஸ்க் என்ற நகரில் ரஷ்யாவுக்குள் வந்த நாள்முதல் வசிப்பதாக எழுதியிருப்பதை இணைத்திருக்கிறேன். இதை நாடாளு மன்றத்தில் உடனடியாக கேள்வியாக எழுப்புங்கள்...

பிற்சேர்க்கை 2

உதவிய நூல்கள், கட்டுரைகள்

1. *The Indian Struggle 1920-1942*, Subhas Chandra Bose
2. *Words of Freedom: Ideas of a Nation*, Subhas Chandra Bose
3. *The Bose Brothers and Indian Independence: An Insider's Account*, Madhuri Bose
4. *The Essential Writings of Netaji Subhas Chandra Bose*, Sisir Kumar and Sugata Bose
5. *Subhash Chandra Bose*, Hugh Toye
6. *Forgotten Army: India's Armed Struggle for Independence*, Fay, Peter Ward
7. *His Majesty's Opponent: Subhas Chandra Bose and India's Struggle Against Empire*, Sugata Bose
8. *Nehru and Bose: Parallel Lives*, Rudrangshu Mukherjee
9. *Subhas Chandra Bose in Nazi Germany: Politics, Intelligence and Propaganda 1941–1943*, Romain Hayes
10. *India's Biggest Cover-Up*, Anuj Dhar
11. *What Happened to Netaji*, Anuj Dhar
12. *Back from the Dead: Inside the Subhas Bose Mystery*, Anuj Dhar
13. *Netaji: Living Dangerously*, Kingshuk Nag
14. Articles from *Statesman, TOI, The Hindu*

Commission Reports (Ministry of Home Affairs, Govt. of India)
1. Mukherjee Commission Report: Volumes I, IIA, IIB
2. Khosla-commission-report
3. Netaji Subhas Chandra Bose Papers - Report
4. netajipapers.gov.in
5. focusnetaji.org

2